அந்தரம்

அந்தரம்

தொ. பத்தினாதன் (பி. 1974)

இலங்கை மன்னார் மாவட்டம், வட்டக்கண்டல் என்ற ஊரைப் பிறப்பிடமாகக் கொண்டவர். 1990இல் யாழ்ப்பாணத்தில் படித்துக்கொண்டிருந்தபோது ஏற்பட்ட இரண்டாம் கட்டப் போர் காரணமாகத் தனது பதினாறாவது வயதில் அகதியாகத் தமிழகம் வந்தார். சுமார் எட்டு ஆண்டுகள் மதுரை மாவட்டம் உச்சப்பட்டி அகதிகள் முகாமில் வாழ்ந்தவர், பின்னர் சென்னை சென்று சென்னைப் பல்கலைக்கழகத்தில் இளங்கலை பொது நிர்வாகம் படித்தார்.

தமிழகம் வாழ் இலங்கை அகதிகள் குறித்துத் தொடர்ந்து எழுதிவரும் இவர் நீண்டகாலம் காலச்சுவடு பதிப்பகத்திலும் சிறிது காலம் திரைத் துறையிலும் பணி செய்தார். பரவலான கவனத்தைக் கோரிய இவருடைய தன்வரலாற்று நூல் *போரின் மறுபக்கம்*. தமிழகத்தின் ஈழ அகதிகள், தகிப்பின் வாழ்வு ஆகிய இரண்டும் கட்டுரை நூல்கள். *காலச்சுவடு* இதழில் தொடர்ந்து எழுதிவருகிறார். 2019ஆம் ஆண்டு உயர் நீதிமன்றத் தீர்ப்பில் இவருடைய எழுத்துக்கள் மேற்கோள் காட்டப்பட்டுள்ளமை குறிப்பிடத்தக்கது. இவர் இலங்கையில் வசித்துவருகிறார்.

மின்னஞ்சல்: pathixyz@gmail.com.

தொ. பத்தினாதன்

அந்தரம்

காலச்சுவடு பதிப்பகம்

அன்பார்ந்த வாசகருக்கு,

வணக்கம்.

காலச்சுவடு நூலை வாங்கியமைக்கு நன்றி.

நூலின் உள்ளடக்கம், உருவாக்கம், அட்டைப்படம் இன்ன பிற அம்சங்கள் பற்றிய உங்கள் கருத்துகளையும் ஆலோசனைகளையும் காலச்சுவடு வரவேற்கிறது. தகவல், எழுத்து, வாக்கியப் பிழைகள் தென்பட்டால் கட்டாயம் தெரிவித்து உதவுங்கள். நூல் தயாரிப்பில் கடும் குறைபாடு இருப்பின் மாற்றுப் பிரதி உங்களுக்குக் கிடைக்கக் காலச்சுவடு ஏற்பாடு செய்யும்.

மின்னஞ்சல்: publisher@kalachuvadu.com

காலச்சுவடு நாகர்கோவில் தலைமையகத்துக்கும் கடிதம் அனுப்பலாம்.

தங்கள்
எஸ்.ஆர். சுந்தரம் (கண்ணன்)
பதிப்பாளர் – நிர்வாக இயக்குநர்

அந்தரம் ❖ நாவல் ❖ ஆசிரியர்: தொ. பத்தினாதன் ❖ © தொ. பத்தினாதன் முதல் பதிப்பு: டிசம்பர் 2022 ❖ வெளியீடு: காலச்சுவடு பப்ளிகேஷன்ஸ் (பி) லிட்., 669, கே.பி. சாலை, நாகர்கோவில் 629001
காலச்சுவடு பதிப்பக வெளியீடு: 1170

antaram ❖ Novel ❖ Author: Tho. Pathinathan ❖ © Tho. Pathinathan ❖ Language: Tamil ❖ First Edition: December 2022 ❖ Size: Demy 1 x 8 ❖ Paper: 18.6 kg maplitho ❖ Pages: 208

Published by Kalachuvadu Publications Pvt. Ltd., 669 K.P. Road, Nagercoil 629001, India ❖ Phone: 91-4652-278525 ❖ e-mail: publications @kalachuvadu.com ❖ Printed at Clicto Print, Jaleel Towers,42 KB Dasan Road, Teynampet Chennai 600018

ISBN: 978-81-960589-2-0

12/2022/S.No. 1170, kcp 4259, 18.6 (1) ass

நீண்டகாலத் தோழன்
சிவஞானம் சண்முகநேசனுக்கு

பத்தினாதனின் படைப்பும் வாழ்வும்

பத்தினாதனின் எழுத்துக்களைப் பற்றி எழுத வேண்டுமென மிக நீண்டகாலமாக ஆவலுற்றிருந்தேன். அவருடனான நெருங்கிய நட்பும் அவருடைய எழுத்தாளுமையும் மட்டுமே அதற்குக் காரணம் அல்ல. பத்தினாதனுடைய அகதி வாழ்வும், தமிழ்நாட்டில் ஈழத் தமிழர்கள் தடுப்பு முகாம்களில் எதிர்கொண்ட அவலங்களும் துயரங்களும் பத்தினாதனுடைய எழுத்துக்களில் தீவிரத்துடனும் ஆதாரங்களுடனும் ஆழமாகப் பதிவு பெற்றுள்ளன.

பத்தினாதனுடைய அகதி வாழவு 1990களில் மண்டபம் அகதி முகாமில் தொடங்கியது. பிற்பாடு, இராமேஸ்வரம் வழியாக மதுரையிலிருக்கும் உச்சப்பட்டி முகாமில் பத்து ஆண்டுகளைக் கழிக்கிறார். அவ்வப்போது ஓட்டல் ஊழியராகப் பணிசெய்கிறார். வாய்ப்பும் நேரமும் கிடைக்கிற போது எழுதுகிறார். அவரின் ‘போரின் மறுபக்கம்’ நூல் ‘காலச்சுவடு’ வெளியீடாக டிசம்பர் 2007இல் வெளியாகிறது. அதன்பின் ‘தமிழகத்தின் ஈழ அகதிகள்’ 2015இலும் ‘தகிப்பின் வாழ்வு: போரும் இடம் பெயர்வும்’ 2019இலும் வெளியாகிறது. இந்த மூன்று நூல்களதும் முதல் வாசகர்களில் ஒருவனாக நானும் இருந்தேன். அவருடைய வேறு பல கட்டுரைகளையும் கேட்டுப் பெற்றுப் பல்வேறு இதழ்களிலும் வெளியிட்டிருந்தேன்.

தமிழ்நாட்டில் வாழ்கிற ஈழத்தமிழ் அகதிகளும் புலம் பெயர்ந்தவர்கள்தான். மேற்கு நாடுகளை நோக்கிய ஈழத் தமிழர்களின் புலம் பெயர்வும் புலப்பெயர்ப்பும் மிகத் தீவிரமாக நிகழும் முன்னரே தமிழ்நாட்டை நோக்கிய புலம் பெயர்வும் புலப்பெயர்ப்பும் தொடங்கிவிட்டது. இலட்சக்கணக்கானோர் தமிழ்நாட்டின் பல்வேறு அகதி முகாம்களில் 1983 ஜூலைப் படுகொலைகளுக்குப் பின்னர் தஞ்சம் அடைந்தனர். எண்பதுகளின் பிற்பகுதியில்தான் வளமும் வாய்ப்புகளும் நிறைந்த மேலைநாடுகளுக்கு ஈழத் தமிழர்கள் புலம் பெயர்ந்தனர். பதினொரு இலட்சம் ஈழத் தமிழர்கள் இப்போது மேலை நாடுகளில் புகலிடம் பெற்று வாழ்வதாகத் தெரியவருகிறது. எனினும், 'புலம் பெயர்ந்தோர் இலக்கியம்', 'புலம் பெயர்ந்த ஈழத் தமிழர்களின் அரசியல்' என்று பேசப்படுகிறபோதும் எழுதப்படுகிற போதும் தமிழகத்துக்கு அகதிகளாகப் புலம் பெயர்ந்தவர்கள் பற்றிப் பேசப்படுவதுமில்லை; எழுதப்படுவதுமில்லை. அவர்களுடைய குரலுக்கும் படைப்புகளுக்கும் அனுபவங்களுக்கும் வாழ்வுக்கும் இடம் வழங்கப்படுவதில்லை.

புலம் பெயர்ந்த ஈழ மக்களிடையே ஒருவகையான அதிகாரப் படிமுறையை அரசியலும் அரசியல் பொருளாதாரமும் இலக்கிய அணுகுமுறைகளும் ஏற்படுத்திவிட்டன. துயரங்களிலும் அவலங்களிலும் இழப்புகளிலும்கூட, ஒருவகையில் யாருடைய வலிக்கும் அவலத்துக்கும் துயருக்கும் முன்னுரிமை கொடுக்க வேண்டும் என்பதில் ஓர் அறமற்ற எண்ணம் எங்களிடம் மேலோங்கிவிட்டது. இதனுடைய பக்கவிளைவுகளில் ஒன்றுதான் புகலிட இலக்கியம், புலம் பெயர் இலக்கியம் என்று பேசப்படுகிறபோது மேலை நாடுகளில் வாழ்கிற புலம் பெயர் எழுத்தாளர்கள் மட்டுமே கவனம் பெறுகிறார்கள். இது நம்முடைய அடிப்படைக் கோளாறு மட்டுமல்ல; நம்முடைய இலக்கிய, அரசியல் 'காகப்பார்வை'யால் விளைவது. பத்தினாதன், விஜிதரன், சுகன்யா ஞானசூரி, எஸ்.கே. உதயன் போன்ற பல எழுத்தாளர்கள், கவிஞர்கள் தமிழ்நாட்டு அகதி முகாம்களூடாக உருவாகியவர்கள். எங்கள் எல்லோருடைய கவனமும் வாசிப்பும் அவர்களை நோக்கித் திரும்ப வேண்டிய சிறப்பான காரணம், அவர்களுடைய எழுத்துக்களின் செழுமை மட்டுமல்ல. அவை நமக்குத் தருகின்ற, உணர்த்துகின்ற, ஒடுக்கப்படுபவர்களுக்குள்ளும் ஒடுக்கப்படுகிற மக்களின் அரசியல், இலக்கியச் சிறப்புரிமைக் குரல்கள் என்பதும்தான்.

1984இல் என்று நினைவு. கவிஞர் வண்ணச்சிறகு (அ. சிவானந்தன்) கவிதைகளைப் படிக்க வாய்ப்புக் கிடைத்தது.

இலங்கையிலிருந்து தமிழகத்துக்குத் 'தாயகம் திரும்புவோர்' என்ற பெயரில் புலம் பெயர்க்கப்பட்ட சிறப்பான கவி அவர். அவருடைய ''சென்று வருகிறேன், ஜென்ம பூமியே'' என்ற கவிதை என்னைக் கண்ணீருள் ஆழ்த்தியது. அக்காலத்தில்தான் நண்பர் வி. செல்வராஜ் என்னை மலையகம் எங்கும் அழைத்துச் சென்றார். செல்வராஜும் நானும் யாழ் பல்கலைக்கழகத்தில் ஒரே காலத்து மாணவர்கள். அவர் வரலாறும் தொல்லியலும்; நான் விஞ்ஞானம். செல்வராஜின் மூத்த சகோதரர் மலையக மக்கள் முன்னணியின் நிறுவனர்களில் ஒருவர். செல்வராஜின் நண்பர், பெ. சந்திரசேகரனின் நட்பு, மலையகம், மலையக மக்கள் பற்றிய ஆழமான உணர்வுத் தோழமைக்கு வழிவகுத்தது. அட்டன் ரயில் நிலையத்தில் 'ஒப்பாரிக் கோச்சி'யை முதன் முதலாகப் பார்த்த அதிர்ச்சியும் புகைவண்டி மேடையில் எழுந்த அழுகுரல்களும் ஓலமும் கண்ணீரும் இன்றுவரை என்னைத் தொடர்ந்துகொண்டிருக்கின்றன. அத்தகையதொரு ஆழ்ந்த சோகப் பின்னணியில் வண்ணச்சிறகு கவிதைகள் கிளர்த்தும் உணர்வும் அஞரும் பெருந்தாக்கம் மிக்கதாக இருந்தன.

எனினும் எங்கள் இலக்கியங்களில் ஏன் வண்ணச்சிறகு பேசப்படவில்லை? அவருடைய நான்கு கவிதைகள் மரணத்துள் வாழ்வோம் தொகுப்பில் இடம்பெற்றுள்ளன. எனினும் அவருடைய தொகுப்பு 'வண்ணச்சிறகு கவிதைகள்' நீண்டகாலமாகச் சுற்றில் இருக்கவில்லை. 21ஆம் ஆண்டுதான் மல்லியப்பூ சந்தி திலகர் அதனை மீளப் பதிப்பித்திருக்கிறார்.

ஈழப்புரட்சி அமைப்புகள் (EROS) 'தாயகம் திரும்பிய' மக்களோடும் தமிழக ஈழ அகதிகளோடும் உணர்வுத் தோழமையுடன் பணிபுரிந்த காலமொன்று இருந்தது. *பாலம்* இலக்கிய இதழ் அப்போது வெளிவந்தது. வைகறைவாணன், மாரீஸ், சங்கை வேலவன், பன்னீர் செல்வம், முகிலன், கி.பி. அரவிந்தன், கவி பழனிபாரதி, கோணங்கி போன்ற ஏராளமான இலக்கிய நண்பர்கள் அக்காலத்தில் ஈழ அகதிகளோடும் ஈழப் போராளிகளோடும் மிகுந்த உணர்வுத் தோழமையுடன் பணிபுரிந்தனர். இவர்களோடு இன்னும் நூற்றுக்கணக்கானோர் இணைந்திருந்தனர். எல்லோருடைய பெயர்களும் இப்போது நினைவில் இல்லை. எனினும் இந்த வரலாறும் பங்களிப்பும் உரிய முறையில் நிறைவாகப் பதிவு செய்யப்பட வேண்டும். இந்த வரலாற்றின் தொடர்ச்சியில் முக்கியமான புள்ளிகளில் ஒன்றாக இணைபவர் பத்தினாதன். அனுபவ ஆழமும் எழுத்துச் சிறப்பும் துயரங்களைப் பலமிக்க சிறகுகளாக மாற்றும் நுட்பமும் தெரிந்தவர்.

அவருடைய இந்தப் புதிய நாவல் சமூக ஊடக மேலாட்சி நமது வாழ்விலும் உறவாடலிலும் அந்தரங்கத்திலும் செலுத்தும் நுண்மையான தாக்கங்களை நளினமாகப் பேசுகிறது. தனிமனித உணர்வுகளும் வேட்கைகளும் எவ்வாறு புதிய தளங்களுக்கு மடைமாற்றம் பெறுகின்றன என்பதையும் தன்னுடைய படைப்பாக்க மொழியில் பின்னியுள்ளார் பத்தினாதன். அகதி, பெயரற்றவர், போலி ஊடக முகம், முகமற்ற காதல், வழியற்ற காமம், புலன்நெறி வழக்குகளை மீறிய நவீன வாழ்வு எனப் பல நவீன மானுட அனுபவங்களை இந்த நாவல் பேசுகிறது.

இந்த நாவலில், வாழ்வும் வரலாறும் விவரிப்பும் ஒன்றிணையும் காத்திரமான ஒரு தருணம் அவருக்குக் கிட்டியுள்ளது.

டிசம்பர் 27, 2022 **சேரன்**

குறுக்க மறுக்க

தேசியங்கள் மட்டுமின்றி மதம், சாதி உட்பட சர்வ(தேச) அதிகாரம் கொண்ட கருத்தியல் அமைப்புகளுடன் உரையாடுவது, எதிரில் நிற்பது சாமானியத்தனமில்லை. ஆனால் அகதிகள் மிக மிகச் சாமானியர்கள். அகதிகள் மேல் ஏற்பட்ட கழிவிரக்கத்தைக்கூட அரசியல் மூலதனமாகவோ பொருள் மூலதனமாகவோ உருவாக்க முடியாதவர்கள் சாமானியர்களாகத்தான் இருக்க முடியும். சத்தமில்லாமல் சாமானியர்களை அகதிகளாக உருவாக்கி அதன்மூலம் அரசியல் உரையாடலை நடத்தியவர்கள், நடத்துபவர்கள் மிகுந்த சாமர்த்தியசாலிகள்.

சாமர்த்தியசாலிகளால் உருவாக்கப்பட்ட அகதிகளிடம் இருப்பது ஒரே ஒரு எதிர்பார்ப்புத்தான், "வாழுமிடத்தில் சக மனிதனைப்போல் வாழ விடுங்கள்." அவர்கள் வேண்டுவது இதைத்தான்; கழிவிரக்கத்தையல்ல.

'உயிர்த்தேன்' என்று அடித்தொண்டையால் கத்த வேண்டும்போல் உள்ளது. 2015இல் பெரும்பகுதி எழுதி முடிக்கப்பட்ட இந்த நாவல் என்னை விட்டுப் பிரிய ஆறு ஆண்டுகள் ஆகியிருக்கின்றன.

கடைசியாக மிகுந்த நிதானத்துடன் பொறுமையாகக் கைப்பிடித்துச் சேதாரமில்லாமல் என் பாரத்தை இறக்கிவைத்தார் அரவிந்தன். அசாத்தியமான பொறுமைசாலி. இவருடைய கரம் படவே ஆறாண்டுக் காலம் எடுத்திருப்பதில் தற்போது மிகுந்த மகிழ்ச்சி.

குறுக்க மறுக்க சுத்திக்கொண்டு திரிவதைக் கவனித்த சுகுமாரன் தொடர்புக்கு வந்தார், "நாவலுக்கு என்ன தலைப்புங்க(அ)ண்ணா வச்சிருக்குறீங்க?"

"சார், தொங்கு சாரம்."

"அப்படின்னா?"

"அதான் சார் எங்கிட்டும் போக வழி தெரியாமல் அந்தரத்தில் நிக்குறோமே அதான்."

"அதுக்கு ஏப்பா தொங்கு சாரத்துக்கு போறே? நீ இப்ப சொன்னதே நல்லா இருக்கே?"

"என்ன சார் சொன்னேன்?"

"அதாப்பா இப்ப சொன்னியே?"

"அந்தரத்தில நிக்கிறோம்ன்னா?"

"ஆமா அதே நல்லாத்தானே இருக்குங்க(அ)ண்ணா…"

இந்த மனுசன் எப்படியெல்லாம் யோசிக்கிறார் பாருங்கள்! எப்போது பேசினாலும் கண்ணா என்கிறாரா செல்லம் என்கிறாரா அல்லது அண்ணா என்று மிரட்டுகிறாரா என்பது மட்டும் விளங்கவே மாட்டேனென்கிறது.

சேரனுக்கும் எனக்குமான பின்னுரையாடல் மிக நீண்டது. "என்ன சொல்றீங்க" என்று அவரை மிரட்டுமளவுக்கு வலுத்திருந்த நான், இப்புத்தகத்திற்காக அவர் எழுதியனுப்பிய முன்னுரையைச் சிறுபிள்ளைத்தனமாகத் தொலைத்திருந்தேன். பின்பு அவர் இப்படிச் சொன்னார், "பத்தி, நாம் எழுதுவதால் மட்டுமில்லை தொலைவிலையும்தான் வாழ்கிறோம்."

இவர் எந்தத் தொலைவைச் சொல்கிறார்? தூரத்தையா, தொலைத்ததையா?

திண்டுக்கல் புத்தகக் கண்காட்சியில் இருந்தேன். கண்காட்சி இடத்துக்கான வழியைத் தொலைபேசியினூடாகக் கேட்டார், சொன்னேன். கண்காட்சி நிகழ்ச்சி நிரலில் இவர் பெயரில்லை. ஒரு தொலைபேசி அழைப்புப் போதும், இவருக்கு வேண்டிய புத்தகம் வீடு வந்துசேரும். பின்னே எதற்காக நாமக்கல்லிலிருந்து மூன்று மணிநேரம் செலவு செய்து இந்தச் சிறிய கண்காட்சியைப் பார்க்க வேலை மெனக்கட்டு வருகிறார் என்று நினைத்துக்கொண்டேன். பக்கத்திலிருந்து சிறிது நேரம் பேசிய உலகப் புகழ்பெற்ற பெருமாள்முருகன் புறப்படத் தயாரானதும், "இருங்க சார், வந்ததும் போறீங்க" என்றேன். "நேரமில்ல பத்தி, உன்ன

பாத்துட்டுப் போகலாம்னுதான் வந்தேன்” என்றார். எனக்கு கியூ ப்ராஞ்சுக்காரனைப் பார்த்தால் நித்திரை வருவதில்லை பயத்தில்; பெருமாள்முருகனைப் பார்த்தாலும் நித்திரை வருவதில்லை, சந்தோசத்தில்.

ஏன் இதையெல்லாம் சொல்கிறேன் என்றால் தமிழ்நாடுதான் நான் வாழ்ந்த / வாழ்கிற ஊர். என்னைக் கொண்டுபோய்த் தமிழ்நாட்டிலிருந்து கால் நூற்றாண்டு பின்னால் நிற்கிற இலங்கையில், அதுவும் போர் நடந்து முடிந்த கிராமத்தில் கொண்டுபோய் விட்டால் என்ன நடக்கும்?

நான் இன்னும் தற்கொலை செய்துகொள்ளவுமில்லை, சந்தேகத்தின் பெயரால் கொல்லப்படவும் இல்லை.

பிரதிபலன் பாராமல் பெறுமதியான நேரத்தையும் உழைப்பையும் இப்பிரதிக்காகக் கொடுத்த வெ. முருகன், ரெ. மகேந்திரன், சிவசங்கர் எஸ்.ஜே., சயந்தன், செந்தூரன் ஈஸ்வரநாதன், எஸ். செந்தில்குமார் ஆகியோருக்கும்

ஜீவகரிகாலன், கிருஷ்ணபிரபு, பெங்களூர் மகாலிங்கம், அகதிகள் முகாம் நண்பர்கள், அட்டைப் படம் வரைந்த அரிசங்கர், புத்தக உருவாக்கத்தில் உறுதுணையாக இருந்த சக தோழர்கள் ஆகியோருக்கும்

நேரகாலம் பார்க்காமல், தெரியாமல் குறுக்க மறுக்க ஓடித் திரியவிட்ட காலச்சுவடுக்கும் உணர்வுபூர்வமான நன்றி.

தொ. பத்தினாதன்

முன்னுரை 1

தொப்புள்கொடி

உயிரினங்கள் வாழ்வதற்காக இடம் பெயர்வது காலங்காலமாக நிகழ்கிறது. பருவநிலை மாற்றத்தினாலும், பொருளாதாரக் காரணங்களினாலும், போர் காரணமாகவும் அதிகமான மக்கள் இடம் பெயரும் சூழ்நிலை ஏற்படுகிறது. எல்லைகள் பிரிக்கப்பட்டபின் உள்நாட்டில் இடம் பெயர்தல், வெளிநாட்டில் இடம் பெயர்தல் என்று சொல்லப்படுகிறது.

இரண்டாம் உலகப்போருக்குப் பின்னரே அகதிகள் என்ற சொல்லாடலும் சட்டங்களும் ஏற்பட்டன (இந்தியாவில் அகதிகளுக்கு என்று தனியாகச் சட்டமில்லை.) என்ன காரணத்திற்காக இடம் பெயர்ந்தவர்களாக இருந்தாலும் இடம் பெயர்ந்தவர்கள் அனைவரும் மீள்குடியேறி விடுவதில்லை. இடம் பெயர்ந்த இடத்தில் தங்கி விடுவதற்குப் பல காரணங்கள் இருக்கின்றன. முக்கியமாக இன்று தமிழகத்தில் வாழும் இலங்கை அகதிகள் சொந்த நாட்டிற்குத் திரும்பாததற்கு முக்கியமான காரணங்களாக இவற்றைக் கூறலாம்.

1) நீண்டகாலம் தமிழகத்தில் வாழ்ந்து பழக்கப் பட்டமை.

2) பிள்ளைகளின் படிப்புக்காக நாடு திரும்புவதைத் தள்ளிப்போடுதல்.

3) தமிழ்நாட்டவர்களுடனான பொருளாதாரக் காரணங்களும், திருமண உறவுகளும்.

4) கணிசமானவர்கள் தமிழ்நாட்டைப் பூர்வீகமாகக் கொண்டவர்கள்.

சாதியச் சமூகத்தின் மத்தியில் சிறு குழுவாக நீண்ட நாட்கள் எந்த உரிமையும் இல்லாமல் தற்காலிகமாக வாழ நிர்ப்பந்திக்கப்பட்ட அகதிகளின் வாழ்க்கை எப்படியிருக்கும் என்பதை இப்புத்தகத்தின் வழியாக ஓரளவேனும் புரிந்துகொள்ள முடியும் என்று நம்புகிறேன்.

இப்புத்தகத்திற்காக உதவிய முகாம் நண்பர்கள், முகாமிற்கு வெளியே உள்ள நண்பர்கள் அனைவருக்கும் நன்றி.

14.12.2018

முன்னுரை 2

தொங்குசாரம்

ஆயுதத்தால் அரசியல் செய்து அகதிகளானோம்.

கமவிதானையாரிடம் சென்று வாய்மொழியாக முறையிடவும் அவர், "இது ஒரு நல்ல செயலில்லை. வருத்தமாகத்தான் இருக்கிறது. நீ கிராம நிர்வாக உத்தியோகத்தரிடம் முறையிடு" என்றார். அவர் காலை பணிக்கு வருவதற்கு முன்பாகவே தொலைபேசி யில் தொடர்புகொண்டு கிராம உத்தியோகத்தரிடம் தகவலைத் தெரிவித்தேன். அவர் காவல் நிலையத்தில் முறையிடும்படி கூறினார். காவல் நிலையம் செல்வதற்கு முன்பாகக் கிராமத்தில் உள்ள விவசாய அமைப்பின் தலைவரை நேரில் சென்று கலந்தாலோசித்தபின் 23.12.2020 அன்று காவல் நிலையத்தில் முறைப்பாடு பதிவு செய்தேன்.

முதல் நாள் மாலைப் பொழுது மங்கும் நேரம், பக்கத்துக் காணிக்காரப் பொடியனுடன் தோட்டத்தடியில் நின்று உளுந்துக்குப் பிறகு என்ன பயிரிடலாம் என்று கதைத்துக்கொண்டிருந்துவிட்டு வந்தேன். உளுந்துக்கன்று பிஞ்சாக இருந்தபோது ஒருதடவை யானை வேலிக்கம்பிகளை அறுத்து உளுந்தை உழக்கிவிட்டுச் சென்றபடியால் தினமும் இரவில் மின்னி மின்னி எரியும் லைட்டைக் கட்டிவிட்டுக் காலையில் போய் எடுப்பேன். பக்கத்துக் காணிப் பொடியனும் அவ்வாறு லைட்டு கட்ட வருவார்.

காலையில் தொலைபேசியில் அழைத்துப் பக்கத்துக் காணிப் பொடியன் தகவல் சொன்னார். நான் தோட்டத்துக்குச் சென்றபோது இருவர் அந்த

இடத்தில் நின்று பேசிக்கொண்டிருந்தார்கள். அவர்கள்தான் கமவிதானையிடம் சொல்லச் சொன்னார்கள். எனக்கு இங்குள்ள நடைமுறைகள் தெரிந்திருக்கவில்லை.

காவல் நிலையத்தில் காவலர் ஒருவர் எனது தொலைபேசியில் இருந்த படங்களைப் பார்த்தபின் தொலைபேசியுடன் காவல் நிலையப் பொறுப்பதிகாரியிடம் அழைத்துச் சென்றார். குளிரூட்டப்பட்ட அறையில் சிவில் உடையிலிருந்த அதிகாரியிடம் சிங்களத்தில் ஏதோ சொன்னார். அந்த அதிகாரி கணினியில் இருந்த பார்வையை விலத்தி என்னைப் பார்த்தார். நான் நெளியாமல் கைகளைக் கட்டாமல் நேராக நின்றேன். அவர் ஓரிரு வார்த்தைகள் மட்டும் காவலரிடம் பேசினார். போனில் இருந்த புகைப்படத்தைக்கூடப் பார்க்கவில்லை. இரண்டு நிமிடங்களுக்குள் நடந்த சிங்கள உரையாடலைத் தொடர்ந்து வெளியே வந்த காவலர் பின்னாடி சென்றேன். அவர் இருக்கையில் இருந்ததும் என்னையும் இருக்கச் சொன்னார். "யார் உடைத்தார்கள் என்று தெரியுமா"? "தெரியாது."

"குத்தகைக்கு எடுத்ததில் ஏதும் பிரச்சினை இருக்கிறதா?"

"இல்லை."

"பக்கத்துக் காணிக்காரருடன் வேலிப் பிரச்சினை ஏதாவது?"

"இல்லை."

"இதற்கு நாங்கள் என்ன செய்ய வேண்டுமென்று எதிர்பார்க்கிறீங்க?"

"சட்டப்படி நடவடிக்கை."

"யார் மீதாவது சந்தேகம் இருக்கிறதா?"

"குறிப்பிட்டுச் சொல்லும்படி யாருமில்லை."

மற்ற விபரங்களையும் தமிழில் கேட்டுப் பதிவேட்டில் எழுதிக்கொண்டார். லேசாக எட்டிப் பார்த்தேன், என்னைவிட அழகான தமிழ்க் கையெழுத்தாக இருந்தது. இடையில் ஒரு காவலர் ஒரு வடையையும் வடையைப் போன்ற பெயர் தெரியாத இன்னும் ஒரு பதார்த்தத்தையும் கொடுத்தார். நான் வேண்டாமென்று மறுத்தேன். அதற்கு அவர் சிங்களத்தில் ஏதோ கூறினார். என்ன சொல்கிறார் என்பது தெரியாமலே வாங்கிக்கொண்டேன். எழுதிக்கொண்டிருந்த காவலரிடம் "அவர் என்ன சொன்னார்" எனக் கேட்டேன். "இது இங்குள்ள நடைமுறை என்கிறார்" என்றார் அவர்.

"குத்தகைக்குக் காணி எடுத்து நான் உழுந்து விதைத்திருந்த தோட்டத்து வேலியை அடையாளம் தெரியாத நபர்கள் நான்கு இடங்களில் கட்டையால் அடித்ததால் வேலிக்கம்பிகள் துண்டு துண்டாக அறுக்கப்பட்டிருக்கின்றன. அவ்வாறு செய்த நபர்கள்மேல் சட்ட நடவடிக்கை எடுக்கும்படி கேட்டுக் கொள்கிறேன்" என்று தமிழ்நாட்டுக் காவல் நிலையத்தில் புகார் செய்வதைப்போன்று எழுதிச்சென்ற மனுவை அவரிடம் கொடுக்கவில்லை; அவ்வாறு இங்கு நடைமுறையுமில்லை.

"நாங்க வந்து பார்க்கும்வரை வேலியை அடைக்க வேண்டாம்" என்றதுடன் முறைப்பாடு பெற்றுக்கொண்டதற்கான நிரப்பப்பட்ட படிவத்தையும் கொடுத்தனுப்பினார். மறுநாள் ஒரு காவலர் வந்து பார்வையிட்டு எழுதிக்கொண்டு போனார்.

யானை வேலியை உடைத்துக்கொண்டு உள்ளே வந்து வெளியே போன இரண்டு இடங்களில் வேலியை நேற்றுத்தான் சரி செய்தேன். மறுபடியும் மனிதர்கள் நான்கு இடங்களில் உடைத்துவிட்டார்கள். காவல் நிலையத்தில் கொடுத்த வடையை மறக்காமல் எடுத்துவந்து மனிதர்களைவிடச் சிறந்த, ஒரு வாய்பேசாத பிராணிக்குக் கொடுத்தேன்.

சத்தியமாகக் குடிமகனுக்கான ஜனநாயகக் கடமையாகக் கடந்த தேர்தலில்தான் முதல் தடவையாக வாக்களித்தேன். அரசு ஆவணங்களின் அடிப்படையில் நான் தற்போது இந்த நாட்டின் குடிமகன்.

❍ ❍ ❍

வீட்டுக் கதவைத் திறந்துகொண்டு வெளியே வந்தால் திருப்பரங்குன்றம் மலை கம்பீரமாகத் தெரியும். பிரதான சாலையிலிருந்து கம்மாய்ப் பக்கமாகச் செல்லும் சிறிய தெருவழியாகப் போனால் இரண்டாவதாக வரும் வளவுக்குள் மூன்று வீடுகள் இருந்தன. அதில் ஒன்றில் சுமார் பத்து வருடங்களாகக் குடியிருந்தோம். இந்தப் பிரதான சாலைக்கு அடுத்த பக்கத்தில் உள்ள சிறிய தெருவில் மூன்றாவது வீடு கியூ ப்ராஞ்சு அலுவலகம். நாங்கள் இந்த வீட்டிற்குக் குடிவந்த பின்புதான் அந்த அலுவலகம் வந்தது. அவர்கள் வந்த பின்பு பிரதான தெருவில் இருந்த கருவேலம் மரங்கள் வெட்டப்பட்டன. தற்போது அவர்கள் அலுவலகத்திலிருந்து பிரதான தெருவைப் பார்க்க முடியும். நாங்கள் குடிபோகும்போது ஓய்வுபெற்ற வருவாய்த்துறை அதிகாரியின் பக்கத்து வீட்டில் அந்த ஏரியா காவல் நிலையத்தின் ஆய்வாளர் வாடகைக்குக் குடியிருந்தார். அந்தத் தெருவில் எந்த நேரத்தில் என்றாலும் அவரின் வாகனம்

வரும், போகும், நிற்கும். எங்கள் வளாகத்தில் உள்ள மூன்று வீடுகளில் ஒன்றில் பெண் உதவி ஆய்வாளரும் அவருடைய கணவனும் காவலர் குடும்பமாகக் குடியிருந்தார்கள். நீண்ட நாட்களாகச் சும்மா இருந்த மாடிவீட்டில் ஓய்வு பெறும் வயதில் ஒரு ஏட்டையா மட்டும் தங்கியிருந்தார். எவருடனும் எனக்கு எந்த உரையாடலும் இருக்கவில்லை. எங்கள் வளாகத்தில் பக்கத்திலிருந்த பெண் உதவி ஆய்வாளருடைய கணவருடன் மட்டும் தேவைக்குப் பேசுவேன். அவர்களுக்கு மாற்றம் வரும்போது போவதும் வருவதுமாக இருந்தாலும் ஏதோ ஒரு காவலர் குடும்பம் அங்கு குடியிருக்கும். ஒரு கட்டத்தில் மாடியிலும் நாங்கள் குடியிருந்த வீட்டின் இரண்டு பக்கங்களிலும் காவல்துறையைச் சேர்ந்தவர்கள் இருந்தார்கள். எந்தத் தொந்தரவும் இருந்ததில்லை.

அந்தமான் தீவில் வேலை பார்க்கும் காவல்துறைக் கண்காணிப்பாளரான (SP) எனது வீட்டு முதலாளி, வருடம் ஒருமுறை வரும்போது வீட்டுக்கு வந்து புத்தகங்கள் குறித்து ஒரு பத்து நிமிடமாவது பேசாமல் போகமாட்டார்.

29 ஆண்டுகளாக அரசு ஆவணங்களின் அடிப்படையில் நான் இந்த நாட்டின் குடிமகனல்ல.

இந்தப் பிரதியின் பெண்கள் மேல் முதல்தடவை கை வைத்தவர் வெ. முருகன். அவரது மனைவி ராதா ஒருநாள் கேட்டார் “ஏங்கண்ணே ஏ வீட்டுக்காரர என்ன செஞ்சீங்க? நடுராத்திரியில எந்திருச்சு உக்காந்துக்கிறாரு.”

பிறகு ரெ. மகேந்திரன் சொன்னார், “அண்ணே இதுல வர்ற பெண்கள் மதுரைத் தமிழும் இலங்கைத் தமிழும் பேசுகிறார்கள். கொங்குக்காரனான என்னால அவங்கமேல கை வைக்க முடியாது.”

“பரவாயில்லை, ஏதாவது செய்ங்க” என்றேன்.

கடைசியாக இந்தப் பிரதியின் பெண்களைக் கையாளத் தெரிந்த சிவசங்கர் எஸ்ஜேயைச் சென்றடைய நான் நீண்ட காலம் காத்திருக்கும்போது, பிரதியின் பெண்கள் சிவசங்கரைக் கட்டியணைத்துக்கொண்டார்கள். இப்பிரதிக்காக சிவசங்கரின் மூளை உழைப்பு அபாரமானது. கால வரிசைப்படி வடிவத்தை உருவாக்க முயன்றார். அது அவர்வசம் அகப்படவில்லை. பிரதியின் இடங்களையெல்லாம் திரட்டி ஒரு வடிவத்துக்குள் கொண்டுவர முயன்று கடைசியில் இந்த வடிவத்தை வந்தடைந்தார் அவர்.

இந்த வடிவ அமைப்பை உருவாக்கியதுடன் 'தொங்குசாரம்' என்ற தலைப்பையும் அவரே கண்டடைந்தார்.

அமேசானில் வெளியிட ஆலோசனை செய்து, கிட்டத்தட்ட ஆறு வருடங்களாக அங்கே இங்கே சுற்றி, 'தொப்புள் கொடி' 'தொங்குசார'மாக பெயர் மாற்றப்பட்டு, பலபக்கங்கள் மீண்டும் எழுதிச் சேர்த்துப் பிரதியாகியிருக்கிறது. செந்தூரன், கிருஷ்ணபிரபு, பெங்களூர் மகாலிங்கம், ஜீவகரிகாலன், சேரன், சயந்தன் ஆகியோரை இவ்விடத்தில் நினைவில்கொள்கிறேன்.

"தொங்கு சாரத்தில் எல்லோரும் சேர்ந்து ஏற்றிவிட்டார்கள். இறங்கவும் தெரியல, இறக்கிவிடவும் யாருமில்லை; அந்தரத்தில் அகதிகள்."

12.10.2022

பகுதி 1

4.5.19 இன்று வெள்ளிக்கிழமை.

கண்விழித்தேன். எப்போதும்போல் இடுப்பில் கட்டிய துண்டு ஓரமாகச் சுருண்டு கிடந்தது. நிர்வாணமாக இருந்த நான் பரபரப்பாக எழுந்தேன். கைக்கெட்டும் தூரத்தில் இருந்த தண்ணீர் பாட்டிலை எடுத்துத் தண்ணீர் குடித்தேன். அதன் பின்பு சிறுநீர்கழிக்கச் சென்றிருக்க வேண்டும். ஆனால் நான் அப்படிப் பழகவில்லை. பழகியிருந்தால் இப்படிச் செய்வது எனது பழக்கமாக இருந்திருக்காது.

தண்ணீரைக் குடித்ததும் இடதுகையால் ஆண்குறியுடன் சேர்த்து விதையையும் பொத்திப் பிடித்துக்கொண்டு துள்ளிக் குதித்தேன். எனது தொப்பை மேலும் கீழுமாகக் குதித்துக் கொண்டிருந்தது.

கொஞ்ச நாட்களாக, காலையில் எழுந்ததுமே உட்கார்ந்துவிடாமல் ஒரு பரபரப்பை உருவாக்கிக் கொள்வதற்காக, தேவையில்லாதவற்றைத் தலையில் ஏற்றாமல் இருப்பதற்காக, ஏற்படுத்திக் கொள்ளும் இந்த விளையாட்டு என்னை நானே ஏமாற்றிக்கொள்ளும் வித்தை என்பது எனக்குத் தெரியும்.

வெயில் காலத்தில் விரைவாக வந்த வியர்வை தொப்பையின் மேல் இருக்கும் மயிர்கள் வழியாக வடிந்து குறியைப் பிடித்திருக்கும் இடது கையை நனைத்த போது துள்ளிக் குதிப்பதை நிறுத்திக்கொண்டேன்.

அரைக் காற்சட்டையைப் போட்டதும் டிசேர்ட்டை எடுத்துத் தலைவழியாக மாட்டினேன். வியர்வை நாற்றம் அடித்தது. இதைச் சுத்தம் செய்வதற்கான நேரம் வரும்வரை எவருக்குப் பக்கத்திலும் போகக் கூடாது என்பதை

மட்டும் நினைத்துக்கொண்டு செருப்பைக் கொழுவிச் சாவியைக் கையில் எடுத்தேன். அது தவறிக் கீழே விழுந்தது. விழுந்த இடத்தில் குப்பைகள் கிடந்தது, எனது கவனத்தில் வரவில்லை.

படிக்கட்டில் இறங்கும் போதுதான் எப்போதும்போல தன்னியல்பாக அது ஞாபகம் வந்தது. கடைசிப் படிக்கட்டைத் தாண்டித் தரையில் கால் வைக்கும்போது சுற்றிலும் நோட்டம் விட்டேன். எங்கும் கண்ணில் படவில்லை. தலையைக் குனிந்துகொண்டு நிதானமாக நடக்கிறேன்.

அரைக் கிலோமீற்றர் தொலைவுக்குச் சிறிய தெரு வழியாகப் பயணம் செய்வதுவரை எதையெல்லாம் யோசிக்க வேண்டும் என்று யோசிக்கிறேன். கண்டதையும் யோசித்துவிடக் கூடாது என்ற முன்யோசனையே இப்படி என்னைப் பழக்கியிருந்தது. தன்னியல்பாகப் பின்னாடி இரு தடவைகள் திரும்பிப் பார்த்தது எனக்கு ஞாபகத்தில் வரவில்லை.

தெருவோரம் வீடு கட்டுவதற்காகப் போடப்பட்ட மண்குவியலைத் தூரத்திலிருந்தே கவனிக்கிறேன். அந்த இடத்தைக் கடக்கும்வரை வேறு கவனம் எனக்கு இல்லை. மணல்மேட்டைக் கடக்கும்போதெல்லாம் தன்னியல்பாக இது நடந்துவிடுகிறது.

மறுபடியும் எதை யோசிப்பது என்ற யோசனைதான் மூளைக்குள் ஓடுகிறதே தவிர வேறெந்த யோசனையும் கூடிவரவில்லை.

தெருவில் நடந்து வலதுபக்கமாகத் திரும்பினால் தனியாக இருக்கும் பலசரக்குக் கடை, அதனருகில் இருக்கிற தண்ணீர்க்குழாய் ... இங்கும் தன்னியல்பாக மூளை விழிப்புக் கொள்கிறது. சுற்றிலும் பார்வையை வீசுகிறேன். எப்போதும் நான் பார்க்கும் எதுவுமேயில்லை. ஊன்றுகோலின் துணையுடன் நடக்கும் ஒரு பெரியவரைக் கடந்து செல்கிறேன். எனக்கு எதை யோசிக்க வேண்டும் என்பதில் குழப்பமாயிருக்கிறது. தொடர்ச்சியாக எதையும் யோசிக்காமல் துண்டு துண்டாக யோசிக்கிறேன். குப்பைமேடு, தெருவிளக்குக் கம்பம், ஓரத்தில் நிற்கும் மரம், குண்டும் குழியுமான பிரதான தெரு, அவ்வப்போது செல்லும் சில வாகனங்கள், புழுதி பறக்க என்னைக் கடந்துசென்ற அரசுப்பேருந்து ... அது சற்றுத்தொலைவில் உள்ள நிறுத்தத்தில் நின்று செல்கிறது.

பேருந்து நிறுத்தத்திற்கு அருகில் எந்தத் தொந்தரவையும் பொருட்படுத்தாமல் படுத்துத் தூங்கும் நாயைக் கடந்து மூலையில் இருக்கும் ரீக் கடையை அடைந்தேன். ஒரு வயதான சிவப்புநிற

தொ. பத்தினாதன்

நாய் படுத்திருந்தது. அதற்கு அருகிலேயே குட்டிப் போட்ட கறுப்பு நாயும், இளமையான கறுப்பு வெள்ளை கலந்த நாயும், சிவப்பும் கறுப்பும் கலந்த நாயும் நின்றன. நடுத்தர வயதுடைய ஒருவர் அவற்றுக்குப் பிஸ்கேற் போட்டுக்கொண்டிருந்தார். வயதான நாய் படுத்திருந்தபடியே தூக்கிப்போட்ட பிஸ்கற்றைச் சாப்பிட்டுக் கொண்டிருந்தது. நாய்களிடமிருந்து சற்றுத்தள்ளிச் சுற்றி வந்து ரீக் கடையில் நின்றேன்.

அந்த அம்மா நான் கேட்காமலேயே ரீ கொடுத்தார். ரீயைக் குடித்து முடித்தேன். ஒரு பத்திரிகை, ஒரு சிகரட், ஒரு ரீ, ஒரு குட்டே பிஸ்கட் . . . 36 ரூபாய் கொடுத்துவிட்டுச் சிகரட்டைப் பற்றவைத்து இழுத்து புகையை வெளியே தள்ளியபடியே பத்திரிகையைப் புரட்டினேன். இன்று எதிர்கட்சித் தலைவர் மு.க. ஸ்டாலின் இடைத்தேர்தல் பிரச்சாரத்திற்காக மதுரை வருகிறார் என்ற செய்தி கண்ணில்பட்டு உறுத்திக்கொண்டிருந்தது.

இன்று . . .

ஒவ்வொருநாளும் என்னைத் துரத்தும் நாய்களின் கண்களில் நான் படவில்லை.

எழுத்தாளர் மாதிரியான ஒரு பழைய சட்டையைப் போட்டு, சோல்னா பையையும் மாட்டிக்கொண்டு போலிஸ் ஸ்டேசன் சென்றேன். இந்தப் புறத் தோற்றத்திலாவது என்னைக் கொஞ்சமென்றாலும் மனுசனாக மதிப்பார்கள் என்றொரு நம்பிக்கை. 29 வருடங்களுக்குப் பின் நான் இலங்கை செல்வதற்கு மேற்படி முகவரியில் வசிக்கும் என்மேல் எந்தக் குற்றவழக்குகளும் இல்லை என்று போலிஸ் ஸ்டேசனில் ஒரு சான்றிதழ் வாங்க வேண்டும். ஏற்கெனவே காவல் நிலைய சிஐடி என்னைத் தனியாக விசாரித்துப் பக்கம் பக்கமாக எழுதி வைத்திருக்கிறார். அதுபோல் எங்களுக்குப் பொறுப்பான கியூ பிரிவு அதிகாரியும் விசாரணை செய்து பக்கம் பக்கமாக எழுதிக்கொண்டார்.

இந்த விசாரணைப் பதிவுகள் எல்லாம் எங்கே போகின்றன என்று தெரியவில்லை. தேவையில்லாத வேலைதான் என்றாலும் நடைமுறை இப்படித்தான் இறுக்கமாக இருக்கிறதே . . . என்ன செய்ய? எல்லாருக்கும் அப்படித்தானா அல்லது எனக்கு மட்டும் 'சிறப்புக் கவனிப்பா' என்பதும் தெரியவில்லை. நாடு திரும்புவதற்கான நடைமுறைகளை யாராவது என்னிடம் கோர்வையாகக்கேட்டால் உண்மையில் என்ன நடந்தது,நடக்கிறது என்பது எனக்குத் தெரியாது என்பதை ஒத்துக்கொள்வேன்.

போலிஸ் ஸ்டேசனில் ஒருவர் மட்டுமிருந்தார்.

"சார் சிவகுமார் ரைட்டரப் பார்க்கணும்" என்றேன்.

"அவர் மாற்றலாகிப் போய்விட்டார். நீங்க யாரு ..."

"நான் இலங்கைத் தமிழர் முகாமிற்கு வெளிய ...வசிக்கிறேன். என்மேல் எந்தக் குற்றவழக்கும் இல்லை என்று சான்றிதழ் வாங்கணும்"

"எதிர்கட்சித் தலைவர் இடைத்தேர்தல் பிரச்சாரத்துக்கு வர்ரதால எல்லாரும் பாதுகாப்புக்குப் போயிருக்கிறாங்க. புதிதாக வந்திருக்கும் ரைட்டர் போன் நம்பர் தாறேன். அவர்கிட்ட பேசுங்க."

போன் நம்பர் வாங்கிப் போன் பண்ணினேன். ரிங் போய்க்கொண்டே இருந்தது. போனை எடுக்கவில்லை. மறுபடியும் போன் போட்டேன். பலன் இல்லை. அங்கிருந்த வேப்பமரத்தடி நிழலில் இரண்டுமணி நேரம் சும்மா உக்காந்திருந்தேன். கோடைவெயில் அனலைக் கக்கிக்கொண்டிருந்தது.

5.5.19 இன்று சனிக்கிழமை

காலை மந்தமாகவே இருந்தது. போலிஸ் ஸ்டேசன் போக வேண்டும் என்பது ஞாபகத்தில் இருந்தது. ஆனாலும் ஒருவித அலட்சியமும் இருந்தது. நேற்றுப்போல் இல்லை. எப்போதும்போலப் படிக்கட்டில் இறங்கும்போதும், நடக்கும்போதும் திரும்பிப் பார்த்துக்கொண்டு ரீக் கடைக்கு நடக்கிறேன்.

பக்கத்தில் கூப்பிடு தொலைவில் ஒரு ரீக் கடை இருக்கிறது. ஆனாலும் கொஞ்சத்தூரம் நடக்க வேண்டும் என்பதால் அரைக் கிலோமீற்றர் நடந்துசென்று ரீ சாப்பிடப் பழகியிருந்தேன். அவசரமாகக் காலையிலேயே வெளியே போக வேண்டியிருந்தால் மட்டும் பக்கத்தில் ரீ சாப்பிடுவேன். இன்று அவசரமில்லை. நடக்கும்போது வீடு கட்டுவதற்காகப் போடப்பட்ட மணல்குவியலின் மீது தன்னியல்பாகக் கவனம் திரும்பியது. குட்டி போடுவதற்கு முன்பான இளம்பருவத்தில் நல்ல ஆரோக்கியமான இரண்டு நாய்குட்டிகள், ஒன்று கொஞ்சம் குட்டையாகவும், மற்றது கொஞ்சம் உயரமாக, நீட்டாகவும் ஒரே பருவத்தில் இருந்தன. தங்களை மறந்து விளையாடிக்கொண்டிருந்தன. நின்றுகொண்டிருந்த காரைச் சுற்றிச்சுற்றி ஓடுகிறது ஒரு குட்டி. அதனைத் துரத்திக்கொண்டு மற்றது ஓடுகிறது. காருக்குக் கீழாகப் புகுந்து வந்து மணல்மேட்டில் வைத்துத் துரத்திய குட்டி, ஓடியதைப் பிடித்துக்கொள்கிறது. வலிக்காமல் செல்லமாகக் கவ்விக்கொள்கிறது.

பலரும் எழுந்திருக்காத காலை ஆறுமணிப் பொழுதில் புழுதி பறக்கிறது. நடைப்பயிற்சிக்காகப் பார்க்குக்குப்

தொ. பத்தினாதன்

போகிறவர்கள், பேப்பர் போடுபவர்கள், கோலம் போடுவதற்காக வாசலில் தண்ணீர் தெளிக்கும் எதிர்வீட்டு ஆண்டி எவரைப் பற்றியும் நாய்க்குட்டிகளுக்குக் கவலையில்லை. அவர்கள் யாருமே நாய்க்குட்டிகளைக் கண்டுகொள்ளவில்லை. அவற்றின் கவனம் என்மேல் திரும்பி விளையாட்டுக் குழம்பக் கூடாது என்பதால் வேகமாக அவற்றைப் பார்த்துக்கொண்டே கடந்துசென்று ரீக் கடைக்குப் போய்ச்சேர்ந்தேன். பதினொரு மணியளவில் நேற்றுப்போலவே புறப்பட்டேன்.

எந்த முன்முடிவுகளையும் யோசிக்காமலே வாழப் பழகிகொள்ள வேண்டும் என்றுதான் நீண்ட நாட்களாக முயற்சி செய்துகொண்டிருக்கிறேன். நீண்ட அகதி வாழ்க்கை காத்திருப்பதற்கும் நிறையவே பழக்கியிருக்கிறது. அந்தக் காவல் நிலையம் குறித்துக் கூடுதல் தகவலை இப்போது எழுத முடியாது. எவ்வளவு நேரமாகும் என்பதை உறுதியாகவும் சொல்ல முடியாது. ஒரு ரீ சாப்பிட்டுப் போகலாம் என்பதால் வழியில் வண்டியை நிறுத்தி ஒரு ரீ சாப்பிட்டேன்.

பிரதான சாலையிலிருந்து வலது பக்கமாகத் திரும்பிச் செல்லும்போது நடுத்தர வயதைக் கடந்த ஒரு அம்மா கையைக் காட்டி மறித்தார். கலைவுகண்ட மனநிலையில் அறிமுகமில்லதவர்களிடத்தில் அவநம்பிக்கையும் அறியாத பயத்தையும் உண்டாக்கும். அதனால் இருசக்கரவாகனத்தில் செல்லும்போது எவர் கையைக் காட்டினாலும் நான் நிறுத்துவதில்லை. பிரதான சாலையிலிருந்து ஒரு கிலோமீற்றருக்கும் அதிகமாகப் போனால் மருத்துவமனை வரும். அதனைத் தாண்டித்தான் காவல் நிலையம் செல்ல வேண்டும். அந்த அம்மா மருத்துவமனைக்கு இந்த வெய்யிலில் நடக்க வேண்டும். மருத்துவமனைக்கு அவருடைய வியாதிக்குப் போகிறாரா அல்லது மருத்துவமனையில் இருப்பவரைப் பார்க்கப் போகிறாரா தெரியவில்லை. ஆனால் மருத்துவமனைக்குப் போகிறவர் என்று நினைத்து வண்டியை நிறுத்தி அவரை ஏற்றிக்கொண்டேன்.

அவரைப் பார்த்தால் நோயாளி மாதிரி இல்லையே என்ற யோசனை வரவும் "ஆஸ்பத்திரியில் யாரும் தங்கியிருக்கிறார்களா?" என்று நானே முடிவு செய்துகொண்டு கேட்டேன்

"இல்லப்பா . . . நான் அங்க வேலை செய்கிறேன்" முன்முடிவுகள் பல நேரங்களில் தவறாகப் போய்விடும்தானே?

"எந்த ஊரு?"

" . . . "

"கொஞ்சம் லேட்டாயிடுச்சுப்பா"

நர்சு மாதிரித் தெரியவில்லை. ஒருவேளை சுகாதாரப் பணியாளராக இருக்கலாம். வண்டியை நிறுத்தி இறக்கிவிடும் போதுதான் கவனித்தேன். இவரைப்போல் நிறையப் பேர் அங்கு நின்றார்கள். புதிதாக ஒரு கட்டடம் கட்டிக்கொண்டிருந்தார்கள்.

வேப்பமரத்தடியில் வண்டியை நிறுத்திவிட்டு நேராக உள்ளே சென்று "சார் நேற்று வந்திருந்தேன் சான்றிதழ் வாங்கணும்" என்றேன்.

"ஆமா உள்ளபோய் பாருங்க."

"சார், இந்த மாதிரி, என்மேல எந்த வழக்கும் இல்லைன்னு சான்றிதழ் வாங்கணும்."

"அது இப்ப இங்க தர்றதில்லை. நீங்க பூங்காதெருவில இருக்கிற இண்டர்நெற்சென்டர்ல *500* ரூபா குடுத்தா பதிஞ்சு தருவாங்க."

"சார் முன்னாடி சிவகுமார் தந்தாரே."

"சரி உள்ள இருக்கிற ஏட்டையாவப் பாருங்க."

உள்ளே போய் நின்றேன். வாக்கிடோக்கி இரைந்து கொண்டிருந்தது. ஏட்டையா போனில் பேசிக்கொண்டிருந்தார். ஒரே கூட்டமாகக் கசகசவென்று இருந்தது. யார் எவரென்று எதுவும் எனக்குப் புரியவில்லை. சேலை கட்டிய காவல் லேடி இருந்தாங்க. யாரெல்லாமோ நின்று கொண்டிருந்தார்கள்.

"உங்களுக்கு என்ன சார் ..." லேடி காவலர் கேட்டாங்க.

"என் மேல் குற்றவழக்கு இல்லைன்னு சான்றிதழ் வாங்கனும் மேடம்."

"என்ஓசி லெட்டரா?" என்றவரின் கவனம் வேறுபக்கம் சென்றது.

ஏட்டையா போன் பேசி முடித்ததும் என்ன என்பதுபோல என்னைப் பார்த்தார்.

"சார் உங்கள பாக்கச் சொன்னாரு" என்றுவிட்டு அவர் காதருகில் குனிந்து, எனது வாயில் கையை வைத்து "சார் பணம் வேணும்ன்னா தர்ரேன் சார்" என்று முணுமுணுத்தேன்.

"அவர கூப்பிடுங்க."

அவர் வந்தார். "ஏட்டையா ஆன்லைன்லயும் பண்ணலாம். இன்ஸ்பெக்டர் விரும்பினால் இங்கயும் கொடுக்கலாம்."

"சரி நீங்க வெயிட் பண்ணுங்க."

அது புதிதாக உருவாக்கப்பட்ட காவல்நிலையம். காவல் நிலையத்துக்கான கட்டட வசதி இல்லை. பழையவீடு ஒன்றைத் தற்காலிகக் காவல்நிலையமாக மாற்றியிருந்தார்கள். முன்னாடி சிறிய விறாந்தை அதைக் கடந்து வலதுபக்கமாகத் திரும்பினால் பெரிய ஹால். இடதுபக்கம் திரும்பினால் இரண்டு அறைகள். அதில் காவல் ஆய்வாளர் இருக்கை இருக்கிறது. ஹாலின் கடைசியில் இரண்டு அறைகளைச் சிறையாக்கி பெரிய இரும்புக்கதவு போட்டிருந்தார்கள். அதன் அருகில் கடைசியில் சமையலறை. அங்குதான் ரைட்டர் இருக்கையும் கம்பியூட்டரும் இருக்கிறது. ஹாலில் சுவர் ஓரமாக நின்றிருந்தேன். யாரும் என்னைக் கவனிக்கவில்லை. காவலர்களும் மற்றவர்களும் அங்கிருந்தவர்களும் உரையாடியதிலிருந்து இரண்டு கேஸ்களின் பஞ்சாயத்து நடந்துகொண்டிருப்பதாகக் கொஞ்சம் புரிந்தது. ஒரு வயதான அம்மாவும் நடுத்தரவயதுப் பெண்ணும், 20 வயது மதிக்கத்தக்க ஒரு பொடியனும். ஹாலின் வலது மூலைத் தரையில் இன்னொருவர் உக்காந்திருந்தார். லேடி காவலர் சொல்லச்சொல்ல அந்தப் பொடியன் வெள்ளைப் பேப்பரில் எழுதிக்கொண்டிருந்தான். வெளியே விறாந்தையில் இருவர் நின்று கொண்டிருந்தார்கள்.

அப்போது கரைவேட்டி கட்டிய ஒருவர் வந்தார். சாந்தகுமார் ஏட்டையாவுக்கு ஒரு வணக்கம் வைத்தார். ஏட்டையா அறைக்குள் கையைக் காட்டவும் உள்ளே சென்றுவிட்டார். இன்ஸ்பெக்டர் இருக்கையில் யாரும் இல்லை. இன்ஸ்பெக்டர் யாரென்று எனக்குத் தெரியவில்லை. நின்றுகொண்டேயிருந்தேன். உள்ளே போன கரைவேட்டி கட்டிய கட்சிக்காரர் வெளியே வந்து சாந்தகுமார் ஏட்டையாவிடம் “என்ன சாப்பிடுறீங்க” என்றார்.

“எதுன்னாலும் பரவாயில்லை. எந்த ஓட்டலுக்கு போறீங்க.”

“ . . . ஓட்டலுக்குப் போறேன் சிக்கன், மட்டன் . . .”

“மட்டன் சாப்பிடமாட்டேன். வேற ஏதாவது வாங்கிட்டு வாங்க.”

உரையாடலைக் கேட்டுக்கொண்டிருந்தேன். அவர் கடைசிவரை தனக்கு என்ன சாப்பாடு வேண்டுமென்று சொல்லவில்லை. நான் வெளி விறாந்தையில் கிடந்த பிளாஸ்ரிக் கதிரையில் போய் உக்காந்துகொண்டேன். கரைவேட்டி கட்டிய கட்சிக்காரர் வெளியே வந்தார். அவரைத் தொடர்ந்து சாந்தகுமார் ஏட்டையாவும் வெளியே வந்தார். மெதுவான குரலில் “எனக்கு சிக்கன் பிரியாணி வாங்குங்க” என்றார்.

அந்த நடுத்தர வயது லேடி வெளியே வந்து யாருக்கோ போன் பேசிக்கொண்டிருந்தார்.

டாட்டா சுமோ வண்டி வாசலருகில் வந்து நின்றது. அதிலிருந்து இறங்கி வந்தவரைப் பார்த்து எழுந்து நின்றேன். அவர் இன்ஸ்பெக்டராக இருக்க வேண்டும் என்று நினைத்துக் கொண்டேன். உள்ளே ஒரே உரையாடலாக இருந்தது. எழுந்து போய்ச் சற்றுத் தள்ளி நின்ற வேப்ப மரத்தடியின் கீழே கிடந்த கல்லில் உக்காந்து செல்போனை நோண்டிக்கொண்டிருந்தேன்.

இலங்கையில் மத அடிப்படைவாதிகளால் தேவாலயத்தில், நட்சத்திர ஓட்டல்களில் குண்டுவெடித்தது பற்றி முகநூல் பொங்கி வழிந்தது. முக்கியமானவர்களாக நான் கருதுபவர்களின் முகநூல் பதிவுகளை மட்டும் கவனித்துக்கொண்டிருந்தேன். கறுப்புக் கண்ணாடியால் மூடிய விலையுயர்ந்த கார் வந்து நின்றது. அதிலிருந்து சிலர் இறங்கிக் காவல்நிலையத்தினுள்ளே சென்றார்கள். அவர்கள் கறுப்பு கலர் பேண்டும் வெள்ளைக்கலர் சேர்ட்டும் போட்டிருந்தார்கள். என்னுடைய வேலை முடியும் என்ற நம்பிக்கை எனக்கு இருக்கவில்லை.

ஆனாலும் எதுவரை போகிறதோ அதுவரை இழுபடலாம் என்ற மனநிலையில் இருந்தேன். தொடர் அனுபவம் இழுபடுவதற்கு என்னைத் தயார்ப்படுத்தியிருந்தது.

கட்சிக் கரைவேட்டிக்காரர் பிரியாணிப் பொட்டலத்துடன் வந்ததைப் பார்த்தேன். நேரமாகிக்கொண்டிருந்தது. எனக்கும் பசிக்க ஆரம்பித்துவிட்டது. காசு தருவதாகச் சொல்லியிருக்கிறேன். வெயிற் பண்ணச் சொல்லியிருக்கிறார். ஆனாலும் நம்பிக்கையில்லாமல் வேப்ப மரத்தடியில் உக்காந்திருந்தேன். இரண்டாவது தடவையாக மறைவான பகுதிக்குச் சென்று சிகரட்டும் அடித்துவிட்டு வந்து உக்காந்திருக்கிறேன்.

காவல் நிலையத்திற்குள்ளிருந்து கூட்டமாக வெளியே வந்தார்கள். இன்ஸ்பெக்டர் முதலில் வெளிய புறப்படவும் மற்றவர்கள் காரிலும் சிலர் மோட்டர் சைக்கிளிலும் ஏறிச்சென்றார்கள். கூட்டம் வெளியேறவும் நானும் உள்ளே சென்று ஹாலுக்குள் நின்றேன். அந்த நடுத்தர வயதுப் பெண் மூலைத் தரையில் உக்காந்திருந்தவரைப் பார்த்து 'இழுத்து வச்சு அறுத்துப்புடுவேன்' என்று கறுவிக்கொண்டிருந்தார். அவர் போன் பண்ணி அழைத்த ஒரு பெரிய மனுசனும் அவனைத் திட்டிக்கொண்டிருந்தார்.

"இனிமேல் அப்படி செய்தால் அவனுடைய முட்டியப் பேத்திருவேன். இனிமேல் உனக்கும் பிரச்சினையில்லை. எனக்கும் பிரச்சினை இல்லை. அதுக்குத்தான் எழுதி வாங்கியிருக்கிறோம். இனிமேல் அவன அடிச்சால் எனக்கும் பிரச்சினையில்லை. உனக்கும் பிரச்சினையில்லை" என்று அந்தப் பெண்ணைப்

பார்த்துக் கூறினார் ஏட்டையா. எனக்கும் பிரச்சினையில்லை உனக்கும் பிரச்சினையில்லை என்பது மட்டும் அழுத்திப் பேசிய மாதிரி எனக்குத் தோன்றியது. அந்தப் பெண் சாந்தகுமார் இருக்கும் பக்கமாகப் பிளாஸ்ரிக் கதிரையை இழுத்துப் போட்டுக் கொண்டு உக்காந்திருந்தார்.

காவலரைக் காணவில்லை. சாப்பிடப் போயிருக்கலாம். வந்திருந்த பசும்பொன்னைப் பார்த்து "சரி சார் நான் பாத்துக்கிறேன்" என்றான் சாந்தகுமார் ஏட்டு. அவர் புறப்படவும் "உன் வயசென்னம்மா" என்று கேட்டார்.

"முப்பத்தியெட்டு சார்."

பசும்பொன் புறப்படும்போது அந்தப் பெரியம்மாவை வண்டியில் ஏற்றிக்கொண்டுப் புறப்பட்டார்.

நான் எவ்வளவு நேரம் தான் நின்றுகொண்டிருப்பது? விறாந்தாவுக்கு வந்து கதிரையில் உக்காந்திருந்தேன்.

"இதுல உக்காந்தாத்தான் வேலை. மற்றபடி நான்னெல்லாம் வெளிய போய்ட்டா ஜாலியாக இருப்பேன்" என்ற வார்த்தை வெளியே உக்காந்திருக்கும் எனக்குச் சம்பந்தமில்லாமல் காதில் வந்து விழுந்தது. ஜன்னல் வழியாக வெளியே எட்டிப்பார்த்துச் சாந்தகுமார் ஏட்டையா "என்ன இங்க உக்காந்திருக்குறீங்க" என்று கேட்டார்.

"நீங்கதானே வெயிற் பண்ணச் சொன்னீங்க சார்."

"இன்ஸ்பெக்டர் இல்லை. எப்ப வருவாருண்ணு தெரியல. நீங்க போய்ட்டு நாளைக்கு வாங்க."

"சார் காலையில இருந்து . . ." நான் பேசிமுடிக்குமுன் கொஞ்சம் தடித்த குரலில் "மணி மூணாயிடுச்சு இன்னும் நான் சாப்பிடல, நீங்க போய்ட்டு நாளைக்கு வாங்க" என்றார்.

நான் வெளியே வரும்போது அந்த அம்மாவுடைய பொடியனும் அவர்களுடன் இருந்தான்.

1990 முதல் நீண்டகாலமாக சரவணன் முகாம் நண்பன். சரவணன் கல்யாணம் ஆகும் முன்பு இருவருமாகச் சேர்ந்து அராஜகம் செய்யும் அதிகாரிகளுக்கு எதிராக 'மொட்ட'க் கடுதாசி எழுதியனுப்புகிற வேலைகள் செய்திருக்கிறம். ஜனநாயக ரீதியாக மக்களைத் திரட்டிப், போராட்டம் நடத்த முடியாத நிலையிலயே நாங்கள் இந்த மொட்டக்கடுதாசி வேலையை ஆரம்பித்தம். இவன் அமெரிக்கன் கல்லூரியில் படித்திருப்பதால் படித்த இளைஞர்களை ஒன்றிணைத்து 'தொண்டறம்' என்ற அமைப்பை உருவாக்கியதுதான் நாங்கள் இருவரும் சேர்ந்துசெய்த

கடைசி வேலை. இளைஞர்களின் ஒற்றுமை, ஆர்வமின்மை அதிகாரிகளின் தொல்லை காரணமாகத் தொண்டறம் நீண்ட நாட்கள் தாக்குப்பிடிக்க முடியல.

சரவணன் கல்யாணம் கட்டிய காலத்தில் நான் முகாமை விட்டு வெளியேறியிருந்தேன். அதன்பின் நான் சென்னையில் பதிவில்லாமல் மறைந்திருந்த காலத்தில், சுமார் பத்தாண்டுகள் தொடர்பில்லாமல் இருந்தது. நான் மதுரை வந்ததும் மறுபடி தொடர்பானது.

நான் முகாமுக்கு வெளிய இருந்துகொண்டு, அகதிகள் குறித்து எழுத ஆரம்பித்ததுக்குப் பின், முகாம் குறித்த கட்டுரைகள் எழுதுவதற்கு நிறையத் தகவல்கள் தந்தான். இதில் எழுதப்பட்ட அகதிகள் குறித்த பலகதைகள் விபரமாக அவன் சொல்லியவைதான்.

ஆரம்பக் காலங்களில் முகாமில் சுற்றித் திரிந்தபோதும், அதன் பின்பும் நாங்கள் என்ன செய்கிறோம் என்பது கியூ பிரிவு அதிகாரிகளுக்குத் தெரியும். அவர்கள் ஒருவிடயத்தில் என் மேல் நடவடிக்கை எடுக்கக் காத்திருந்தார்கள். அதனால் நான் எழுதுவதைத் தீவிரமாகக் கண்காணித்தார்கள். என் முகநூல் நட்பில் பல புலனாய்வு அதிகாரிகள் இருந்தார்கள்.

எனது நெருக்கமான நண்பன் சரவணன் என்பதால் என்னுடைய புத்தகமோ கட்டுரையோ வந்தால் கியூ பிரிவு அதிகாரி ஏதோ ஒரு காரணத்தைச் சொல்லி சரவணனைப் பார்ப்பதை வழக்கமாக இருந்த நிலையில், நான் இலங்கைப் புறப்படுவதற்கு இரண்டு நாள் முன்பு தொலைபேசியில் அழைத்தான் சரவணன்.

தொலைபேசி உரையாடல் ஒட்டுக் கேட்கப்படலாம் என்ற சந்தேகத்தில் தொலைபேசியில் பெரிதாகப் பேசிக்கொள்வதில்லை.

நான் இலங்கை போவது அவனுக்குத் தெரியும்.

நான் சந்தேகப்பட்டதும் தவிர்த்துக்கொண்டதும் சரியாக இருந்தது.

O

தோப்பூருக்கு முன்பாக ஆஸ்டின்பட்டி ஆஸ்பத்திரி செல்லும் தெரு வழியாக வடக்குப் பக்கம் திரும்பி மூணாண்டிப்பட்டி வழியாகத் தனபாண்டியன் பொறியியல் கல்லூரி முன்பிருந்த ரீக்கடையில் ஒரு பக்கட் சிகரட் வாங்கிக்கொண்டு சற்றுத் தள்ளி இருட்டில் மோட்டார் சைக்கிளை நிறுத்திவிட்டுச் சிகரட்டைப் பற்றவைத்தேன். பதற்றமாகவே இருந்தது. இலங்கை போவதற்கு

எல்லாம் தயார் என்ற நிலையில் சரவணன் எதற்காகப் பார்க்க வேண்டும் என்கிறான். உடல் சூடேறி இருக்க, முடிந்துபோன சிகரட்டில் மறு சிகரட்டை பற்றவைத்தேன். கம்மாய்ப் பக்கமிருந்து சரவணன் வந்தான்.

நாங்கள் நிற்பதற்கு வடக்குப் பக்கம் தனபாண்டியன் ஆஸ்டல் கட்டடத்திலிருந்து லேசான வெளிச்சம் பட்டுக் கொண்டிருந்தது. தற்போதைய காலங்களில் நாங்கள் மிகக் குறைவாகச் சந்தித்துக்கொள்ளும் இடமாக இது இருக்கிறது. யாராவது பார்த்தாலும் ஆஸ்டல் பொடியன்கள் என்று நினைத்துக்கொள்வார்கள்.

என்னால் குடும்பக்காரனான சரவணனுக்கு எந்தப் பிரச்சினையும் வரக் கூடாது என்பதால் இதுவரை அவன் செய்த உதவிகளுக்கு முகநூலிலோ புத்தகத்திலோ நன்றிகூடச் சொன்னதில்லை. அதை அவன் எதிர்பார்ப்பவனும் இல்லை. நாங்கள் நிற்குமிடம் முகாமிற்கு வடக்குப் பக்கம் இருக்கிறது. நேராகக் கூத்தியார் குண்டுவிலிருந்து வந்தால் கடைத்தெருவிலோ முகாமிலோ என் வருகையை யாராவது பார்த்து அதிகாரிகளிடம் சொல்லலாம், சிலவேளை அதிகாரிகளே நிற்பார்கள்.

106 முகாமிலும் இந்த முகாமிற்கு ஒரு பெருமை இருந்தது. இங்கிருந்துதான் நான் எழுதிய 'போரின் மறுபக்கம்', அகதிகள் பற்றிய முதல் புத்தகம் வெளிவந்தது.

கட்டியணைத்த சரவணனிடம் சிகரட் பெட்டியையும் லைட்டரையும் கொடுத்தேன். ஒரு சிகரட்டை உருவி வேகமாகப் பற்ற வைத்தான். "என்னடா வெறுமேலுடன் வந்திருக்கிறாய்?" அதற்குப் பதில் சொல்வது அவனுக்கு முக்கியமாகப் படவில்லை.

கியூ ப்ராஞ்சு மாரிக்குமார் வந்தான். சிரித்துக்கொண்டே "உன் ஆள் தப்பிச்சிட்டான், 13ம் திகதி பிளைட்டு என்று சொன்னான்" என்றான்.

"அவன் சொல்லித்தான் எனக்குத் தெரியும் நீ 13ம் திகதி போறாய் என்று."

"உனக்குத் தெரியும்தானே நான் போக ஏற்பாடு செய்திருக்கிறேன் என்று".

"ஆமா அது தெரியும். 13ம் திகதி பிளைட் என்று தெரியாது".

"சரி அது இருக்கட்டும் அவன் வேற என்ன சொன்னான்".

"நீ எழுதுவதினூடாக அகதிகளை குழப்புகிறாய் என்றோ, அல்லது அகதிகளைத் தூண்டி விடுகிறாய் என்றோ அவர்கள்

உன்மேல் நடவடிக்கை எடுக்க முடியுமாம். அதற்கான சந்தர்ப்பம் பார்த்துக்கொண்டிருந்ததாகவும் சொன்னான்"

"அடேய் அவன் ஒரு நல்ல புலனாய்வாளனாக இருந்தால் இத உன்னிடம் சொல்லியிருக்க மாட்டான்".

"அவன் ஒரு காமடியன் என்பது நமக்குத் தெரியாதா என்ன?"

"இவங்க இப்படி செய்வார்கள் என்று நான் யூகித்திருந்தேன். அதனால்தான் முகாமிற்குள் வருவதைத் தவிர்த்தேன். முகாம் ஆக்களைத் தூண்டிவிடுவதுபோல் முகநூலில் கூட எழுதுவதைத் தவிர்த்தேன்".

"ஆனா முகாம்களில் உள்ளவர்கள் முகநூல்ல தங்கள் புகைப்படம் வைக்க பயந்தவர்களை, இன்று முகம் காட்ட வைத்திருக்கிறாய். அதுவே உன் வெற்றிதான்". "அப்படி சொல்லமுடியாது. அது தொழில்நுட்பத்தின் வெற்றி. காலம் அதற்கானச் சூழலை உருவாக்கியிருக்கு."

இரண்டாவது சிகரட்டை பற்ற வைத்தான் என் கையில் சிகரட் புகைந்துகொண்டிருந்தது.

"சரி நான் புறப்படுறேன். அங்க போய் என்றாலும் கொஞ்சமாவது வாழ்றதுக்கு வழியப் பாரு". நான் அவன் முகத்தையே பார்த்தேன். மங்கலான ஆஸ்டல் வெளிச்சத்திலும் அவன் மிகவும் வருத்தப்படுவது தெரிந்தது. எனக்கும் வார்த்தைகள் வரவில்லை. 29 வருட நட்பு. நான் எழுத ஆரம்பித்ததிலிருந்து இரகசிய உறவு. சற்றுநேர அமைதிக்குப் பின்பு, "நீ மட்டும்தான் அகதிகளுக்காக எழுதிக்கொண்டிருந்தாய் நீயும் போனால்..." வாக்கியத்தை முடிக்காமல் நிறுத்தியிருந்தான்.

"அப்படி பெரியவார்த்தை எல்லாம் சொல்லாத. அந்தளவுக்கு நான் தகுதியானவன் இல்லை".

"தன்னடக்கத்துல பேசுற, சரி எழுதின நாவல் என்னாச்சு அத வெளியிட்டுட்டு என்றாலும் போகலாம் இல்லையா"?

"அது இன்னும் முழுமையடையல. நீ சொன்ன கதைகளைத்தான் இதுவரை எழுதி முடித்திருக்கிறேன். பார்க்கலாம், இலங்கைக்குப் போகிற என் அனுபவத்தையும், எழுதிமுடிக்கிறேன். அதன்பின் வெளியிடலாம்".

ஏதோ யோசித்தவனாக, "இங்கிருந்து அங்கு போனால் அகதிங்கிறது அறுபட்டு முன்னாள் அகதிங்கிறது தோளுல ஏறி உக்காந்துக்கும்." "ஆமா அதையும் எழுதணும்தானே".

"மீதியிருக்கும் உன்வாழ்க்கை முக்கியம்" என்றான்.

ஒரு மோட்டார் சைக்கிள் கடையடிக்கு வந்தது. அதனால் எங்கள் கவனம் அதில் திசை திரும்பியதால் உரையாடல் தடைப்பட்டது.

வந்ததிலிருந்து வலது கை மணிக்கட்டை இடது கையால் பிடித்து அமுக்கிவிட்டுக்கொண்டிருந்தான். கையை லேசாக உதறிவிட்டு மறுபடியும் வலதை இடதுகை பிசைந்து கொண்டிருந்ததைக் கவனித்தேன். "கையில என்னாச்சுடா?"

"இன்னைக்கு பூரா தொங்கு சாரத்தில இருந்து வேலை பார்த்தேன் அதா கை உழையிது." சற்று உரத்த குரலில் "இந்த பெயின்ட் அடிக்கிற வேலைக்குப் போகாதன்னு எத்தனை தடவை சொன்னேன்" அவன் கடுமையாக என்னை முறைத்தது மங்கலான வெளிச்சத்தில் தெரிந்தது. முன்பே அதுபற்றி நிறையப் பேசியிருப்பதால் இந்த நேரத்தில் எதுவும் பேசவில்லை. அந்த கடும் முறைப்பில் ஆற்றாமையும், வேலைக் கடுப்பும் தெறித்து விழுந்தது. சூழ்நிலையைச் சட்டென்று புரிந்துகொண்டு . . .

"சரிடா ஒன்று சொல்ல நினைத்தேன். ஆ ஆமா இங்கிருந்து இலங்கை சென்றவர்களிடம் அங்கு அதிக தொடர்பு வச்சுக்கொள்ளாத. அவர்கள் அங்கிருந்துகொண்டு இங்கு கியூ ப்ராஞ்சு ஆக்களுடன் தொடர்பிலிருப்பார்கள், உனக்கு சொல்ல வேண்டியதில்லை. ஞாபகப்படுத்தினேன்"

நான் பெருசா என்னத்தப் புடுங்கிட்டேன் என்று இவ்வளவு மன உளச்சலை உருவாக்கிறாங்க என்று நினைத்துக்கொண்டேன்.

"என்னடா யோசிக்கிற?"

"ஒன்னுமில்ல சொல்லு."

"கொஞ்சமாவது வாழப்பாரு" என்று மறுபடி கட்டியணைத்தவன் வந்தவழியாகவே புறப்பட்டான்.

"கொஞ்சமாவது வாழப்பாரு" என்று மூன்றாவது தடவையாகச் சொல்லிட்டு போற நண்பனைப் பார்த்துக் கொண்டிருந்தேன்.

❍

பத்து மாதக் கடும் போராட்டத்தின் பின் தற்காலிக விடுதலை கிடைத்துவிட்டதாக ஒருவித மகிழ்ச்சியிருந்தாலும், அதைத் தாண்டியும் பதற்றமொன்று இருந்தது என்பதை நாகரீகமாக ஒத்துக்கொள்ளத்தான் வேண்டும். முப்பதாண்டுக்காலம் தமிழ்நாட்டில் செய்யநேர்ந்த தகிடுதத்தங்கள், அதிகாரிகளுடன் ஏற்பட்ட முரண்கள், சட்டம் ஒழுங்கோடு ஏற்பட்ட விரிசல்கள், கீழ்நிலை அதிகாரிகள் மட்டுமின்றி மேல்நிலை அதிகாரிகள்வரை

போராடிய போராட்டம் எல்லாம் ஞாபகத்தில் வந்து வந்து போகும்போது எப்படிச் சந்தோசப்பட முடியும்?

நான் என்ன சுற்றுலாவுக்காகவா இந்தியா வந்தேன்? ஊரைப்பார்த்த மகிழ்ச்சியில் திரும்பிப்போவதற்கு ... திட்டமிட்டு அகதியாக விரட்டப்பட்டேன்.

ஜூன்மாதம் பதின்மூன்றாம் திகதி காலை ஒன்பதே காலுக்கு எனது பயணம் உறுதிப்படுத்தப்பட்டது. அதற்காகச் சென்னை யுஎன்எச்சிஆர் உயர் அலுவலர் வளவனுக்கும் மனதார நன்றி சொல்லிதான் ஆகணும், புறப்படலின் ஏற்பாட்டில் முக்கியமான கட்டத்தில் மண்டபம் அகதிகள் முகாமில் பொறுத்து நின்ற போது தகுந்த ஆலோசனை கொடுத்து வளவன்தான் வெளியே இழுத்துவிட்டார்.

கடைசி இரண்டு நாட்களில் நடந்தவைகளை, எனது ஞாபகத்தில் இருப்பதைச் சொல்லிவிட்டு, கதைக்கு வருகிறேன். ஏன் "ஞாபகத்தில் இருப்பதை" என்று குறிப்பாகச் சொல்கிறேன் என்றால் நான் கொஞ்ச நாட்களாகவே இயல்பான நிலையில் இல்லை. நான் கடைசியாகப் பார்த்த மனநல மருத்துவர் அப்படித்தான் சொன்னார். எதுக்கும் உதவியாக இருக்கட்டும் என்று அவர் எழுதிக்கொடுத்த குளிசைகளையும் வாங்கிக் கொண்டு அவருக்கும் சென்று வருகிறேன் என்று சொல்லிவிட்டு வந்தேன்.

பத்தாம் திகதி இருந்த காசில் சிக்கனமாகப் பேனா, பென்சில், மிட்டாய் எல்லாம் வாங்கி என்னை அறையில் கொண்டு வந்துவிட்டான் நண்பன் முருகன். பதினொராம் திகதி நண்பன் செந்தில் அறைக்கு வந்து என்னுடன் இருந்தான். அவன் பங்கிற்கு உடைகளை எல்லாம் மடித்துப் பெட்டியில் அடுக்கியும் தந்தான். அவன் கப்பலில் வேலை செய்ததால் அவனுக்குப் பயணம் குறித்த புரிதல் இருந்தது. அது எனக்கும் உதவியாக இருந்தது. காலச்சுவடுதான் கடைசி மாதச் சாப்பாட்டிற்கு உதவியிருந்தது என்கிறபோது எனது பொருளாதார நிலை உங்களுக்கு விளங்கும்தானே ... செந்திலிடம் பத்தாயிரம் கேட்டிருந்தேன். அவன் தாராள மனசுக்காரன். பதினைந்தாயிரம் கொடுத்தான். அவனிடம் மோட்டார் சைக்கிள் சாவியையும் வண்டிப் பதிவுப் புத்தகத்தையும் கொடுத்தேன்.

நிதானமில்லாத மனநிலையிலேயே இருந்தேன் என்பதை ஞாபகத்தில் வைத்திருங்கள்.

பன்னிரண்டாம் திகதி பேராசிரியர் பிரபாகர், சிறிய பிரியாவிடை நிகழ்வுக்கு ஏற்பாடு செய்திருந்தார். நெருக்கமான

மதுரை நண்பர்களுக்கு மட்டும் தொலைபேசியில் அழைப்பு விடுத்திருந்தார். முகநூலில்கூடத் தகவல் பதியப்படவில்லை. காரணம், எனது பயணம் தடைப்பட்டுவிடக் கூடாது என்பதால்.

அது ஒரு நெகிழ்வான தருணம் கலைடாஸ்கோப்பில் பார்வையாளனாகப் பல நிகழ்வுகளைப் பார்த்த என்னைத் தூக்கிகொண்டுபோய் நடுவாக நிறுத்தி என்னைப்பற்றி நண்பர்கள் கதைத்தார்கள். பல எழுத்தாள நண்பர்களும் பங்கேற்றிருந்தார்கள். பலர் ஞாபகப் பரிசுகள் வழங்கினார்கள். பிரபாகர் எனக்குப் பெறுமதியான பரிசு வழங்கினார். அந்நிகழ்வில் என்ன பேசினார்கள், நான் என்ன பேசினேன் என்பதையெல்லாம் நினைவில் இருத்தும் நிலையில் நானில்லை. காரணத்தை ஏற்கெனவே சொல்லிவிட்டேன். நிகழ்வில் கலந்துகொள்ள முடியாத நிலையில் ரத்தினகுமாரும் அவர் நண்பரும் பகலே இம்பாலாவில் காபி வடையுடன் பொன்னாடை அணிவித்துப் பிரியாவிடை தந்தார்கள்.

தோழர் சிவசங்கர் அடிக்கடி சொல்வதுபோல் "நானாக எதுவும் செய்யவில்லை. அதுவாக நடக்கிறது . . . ஓரத்தில் நின்று என்னை நானே வேடிக்கை மட்டும் பார்த்துக்கொண்டிருந்தேன்."

அம்மா என்கிற அதிகாரத்திடம் அழுது பால் குடித்தபடியால் வேடிக்கை பார்ப்பதற்கான சத்து உடம்பிலிருந்தது.

❍ ❍ ❍

மறுநாள் அதாவது பதின்மூன்றாம் திகதி காலை ஆறுமணியிருக்கும்; கதவைத் தட்டினார்கள். வேறு யாருமில்லை, இரத்த உறவுகள். இரண்டு மணிநேரத்துக்கு முன்னாடியே விமான நிலையத்துக்குள் போகவேண்டுமென்று, டிக்கட் வாங்கிக் கொடுத்த யுஎன்எச்சிஆர் அதிகாரிகள் கூறியிருந்தார்கள். கூடவே திருநகரிலிருந்து விமானநிலையம் செல்வதற்காக எழுநூற்றி ஐம்பது ரூபாய் மணியாடரும் அனுப்பியிருந்தார்கள். மதுரை விமான நிலையத்துக்கு எழுத்தாளர் முத்துக்கிருஷ்ணனும், இரத்தின விஜயனும் வழியனுப்ப வந்திருந்தார்கள். பழைய வீட்டின் பக்கத்துத் தெரு நண்பர் முத்துக்கிருஷ்னன்.

உறவுகள் கண்ணைக் கசக்க, நாற்பது கிலோ திராசில் நிறுத்து எடுத்துவைத்த உடுப்புகளும் கொஞ்சம் புத்தகங்களும் உள்ள பொதிகள் ஏற்றப்பட்ட வண்டியைத் தள்ளிக்கொண்டு விமான நிலையத்துக்குள் சென்றேன். தொலைபேசி அழைப்புகள் வந்தவண்ணமிருந்தன. எடுக்கும் மனநிலை இருக்கவில்லை. முதல் விமானப் பயணப் பயத்தை முத்துக்கிருஷ்ணன் முடிந்தவரை போக்கியிருந்தார்.

விமானம் குறிப்பிட்ட நேரத்திற்குச் சரியாகப் புறப்பட்டிருக்க வேண்டும். ஏன் இந்த விமானம் இவ்வளவு பழசாக இருக்கிறது ... சொகுசான பேருந்தளவுகூட இல்லையே ... அந்தரத்தில் நொறுங்கிக் கொட்டிவிடும் போலிருக்கிறதே ...

அகதி; அதுவும் இலவசப் பயணம் ...'உன்ன என்ன சொகுசு விமானத்திலயா ஏத்துவாங்க.' அது ஒன்றுமில்லை. இப்படி நானே நினைத்துக்கொண்டேன்.

காலையில் ரீ மட்டும் சாப்பிட்டிருந்தேன். அதனால் விமானத்தில் ஏதோ கொடுத்தார்கள். அதை எல்லாம் சாப்பிட்டு முடித்ததும் ஜன்னல் ஓரமாக எட்டிப்பார்த்தேன். பச்சைப்பசேல் என்றிருந்தது இலங்கை.

நாற்பதாவது நிமிடத்தில் ஓட்டை விமானம் ஓடுபாதையில் ஓடி நின்றது. கூட்டத்தோடு கூட்டமாக நானும் நடந்துவந்து கொண்டிருந்தேன்.

இலங்கை அரசாங்கத்துக்கு ஒரு எழுத்தாளர் வருகிறார் என்ற விவஸ்தையே இல்லை. ஒரு பிளக்ஸ், பேனர், பூ மாலை, பளிச் பளிச்சென்று கண்ணைக் கூசச் செய்யும் காமரா லைட்டு. சே என்ன இது. சரி ஒரு பூங்கொத்தாவது? இந்த நாட்டுக்கு எனது அருமை பெருமைகள் தெரியவில்லை. இப்படிப் பகடியாகக் கற்பனை செய்வதற்கெல்லாம் என்னுடைய பதற்றம் இடந்தரவில்லை.

இப்படியெல்லாம் நடந்துகொள்ளும் நாடாக இது இருந்திருந்தால் அகதிகளை உருவாக்கியிருக்காது. மாறாக இலங்கை அரசு குறித்து ஏதாவது எழுதியிருக்கிறேனா? அதை இவர்கள் கண்டுபிடித்துக் கைது செய்துவிடுவார்களோ என்ற அதீதக் கற்பனையில் நடந்துகொண்டிருக்கும்போது, திடீரென்று என்னை மறித்த ஒருவர் ஓரமாக நிற்கச் சொன்னார்.

நீண்ட அகதி வாழ்க்கையில், அதுவும் அகதிகள் பற்றி எழுத ஆரம்பித்த பின், பயப்பட ஒன்றுமில்லை என்று சொல்லிவிட முடியாது. கற்பனையாக நினைத்தது நடந்துவிட்டது என்ற முடிவுக்கு வர முடியவில்லை. அவ்வளவு துல்லியமானவர்களா இவர்கள்? கையைக் காட்டி மறித்தவரைக் கவனித்தேன். ஒரு உளவுத்துறை அதிகாரிக்கான எந்தப் புறத்தோற்றமும் இல்லை. ஆனாலும் தனியாக நிற்கிறேன் என்பதால் சந்தேகம் வருகிறது. மறித்த நபருக்கு நான் மட்டுமென்றால் கூட்டிச்சென்றிருப்பார். இவர் கையில் சில காகிதங்களுடன் காத்திருப்பதாகத் தெரிகிறது. ஒருவேளை என்னைப்போல் வேறு எழுத்தாளர்? சேச்சே ... அப்படியெல்லாம் இருக்காது. தேவையில்லாமல்

40 தொ. பத்திநாதன்

அங்கலாய்ப்பதாக நினைக்கும்போது கூட்டத்தோடு கூட்டமாகச் சென்ற வேறு ஒருவரையும் அந்த அதிகாரி மடக்கிப் பிடித்தார். அப்போதுதான் கவனித்தேன். அவரும் என்னைப்போல் யுஎன்எச்சிஆர் பை தோளில் மாட்டியிருந்தார்.

நான்தான் அகதிகளில் முதல் ஆளாக வந்தேன். அது ஒன்றுமில்லை! யுஎன்எச்சிஆர் என்று கொட்ட எழுத்தில் எழுதிய நீலக்கலர் பை கொடுத்து அதற்குள் அகதி ஆவணங்கள், கடவுச்சீட்டு எல்லாம் வைத்து, அதைத் தோளில் கொழுவிக்கொண்டுதான் போக வேண்டும் என்று ஏற்கெனவே யுஎன்எச்சிஆர் அதிகாரிகள் சொல்லியிருந்தார்கள். என்னைப்போல் பை கொழுவியிருந்தவர்களை எல்லாம் மறித்தபின் யுஎன்எச்சிஆர் அதிகாரி தனது கையில் இருந்த காகிதத்தில் அனைத்து நபர்களையும் உறுதிப்படுத்திய பின்பு அவர் முன்னால் போக, நாங்கள் ஆட்டு மந்தைகள்போல் பின்னால் போனோம்.

ஒரு அறையில் உக்காரச்சொன்னார்கள். அங்கு எங்களைப் போலவே முன்பே வந்தவர்களும் இருந்தார்கள். எதிரில் இரண்டு மேசைகள் இருந்தன. கொஞ்சம் பின்சுவர் ஓரமாக இரண்டு அதிகாரிகள் இருந்தார்கள். முன்பக்கமாக ஒரு கதிரை இருந்தது. ஏதோ கேட்டு எழுதிக்கொண்டிருந்தார்கள். நேரமாகிக்கொண்டே இருந்தது. ஒவ்வொருத்தருக்கும் நீண்ட நேரம் எடுத்தது.

என்னைக் கூட்டிக்கொண்டு போக வெளியே காத்திருக்கும் தோழன் சண்முகநேசனுக்கும் அக்காவின் மகன் அன்ரனிக்கும் நான் வந்தேனா இல்லையா என்ற தகவலும் தெரியாது. புறப்படும் நேரத்தை மட்டும் சொல்லியிருந்தேன்.

இலங்கை எனக்குப் புது நாடுமாதிரி என்பது சண்முகநேச னுக்குத் தெரியும்.

மதியம் தண்ணிப்போத்தலும் பாணும் தந்தார்கள். இடையில் விரலில் குத்தி இரத்தம் உறிஞ்சிக்கொண்டார்கள். மூன்று மணிக்கு மேல் என்னைக் கூப்பிட்டார்கள்.

நீண்ட நேரம் இருந்ததால், பயம் கொஞ்சம் தெளிந்திருந்தது போல் தோன்றியது. இயல்பாகத்தான் இருந்தேன். இரண்டாக மடித்த நாலு பக்கமுள்ள படிவத்தில் விபரம் கேட்டுக் கேட்டு நிரப்பிக்கொண்டிருந்தார் அந்த அதிகாரி. விசாரணை தீவிரத்தன்மை இல்லாமல் இலகுவான தமிழில் இருந்தது. அதனால் சாதாரண அதிகாரியிடம் கதைப்பதுபோல் தடுமாற்றமின்றிக் கேட்டதற்கெல்லாம் சரியாகப் பதில் சொல்லிக்கொண்டுவந்த நான் ஒரு இடத்தில் தடுமாறினேன்.

“கன்னத்தில ஒன்று விட்டனெண்டால் செவில் பறக்கும்” என்றார், அந்த விசாரணை செய்த (*cid*) புலனாய்வாளர். குளிரூட்டப்பட்ட அறையில் எனக்கு வேர்வை பிசுபிசுக்க ஆரம்பித்தது.

என்னை விசாரணை செய்த அதிகாரி பக்கத்தில் இருக்கும் அதிகாரியிடம் சிங்களத்தில் ஏதோ சொன்னார். அவர் என்னைப் பார்த்து முறைத்துக்கொண்டே சிங்களத்தில் ஏதோ சொன்னார். எனக்குச் சிங்களம் சுத்தமாகத் தெரியாததால் எப்படி எதிர்கொள்வதென்று தெரியாமல் திணறிக்கொண்டிருந்தேன். என்னை விசாரித்த அதிகாரி மீண்டும் விசாரணையை ஆரம்பித்தார் “என்ன படித்திருக்கிறாய்” என்று கேட்டார். படித்ததைச் சொன்னேன். “தமிழ்நாட்டில் என்ன வேலை செய்தாய்?” “பத்திரிகையில.”

பதிலைக் கேட்டு அவன் என்னைப் பார்த்த பார்வை எனக்கு கேவலமாகத் தெரியவில்லை. மாறாகப் பயமாகத்தான் இருந்தது. அவன் பர்வையை எதிர்கொள்ள முடியாமல் அவசரமாக, “சார் ... நான் சின்ன வயசிலயே அகதியா இந்தியா போய்ட்டேன். அதற்குப் பிறகு ஊரில தொடர்பில்லை” “எத்தனை வருடம் அங்கிருந்தாய்?”

“29 வருசம்.”

“சரி எத்தனை வயதில இந்தியா போனாய்?”

“பதினாறு வயசுல . . .”

“அது விபரம் தெரியாத வயதா?”

“ஆமா சார் எங்க வீட்டுல நிறையப்பேர். அதனால மறந்திட்டேன்”

“எத்தனை பேர்?”

“பன்னிரண்டுபேர் சார்.”

“ஏண்டா கூடப்பிறந்த சகோதரங்களுடைய பெயர் தெரியல. என்னடா உன்னை என்ன செய்வது?”

விசாரணை முடிந்து கதிரையில் காத்திருக்கும்போதுதான் கவனித்தேன். வியர்வையில் என் சட்டை நனைந்திருந்தது.

❍ ❍ ❍

இலங்கை வந்த இரண்டாம் நாள் அல்லது மூன்றாவது நாள் இருக்கலாம். என்னிடமிருந்த எல்லாக் காகிதங்களையும் அள்ளிக்கொண்டுப்போய் அவரைப்பார்த்தேன். முப்பத்தைந்தைக் கடக்காத இளைஞராகத்தான் அவர் தோற்றம் எனக்குத் தெரிந்தது.

நல்ல திடகாத்திரமான தோற்றம். கொஞ்சம் உயரம் குறைவாக மாம்பழ கலரில் இருந்தார் அவர்.

விபரத்தைச் சொன்னேன். நல்ல பொறுமைசாலியான அவர், குடும்ப விபரம் கேட்டார். "சிங்கிள் பேமிலி மேன்" என்றேன். இதன் பொருள் அவருக்குப் புரியாமல் இருந்திருக்க வேண்டும்.

எப்பவும் அரசு அதிகாரிகளைப் பணி செய்யவிடாமல் தடுப்பது, மற்றும் மரியாதைக் குறைவாக நடந்துகொள்வது சரியல்ல என்பது மட்டுமில்லாமல், சட்டப்படி அது தமிழ்நாட்டில் குற்றமாகும் என்பதுவும் எனக்குத் தெரியும். ஒரு குடிமகனாக, அரசு அதிகாரிகளுக்குக் கொடுக்க வேண்டிய மரியாதையைக் கொடுக்க வேண்டும் என்பது எனது நிலைப்பாடு. ஒருவேளை ஊரில் இருக்கிறேன் என்ற தெனாவட்டு, வார்த்தையில் இல்லையென்றாலும் என் உடல்மொழியில் வெளிப்பட்டிருக்குமோ என்னவோ . . . எழுத்தாளர் என்ற அகங்காரம் என்னில் வெளிப்பட்டதோ என்னவோ . . . அந்த நேரம் என்னை நான் கவனிக்கத் தவறியும் இருக்கலாம்.

அவருக்கு என்மேல் நல்ல அபிப்பிராயம் வரவில்லை என்பதை மட்டும் கவனித்தேன். ஆரம்பமே இப்படியாக இருப்பது குறிப்பாக எனக்குச் சாதகமானதில்லை. இந்தக் கீழ்நிலை அரசு அதிகாரிகளுடன் போராடியே அரை நூற்றாண்டுக்கு மேல் அகதி வாழ்க்கை கடந்துவிட்டது. மறுபடியும் முதலில் இருந்தா?

அவர் கேட்டார். "தமிழ்நாட்டில் உள்ள போலிஸ் கிளியரன்ஸ் கடிதம் இருக்கா?" புலனாய்வு அதிகாரிகளிலிருந்து காவல் துறையினர் மட்டுமா விசாரித்தார்கள்? போட்டிருந்த ஜட்டி முதற்கொண்டு எல்லாத்தையும் காண்பிக்கச் சொல்லித்தானே இந்தியாவை விட்டு வெளியேற அனுமதி கொடுத்தார்கள். கடவுச்சீட்டு, எக்சிட் பெர்மிட், யுஎன்எச்சிஆர் கடிதங்கள் இன்னும் என்ன என்னவெல்லாமோ வைத்திருக்கிறேன். அதையெல்லாம் விட்டுவிட்டு வெறும் ஐநூறு ரூபாய்க் காசு கொடுத்து வாங்கியதையா நீங்க நம்புறீங்க என்று நினைத்தேனே தவிர எதுவும் பேசாமல் ஜெராக்ஸ் காப்பி ஒன்றை எடுத்துக் கொடுத்தேன். அதை அவர் பத்திரப்படுத்திக்கொண்டார்.

அவர்களுக்கு ஆவணம் முக்கியமில்லையா?

மெடிக்கல் ரிப்போட் வாங்கிவரச் சொன்னார். உறவினர் ஒருவர் மலேரியாத் தடுப்பு அலுவலகத்திற்கு அவருடைய மோட்டார் சைக்கிளில் கூட்டிச்சென்றார். அவரே அத்துறையின் ஊழியராக இருந்தபடியால் எந்தச் சிரமமும் இருக்கவில்லை. போன வேலை முடிந்ததும் என்னைக் கூட்டிச்சென்ற

உறவினருக்குப் பணியிருந்தபடியால், என்னைப் பெரிய ஆஸ்பத்திரிக்குப் பஸ்சில் போகச் சொன்னார். கொழும்பிலிருந்து தோழர் சண்முகநேசன் கார் பிடித்து வீட்டில் கொண்டுவந்து விட்டதனால் எனக்கு இலங்கையில் நீண்ட காலமாக பஸ்சில் பயணம் செய்த அனுபவம் இருக்கவில்லை. சிறுவயதில் பயணம் செய்ததை மறந்துவிட்டேன். பிரதான சாலைக்கு வந்தேன்.

இந்தியாவைப்போல் பேருந்து நிழல் குடை எதையும் காணவில்லை. ஏதாவது மனிதத் தலைகள் தெரிகின்றனவா என்று பார்த்தேன். எவரும் கண்ணில் படவில்லை. பேருந்து வருமா? எவ்வளவு நேரத்தில் வரும்? எதுவும் தெரியாமல் தெருவில் நின்றுகொண்டிருந்தேன். பின்புதான் தெரிந்துகொண்டேன், நகரப் பேருந்துகள் போகும் தெருவில், எந்த இடத்தில் நின்று கை காட்டினாலும் நிற்பாட்டி ஏற்றுவார்கள், அதுபோல நாம் சொல்லும் இடத்தில் இறக்கியும் விடுவார்கள் என்று. இது வேறு ஒன்றுமில்லை இங்கு மக்கள் மிக குறைவு. வந்த பேருந்திற்குக் கையைக் காட்டினேன். பேருந்தும் நின்றது. ஏறிக்கொண்டேன். பேருந்தில் கொஞ்சம் கூட்டமிருந்தது. இருக்கைகள் முழுவதிலும் ஆக்கள் இருந்தார்கள். இது அரசுப் பேருந்தா ... தனியார்ப் பேருந்தா என்றும் தெரியவில்லை.

அடுத்த பிரச்சினை ஆரம்பமானது. நகரப் பேருந்தில் நாம் நடத்துநரிடம் சென்று டிக்கட் வாங்க வேண்டும். தமிழ்நாட்டின் ஏனைய பகுதிகளில் நாம் இருக்குமிடத்திற்கு நடத்துநர் வருவார். டிக்கட் வாங்கிக்கொள்ளலாம். இங்குள்ள நடைமுறை என்ன என்பது தெரியவில்லை. கூட்டமாக இருப்பதால் நடத்துநர் நிற்குமிடத்துக்கும் போக முடியவில்லை. நடத்துநர் வருவாரா என்று பார்த்தால் அவரும் வரவில்லை. டிக்கட் எடுக்காமல் போக இடையில் டிக்கட் பரிசோதகர் வந்தால் என்ன செய்வது? கையில் கொஞ்சம் பணம் இருந்தபடியால் பேசாமல் நின்றுவிட்டேன். பரிசோதகர் வந்தால் பணம் கட்டலாம் என்ற தைரியத்தில். இறங்குமிடத்தில் பேருந்து நின்றதும் இறங்கிச்சென்று டிக்கட் வாங்கிகொண்டேன். இன்னும் இந்த நாட்டுக் குடிமகனுக்கான எனது பதிவு புதுப்பிக்கப்படவில்லை. நானும் இன்னும் அதற்குத் தயாராகவில்லை.

சளி, எக்ஸ்ரே, எயிட்ஸ் ஆகியவை இருக்கின்றனவா என்று பரிசோதித்துச் சான்றிதழ் தருவார்கள். பெரிய ஆஸ்பத்திரியில் பெரிய சிரமம் இருக்கவில்லை. மறுநாள் சான்றிதழ் பெற்றுக்கொண்டு மருத்துவ அதிகாரியிடம் கொடுக்கவும், அவர் ஒரு கடிதம் தந்தார். அதைகொண்டுபோய் நான் முன்பு சந்தித்த அதிகாரியைப் பார்த்தேன்.

இங்கு தேசிய அடையாள அட்டை சட்டமாக்கப்பட்டுள்ளது. கட்டாயம் தகுதியுடைய குடிமகனிடம் அது இருக்க வேண்டும். நான் ஈஸ்டர் குண்டுவெடிப்பிற்குப் பின் இலங்கை வந்திருக்கிறேன். கோயில்களுக்கு முன்னால் இராணுவத்தினர் துப்பாக்கியுடன் நிற்கிறார்கள். எனக்கு இராணுவத்தைக் கண்டாலே உடல் மொழி மாறுகிறது. இந்த நிலையில் தேசிய அடையாள அட்டை எடுப்பது குறித்து அதிகாரியிடம் கேட்டேன். ஆறு மாதங்களுக்குப் பின்தான் தரமுடியும். நீங்கள் அதுவரை இருக்கிறீர்களா? ஓடிப்போய்விட்டீர்களா என்பதைக் கண்காணித்துத்தான் தரமுடியும் என்றார். 'சரி நல்லது, தேசிய அடையாள அட்டை இல்லாமல் நான் இங்கு வீட்டை விட்டு வெளியே எங்கும் நடமாட முடியாது. வேலைக்குக்கூடப் போக முடியாது. அதனால் ஆறுமாதகாலம் அரசு எனக்குச் சாப்பாடு போடுமா ...' என்று கேட்க நினைத்தேன்; கேட்கவில்லை. நான் அவரிடம் வேறு எதுவும் பேசவில்லை. அதிகாரியாக இருக்கும் எனது உறவினர் ஒருவரிடம் இதுபற்றிக் கேட்டேன். 'நான் அப்படி ஆறு மாதம்வரை காக்க வைப்பதில்லை. பதிவு சரியானதும் ஒருமாதத்திற்குள் தேசிய அடையாள அட்டை எடுக்க ஏற்பாடு செய்து கொடுத்துவிடுவேன்.' என்றார். பிறகு ஏன் இவர் இப்படிச் சொல்கிறார்? 'பணமிருந்தால் நான் சட்டப்படி எந்த நாட்டுக்கு என்றாலும் போக முடியும். சட்டத்துக்குப் புறம்பாகப் போனால் அது குற்றம். சட்டப்படி தண்டனைக்கு உள்ளாவேன். இதில் அவருக்கு என்ன பிரச்சினை ...' என்று உறவினர் அதிகாரியிடம் கேட்டேன். அவர் எதுவும் பேசாமல் என்னைப் பார்த்துச் சிரித்தார். சக அரசு அதிகாரியைக் குறை சொல்ல அவர் விரும்பவில்லை என்பதை அந்தச் சிரிப்பு எனக்கு விளங்கப்படுத்தியது.

பிறகு அடுத்த வாரம், அதிகாரியை நிதானமாகப் போய்ப் பார்த்தேன். அவர் முன்பாக இருந்த கதிரையில் உக்காராமல் நின்றேன். இருக்கச் சொன்னார். 'நன்றி' என்றுகூறிக் கதிரையில் இருந்தேன். யாரிடமோ தொலைபேசியில் பேசிக்கொண்டிருந்தார். என்னைப் பற்றித்தான் பேசுகிறார் என்பது உரையாடலில் தெரிந்தது. ஓர் அரசு அதிகாரி முன்னால் இருக்க வேண்டிய பணிவுடன் அமர்ந்திருந்தேன்.

அவருடைய தொலைபேசி உரையாடல் இப்படி அமைந்திருந்தது. "பாவம்தானே ... இந்தியாவிலிருந்து வந்திருக்கிறார். நாம் செய்து கொடுக்கத்தானே வேணும் இல்லையா" என்னுடைய இயல்புநிலை மாறாமல் இருக்க முயன்றேன். நான் சட்ட வழிமுறைகளின்படி மீள்குடியேற வந்திருக்கும் முன்னாள் அகதி. எனக்குச் சட்டப்படி என்ன செய்ய வேண்டுமோ அதைச் செய்ய வேண்டியது அரசு

அதிகாரியின் வேலை. என்னை அலையவைக்காமல் வேலையை முடித்துத் தருவது ஒரு நல்ல அதிகாரிக்கு அழகு; அதைச் செய்யாமல் என்னைப் பாவம் பார்க்க, நான் என்ன அவர் வீட்டு வாசலில் சோத்துக்கா கையேந்தி நிற்கிறேன்? அகதியாக இருந்தபோதுகூட யாரும் என்னைப்பார்த்துப் பரிதாபப்பட, பாவப்பட வேண்டும் என விரும்பியதில்லை. பலவீனமானவர்கள் வாழ்வதற்காக உருவாக்குவதே பாவப்பட்ட நிலை என்றே நான் புரிந்துவைத்திருந்தேன்.

இப்படி நினைக்கும்போது என் இயல்புச் சமநிலை தவறுகிறது. 'எழவு . . . இதுமாதிரி அவர்களுடைய வேலை என்ன என்பதே தெரியாத அதிகாரிகளிடம் மல்லுக்கட்டியே வாழ்க்கை தேய்ந்துவிடும்போல.' கவனத்தில் கொள்க! இங்கு எந்த ஓர் அரச வேலையையும் இந்த அதிகாரியைத் தாண்டி நான் எதுவும் செய்துவிட முடியாது. அவர் தொலைபேசி உரையாடலை முடித்து என்னிடம் பேசத் தயாரானபோது, பொறுமையாகச் சொன்னேன். "நான் ஒன்றும் இரகசியமானவன் இல்லை. இங்கு இருப்பவர்கள் அனைவருமே எனது உறவினர்கள்தான். இங்கு அல்லது தமிழ்நாட்டில் என்னைப்பற்றி விசாரித்து அறியலாம். அதற்காக எனக்கு எந்தச் சலுகையும் காட்ட வேண்டியதில்லை. அரசாங்கச் சட்டப்படி ஒரு குடிமகனுக்கு என்ன செய்யவேண்டுமோ அதைச் செய்தால் போதும்."

இப்பதான் என் முழு அதிகாரமும் பட்டவர்த்தனமாக வெளிப்பட்டது. இதற்கெல்லாம் அசரக்கூடியவர்களா இவர்கள்?

ஒருமாதத்திற்குள் தேசிய அடையாள அட்டை கிடைக்க ஏற்பாடு செய்தார்.

அது இரகசியம் ஒன்றுமில்லை. என்னுடைய முகநூலில் அவரை நண்பராக்கிக்கொண்டேன்.

பின்புதான் தெரிந்துகொண்டேன் இவர் இலஞ்சம் வாங்கும் அதிகாரியாம். கேட்டிருந்தால் கொடுத்திருப்பேனே, என் மன உளைச்சலைக் குறைப்பதற்காக. ஏற்கெனவே இலஞ்சம் குடுத்துத்தானே வந்திருக்கிறேன்.

❍ ❍ ❍

காலை ஆறு மணியிருக்கும். எழுந்து நுளம்பு வலைக்குள்ளிருந்து வெளியே வந்தேன். எரிந்துகொண்டிருக்கும் லைட்டை அணைத்துவிட்டு மின்சார கேட்டிலில் ஒரு டம்ளர் தண்ணியை ஊத்தி வைத்தேன். இன்னொரு டம்ளரில் கொஞ்சம் தேயிலையும் ஒரு கரண்டிச் சீனியையும் போட்டுவிட்டுத் தண்ணீர் கொதிக்கும்வரை காத்திருந்தேன். மின்சாரக்

46 தொ. பத்திநாதன்

கேற்றிலைப் பார்க்கும்போதெல்லாம் தொண்டு நிறுவனத்தில் முறைகேடுசெய்து வந்த காசில் வாங்கியது என்ற ஞாபகம் வருவதைத் தவிர்க்க முடியவில்லை. சற்று நேரத்தில் தண்ணீர் கொதித்திருந்தது. டம்ளரில் சுடுதண்ணீரை ஊற்றிக் கரண்டியால் கலக்கி எடுத்துவந்து வெளியே கட்டிலில் வைத்தேன். அது சூடு தணியும்வரை பலா மரத்துக்கும் எலுமிச்சை மரத்திற்கும் இடையில் ஐந்து நிமிடம் எட்டு வடிவில் வேகமாக நடந்தேன். "குறுக்க வராத அங்கால ஓடிடு." வேகமாக நடக்கும்போதுதான் இந்த நாய் வாலை ஆட்டிக்கொண்டு நக்க வருகிறது.

தேத்தண்ணி குடித்த கையோடு ஒரு பீடியையும் நெருப்புப் பெட்டியையும் எடுத்துச் சாறத்துக்குள் போட்டுச் சண்டிக்கட்டுக் கட்டிக்கொண்டு கிணத்தடிக்குப் போனேன். தண்ணீர் அள்ளிக்கொண்டிருக்கும்போது, பாண் வேன் சத்தமாகப் பாட்டுப் பாடிக்கொண்டே வீட்டைக் கடந்துசென்று மூணாவது வீட்டடியில் நின்றது. அவர்கள் காலையில் பள்ளிக்கூடம் போகும் பிள்ளைகளுக்காகப் பாண், பணிஸ், கேக் ஏதாவது வாங்குவார்கள்போல. என்ன வாங்குகிறார்கள் என்று நான் கவனிப்பதில்லை.

இந்தப் பாண் வேன் முன்பு எனக்கு எதிரியாக இருந்தது. பின்பு நானாகவே பகை மறைப்புச் செய்துகொண்டேன். காலை ஆறுமணிக்கெல்லாம் இந்த வேன் சத்தமாகப் பாட்டுப் பாடிக்கொண்டு வரும். பாட்டுச் சத்தம் கேட்டுத்தான் நான் நித்திரையால் எழும்ப வேண்டியிருந்தது. இவர்கள் வியாபாரத்துக்கு நான் ஏன் எழும்ப வேண்டும் என்று எரிச்சலாகவே காலைப்பொழுது ஆரம்பமாகும். வேன்காரனைப் பாட்டுப் போடாதே என்று சொன்னால் சண்டைக்கு வருவான். இங்குள்ள மக்களுக்கு அது பழக்கப்பட்டிருந்தது மட்டுமின்றி தேவையுமிருந்தது. சமூகத்துக்கு வெளியே நிற்கிற எனக்குத்தானே இது தொந்தரவாக இருக்கிறது.

சரி என்ன செய்யலாம்? 'மாற்றக்கூடியதை மாற்ற வேண்டும். மாற்ற முடியாதவற்றிற்கு நாமாக மாற வேண்டும்' என்று முன்பு ஒருமுறை அண்ணாமலைப் பல்கலைக்கழகப் பேராசிரியர் சத்தியசேகர் சொன்னது ஞாபகத்திற்கு வந்தது.

நான் என்னை மாற்றிக்கொண்டேன். பாண் வேன் வருவதற்கு முன்பாகவே நான் நித்திரையால எழும்பப் பழகிக்கொண்டேன். இனிமேல் பாண் வேன் என்னை எழுப்ப முடியாது.

நேரகாலம் இல்லாமல் நாலாபக்கமும் எல்லா வழிபாட்டுத் தலங்களில் இருந்து வரும் வெற்றுச் சத்தங்களைப் பற்றி இப்போது யோசிக்கக் கூடாது.

அந்தரம்

ஒரு வாளித் தண்ணீர் அள்ளிக் கக்கூஸ் வாளியில் ஊற்றிக் கொண்டு வீட்டுக்குப் பின்னாடி உள்ள கக்கூசுக்குப் போனேன்.

கக்கூசில் இருந்துகொண்டு பீடியைப் பற்றவைத்தேன். இந்த மேற்கூரையில்லாத கக்கூசிற்குள்ளிருந்து பீடிப் புகை மேலே வருவதை யாராவது பார்த்துவிடுவார்களோ? அவ்வளவு நிறையப் புகையா இந்த பீடியிலிருந்து வந்துவிடப் போகிறது? இந்தச் சின்ன இடத்தில் உள்ள புகையெல்லாம் எங்கு போகும்? கூரையில்லாத மேல் பக்கம்தானே போகும் ... சேச்சே ... இவ்வளவு காத்தடிக்கிறது ... காத்துக் கலைத்துவிடும். காத்து இல்லாத மழைக் காலத்தில் என்ன செய்வது? மழை தூறினால் கக்கூசுக்கே போக முடியாது என்ற கவலையைவிட, இந்தப் பீடிப் புகையை யாராவது பார்த்துவிடுவார்களோ என்ற யோசனையே மேலோங்கி வந்தது. பீடியும் முடிந்து, போன வேலையும் முடிந்திருந்தது. தகரக் கதவைத் தள்ளிக்கொண்டு வெளியே வந்தேன்.

இரண்டு வீடு தள்ளியிருக்கும் அக்கா முத்தத்தில் நின்று பிலா மரத்தை பார்த்துக்கொண்டிருந்தா. நேற்று நானும் அக்காவும் சேர்ந்து அவித்துப்போட்ட நெல்லை இரவில் பனிவிழும் என்று மூடிவைத்திருந்தேன். அக்கா தார்ப்பாயை விரித்துவிட்டு "வெயில் வரவும் கிண்டி விடு, ஒருநாள் காஞ்சுதெண்டால் காணும்." என்று சொல்லிக்கொண்டே வளவுக்குள் உள்ள தோட்டத்துப் பக்கம் போனா. அக்காவுடன் வந்த அவவின் மூணாவது படிக்கும் மகன் "மாமா ... போழை விளையாடுவமா ..." என்றான். கையில் போழைகளை வைத்திருந்தான். "டேய் ... அம்மா உன்ன அடிக்கப்போகுது பாரு."

"உங்களுடன் விளையாடினா அடிக்கமாட்டாங்க மாமா ..."

"எனக்கு ஆடத் தெரியாதுடா ..."

"நேற்று சொல்லிக் கொடுத்தேனே ..."

"ஆமா ... அத நேற்றே மறந்திட்டேனே."

"சரி இப்ப நான் சொல்லித் தாறன் வாங்க ..."

அவனுடன் போழை விளையாடிக்கொண்டிருந்தேன்.

கொரோனா காலத்தில் நானும் அக்காவும் செய்த வீட்டுத் தோட்டத்திலிருந்து கொஞ்சம் வெண்டிக்காய் ஆஞ்சிட்டு வந்த அக்கா வெறும் மேலுடன் விளையாடிக்கொண்டிருந்த என்னைப் பார்த்து, "வரும்போது நல்லா தளதளண்டு இருந்த நீ, இப்படி மெலிஞ்சிட்டீயே ... குடுக்கிறதத் திண்டாத்தானே ..." என்றா. அது காதில் விழுந்தும் விளையாட்டுக் கவனத்தில் நான் எதுவும் சொல்லவில்லை. நிறையச் சாப்பிட்டா உடம்பு

வைக்குமெண்டுதான் அவ நினைத்துக்கொண்டிருக்கிறா என்பது எனக்குத் தெரியும். இதுபோல் பலதடவை சொல்லிட்டா. "டேய் கடலச்செடி வாடுது. தண்ணி இறச்சுவிடு."

"நாளைக்கு இறைக்கிறேன்."

"ஏன் நாளைக்கு? இப்ப இறச்சுவிடு."

"இல்ல நான் சண்முகநேசனைப் பார்க்க யாழ்ப்பாணம் போறேன்."

"தண்ணி இறைக்கிறதவிட அப்படி என்ன அவசரம் நண்பன பார்க்க?"

போனால், அவனிடம் செலவுக்குக் காசு வாங்கலாம் என்று சொல்லாமல் "சும்மா போறேன். அவன் வரச் சொன்னான்." என்றேன். "எப்ப வருவாய்?" என்றா அக்கா.

"சாயங்காலம் இல்லாட்டி நைட்டுத்தான் வருவேன்."

"பின்னேரமா?"

"ஆமா... பின்னேரம் இல்லாட்டி இரவுதான் வருவேன்."

"சரி நாளைக்குத் தண்ணி இறச்சுவிடு" என்றுவிட்டு அக்கா புறப்படவும் நாங்கள் பேசிக்கொண்டிருந்ததைக் கவனித்த அவளுடைய மகன், "மாமா நீங்க சிங்களத்துல கதைக்கிறீங்க" என்றான். ஒரு நிமிடம் அவனைப் பார்த்தேன் "டேய் நான் பேசுறது உனக்கு புரியலியா?"

கொஞ்சம்கூடத் தாமதிக்காமல் "இல்ல" என்றான். "அடேய் நான் கதைக்கிறது உனக்கு விளங்கலியா?" என்றேன். அப்பவும் "இல்லை" என்றான். "சரி சிங்களம் உனக்குப் புடிக்காதா?"

"இல்ல."

"ஏன் புடிக்காது?" கேட்டதுக்குப் பதில் சொல்லாமலே அவன் அம்மாவுக்குப் பின்னாடி ஓடிவிட்டான்.

பகுதி 2

1

மதுரை பெரியார் நிலையத்திலிருந்து 48ஆம் நம்பர் திருமங்கலம் போகும் பேருந்தில் ஏறி ஒரு ரூபாய் நாற்பது பைசா பயணச்சீட்டு வாங்கினால் பெரியாரில் இருந்து பதினைந்தாவது கிலோ மீட்டர் தொலைவில் உள்ள கூத்தியார்குண்டு நிறுத்தத்தில் இறக்கிவிடுவார்கள். சுத்தியும் முள்ளுக்காடு. கூத்தியார்குண்டுப் பேருந்து நிறுத்தத்தில் ஒரு பெட்டிக்கடை, ஒரு டீக்கடை, ஒரு சைக்கிள் (வாடகை) கடை, ஒரு சலூன் கடை இவ்வளவும் மட்டுமேயிருக்கும்.

கூத்தியார்குண்டுவிலிருந்து வடக்குப் பக்கமாக ஒரு பாதை செல்லும். அது நேராக ஆஸ்டின்பட்டி அரசுத் தொற்றுநோய் ஆஸ்பத்திரிக்குப் போகும். அதற்கு முன்பாக ஒரு தனியார் பாலிடெக்னிக். அதற்கு முன்பாகப் பிரதான சாலையிலிருந்து அரைக்கிலோ மீட்டருக்கும் குறைவான தூரத்தில் அகதிகள் முகாம் அமைக்கப்பட்டிருந்தது. அந்த முகாம் அமைந்திருந்த இடம் உச்சப்பட்டி என்கிற கிராமத்திற்குள் இருக்கிறது. அதனாலேயே இந்த முகாமிற்கு 'உச்சப்பட்டி அகதிகள் முகாம்' என்று பெயர்.

முகாமைச் சுற்றி வெட்டவெளி. முகாமின் பின்பக்கம் ஒரு சிறிய கண்மாய். மழைக் காலத்தில் அந்தக் கண்மாயில் தண்ணீர் இருக்கும். அந்தக் கண்மாய்க் கட்டும் அதனைச் சுற்றியுள்ள முட் புதர்களுமே அந்த அகதிகளுக்கு மலசலக் கூடம்.

இருட்டாகிவிட்டால் கூத்தியார் குண்டுவிலிருந்து முகாமுக்குத் தனியாகச் செல்லப் பயமாக இருக்கும். ஆள் நடமாட்டம் இருக்காது. கூத்தியார்குண்டுக்கும் முகாமிற்கும் இடையில்

தொ. பத்தினாதன்

ஓங்கி வளர்ந்த கறுத்த பனைமரம் ஒன்று நிக்கிறது. அதிலே பேய் இருப்பதாக ஒரு தகவல் பரவியிருந்தது. அதனால் அடுத்தடுத்த பேருந்துகளில் யாராவது வரும்வரை காத்திருந்து, வந்த பின்பு அவர்களுடன் சேர்ந்துதான் சிலர் முகாமுக்குச் செல்வார்கள்.

முகாமிற்கும் கூத்தியார்குண்டுவிற்கும் இடையில் உள்ள வெட்டவெளியில் அப்போதெல்லாம் 'ஓட்டுநர் – பழகுநர்' வாகனம் எப்பவும் ஓடிக்கொண்டிருக்கும். ஆடி மாதமானால் வெட்டவெளிக் காத்து மண்ணை வாரி வாரி இறைக்கும். முள்ளு விறகு வெட்டித்தான் பெரும்பாலும் சமையல் நடக்கும். சமைக்கிறதுக்குப் பெரும்பாடுபட வேண்டியிருக்கும். புழுதிக் காத்து, குப்ப கூழம் எல்லாத்தையும் அள்ளியாந்து போடும். ஓலைக்கொட்டில் மேல் உள்ள ஓலையெல்லாம் வீட்டிற்குள் கொட்டும். கூரையெல்லாத்தையும் காத்துப் பிச்சுக்கிட்டுப் போயி முள்ளுக்காட்டுல போடும். மேல கூரையில்லாம, வெயிலு சுள்ளுண்டு வீட்டுக்குள்ள அடிக்கும்.

அடுத்த மாசமே மழை பெய்ய ஆரம்பிக்கும். மேல இருக்குற ஓட்டையள கோணிச்சாக்கு, தார்பாய் வைத்து மறைப்பாக. மறைச்சாலும் மழையில உள்ள படுக்க முடியாது. விடிய விடிய நின்னுகிட்டே இருக்கணும்.

அன்று அப்படிப்பட்ட இடத்திலிருந்த இந்த அகதிகள் முகாம் இன்று எப்படியிருக்கிறது தெரியுமா?

இரண்டு வழிச்சாலையாக இருந்த மதுரை – திருமங்கலம் பிரதான சாலை, நான்கு வழிச்சாலையாக மாறியிருக்கிறது. பெட்டிக்கடையும், சைக்கிள் கடையும் அதனை ஒட்டியிருந்த முள்ளுக்காடும் காணாமல்போய் இன்று பெரிய வணிக வளாகமாக மாறியிருக்கிறது. பொழுதானால் ஆள் நடமாட்டம் இல்லாமலிருந்த இடத்தில் இன்று நடுநிசியில் மட்டுமல்ல, விடிய விடியவும் டீக்கடையிருக்கிறது. வெட்டவெளியாக இருந்த இடத்தில் *தினமலர்* நாளிதழின் தலைமை அலுவலகமும் முக்கியமான கார் கம்பெனி ஒன்றின் விற்பனை அங்காடியும் அமைந்துள்ளன.

அதனைத் தொடர்ந்து அரசுக் குடியிருப்பு வாரியம் அமைக்கப்பட்டு அடுக்குமாடிக் குடியிருப்புகளாக மாறியிருக்கிறது. அகதி முகாமிற்குப் பின்னாலிருந்த கண்மாய் காணாமற்போய் அகதிகளின் அங்கீகரிக்கப்படாத சுடுகாடாக மாறியிருக்கிறது. தனியார் பாலிடெக்னிக் கல்லூரி இன்று மாபெரும் பொறியியல் கல்லூரியாக மாறியிருக்கிறது. ஆஸ்டின்பட்டி தொற்றுநோய் மருத்துவமனை இடிக்கப்பட்டு, மத்திய அரசின் ஆஸ்பத்திரி கட்டப்படப் போவதாகப் பத்திரிகையில் தகவல் வந்திருக்கிறது.

அதனால் தேடுவாரற்றுக் கிடந்த நிலமெல்லாம் பல லட்ச ரூபாய்க்கு விற்பனையாகிக்கொண்டிருக்கின்றன.

சுட்டெரிக்கும் மதுரை வெயிலுக்கு, ஒதுங்க ஒரு மரமில்லாமலிருந்த அகதிகள் முகாம், ஒரு தொண்டு நிறுவனத்தின் உதவியால் இன்று வேப்பமரச் சோலையாகக் காட்சியளிக்கிறது. இங்கே குழந்தையிலேயே அகதியாக வந்து, வளர்ந்து, வயசுக்கு வந்து, கல்யாணம் செய்து, குழந்தை பெற்று, அந்தக் குழந்தையும் வளர்ந்து கல்யாணம் செய்து அதற்கும் குழந்தையிருக்கிற கதைகள் உண்டு.

சிறுவர்களாக வந்தவர்கள் பெரியவர்களாகிவிட்டார்கள். வாலிப வயதில் வந்தவர்கள் இன்று வயதானவர்களாகி விட்டார்கள். வயதாகி வந்தவர்கள் இறந்து போனார்கள்.

அகதியாக வந்த சனங்க முப்பது வருசமாகியும் அகதியாகவே வாழுதுக. வரிசை வரிசையாகக் கட்டப்பட்ட ஓலை வீடுகள் மறுபடியும் ஓலைவீடாகவும் ஒரு சில வசதியைப் பொறுத்து ஓட்டு வீடாகவும் மாறியுள்ளன. பள்ளிக்கூடம் கல்லூரிவரை எட்டிப்பார்த்து இன்று ஒரு சிலர் பொறியியல்வரைகூட வசதியைப் பொறுத்து முன்னேறியிருக்கிறார்கள்.

விறகடுப்பை விட்டுவிட்டு கேஸ் அடுப்புக்குச் சிலர் மாறியிருக்கிறார்கள். ஒரு சிலர் ரிவிஎஸ் 50யில் ஆரம்பித்து அதிநவீன இருசக்கர வாகனத்தையும் தாண்டிச் சொகுசுக் காருக்கு மாறியது மட்டுமல்ல, உச்சப்பட்டியில் ஒரு லாரியும் சொந்தமாக நிற்கிறது. வேறொரு முகாமில் பொக்லைன் என்கிற இயந்திரம் வாங்குமளவுக்குக்கூட முகாம் மக்களில் சிலர் உயர்ந்துள்ளார்கள்.

சொத்து அவர்களுடைய பேரில் வாங்கக் கூடாது. ஆனால் ஊர்க்காரர்கள் பேரில் முகாமில் நிற்கிறது.

எல்லாமிருந்துமென்ன ...?

இன்றைக்கும் மதுரைக்கு மத்திய அமைச்சர் ஒருவர் வருகிறா ரென்றால், அவர் வந்து திரும்பிப் போகும் வரைக்கும் முகாமை விட்டு யாரும் வெளியே செல்லக் கூடாது; காரணம் அகதி. முகாமைச் சுற்றியுள்ள சூழ்நிலை எல்லாம் மாறியாச்சு. முகாம் சூழ்நிலை கல்வி, கலாச்சாரம் எல்லாம் மாறியாச்சு. நட்டுவச்ச மரம்கூட ஓங்கி வளர்ந்தாச்சு. ஆனால் கால்நூற்றாண்டைத் தாண்டியும் அகதி என்பது மட்டும் மாறவேயில்லை.

❍

48ஆம் நம்பர் பஸ்சிலிருந்து கூத்தியார்குண்டு ஸ்டாப்பில் சசி தட்டம் தனியாக இறங்கினாள். கத்திரிவெயில்

மண்டையைப்பிளந்தது. முந்தானையை எடுத்துத் தலையில் போட்டுக்கொண்டாள். வெயிலுக்காக இல்லை; கடைத்தெருவில் நின்ற ஒரு சில முகாம்காரர்களின் பார்வையை எதிர்கொள்ள முடியாமல் முந்தானையைத் தலையில் போட்டாலும் வயித்தை மறைப்பதற்காகச் சேலையைச் சரிசெய்துகொண்டாள். என்னதான் சேலையை இழுத்து இழுத்துவிட்டாலும் நிறைமாதக் கர்ப்பிணி வயித்தை மறைக்க முடியுமா என்ன ?

சாந்தியோட இரண்டாவது பொண்ணு சசி.'ஊர்க்காரன்கூட ஒரு வருடத்திற்கு முன்பு ஓடிப்போனவ, போறா பாரு ... வயித்தத் தள்ளிக்கிட்டு. ஊர்க்காரன் சும்மா விடுவானா . . . ஆசைதீர அடிச்சு விரட்டியிருப்பான். அதுதான் வந்திருப்பா' இப்படிக் கூத்தியார்குண்டு டீக்கடையில் நின்று முகாம் பொடியன்கள் பேசுவது இவள் காதில் பட்டு நெஞ்சை அடைக்கச் செய்தது. அதுவும் தன்னோடு படித்தவர்கள் என்று நினைக்க . . . என்ன செய்வது, அழுகை முட்டிக்கொண்டு வந்தது. தலையைக் குனிந்துகொண்டு உச்சப்பட்டியிலிருக்கும் அகதி முகாமில் உள்ள அம்மா வீட்டிற்கு,வேகாத வெயிலில் நடந்துகொண்டிருந்தாள் சசி.

தண்ணீர் தாகமாயிருந்தது. அதைவிட அவள் அம்மாவை நினைக்க நினைக்க அவளுக்குப் பயமாகயிருந்தது. அம்மாவின் ராட்சதக் குணம் அவளுக்கு நன்றாகத் தெரியும். ஒரு காலத்தில் அம்மாவுக்கு நேருக்கு நேர் நின்று 'நீ யோக்கியமானவளா ?' என்று கேட்டவள், இன்று நடுங்கிக்கொண்டே அம்மாவின் ஆதரவு நோக்கிச் செல்கிறாள். தான் செய்தது தவறு என்பதால் அவளுக்கு எப்படி அம்மாவை எதிர்கொள்வதென்ற பயமும், பதற்றமுமிருந்தது. என்னதானிருந்தாலும் இனிமேல் அம்மாவை விட்டால் வேறு போக்கு ஏது ?

கூத்தியார்குண்டுக்கும் உச்சப்பட்டி அகதிகள் முகாமிற்கும் இடையில் அரைக் கிலோமீட்டருக்கும் குறைவான தூரம்தான். தலையைக் குனிந்தபடியே அம்மாவின் வீடு வந்து சேர்ந்தாள். நல்ல நேரம் அம்மா வீட்டில் இல்லை. அக்கா சரோ மட்டும்தான் வீட்டில் இருந்தாள். இங்கு வீடு என்பது பெரிய மாட மாளிகையெல்லாம் கிடையாது. காரைவீடு, ஓட்டுவீடு, சீட்டுவீடு, சிமெண்ட் வீடு எதுவும் கிடையாது. அதான் ஏற்கெனவே சொன்னேனே, ஓலையால் கட்டப்பட்ட கொட்டில்; அவ்வளவுதான். சாந்தியோட வீடு.

25 வருடங்களுக்கு முன்னால், அரசு கட்டிக் கொடுத்தது. ஆரம்பத்தில் ஆயிரக்கணக்கான குடும்பங்களும் அந்த ஓலைக் கொட்டில்களில்தான் தங்கவைக்கப்பட்டார்கள். ஆனால் தற்போது சுமார் 400 குடும்பங்கள் இருக்கின்றன.

ஓலைக்கொட்டில் மழைக்கு ஒழுக, பிறகு அவரவர் விருப்பத்திற்கு வீடு கட்டிக்கொண்டார்கள். ஒன்றிரண்டு சீட்டு வீடு, ஓட்டு வீடுகள் இருந்தாலும் பெரும்பாலும் ஓலை வீடுகள்தான்.

அவனிவன் காலைக் கையைப் பிடித்து, சாந்தி இந்த வீடு கட்டுவதற்கு, அவள் பட்ட கஷ்டம் அவளுக்குத்தான் தெரியும்.

அக்காவும் தங்கையும் கட்டித் தழுவிக்கொண்டார்கள். சரோ கேட்டாள். "ஏண்டி சசி அவர் வராமல் நீ மட்டும் வந்திருக்கிறாய், அவர் வரவில்லையா?" சசியின் கண்கள் கலங்கிக் குளமாகிப் போனது. சேலைத் தலைப்பால் துடைத்துக்கொண்டாள். அவள் கண் கலங்குவதைக் கவனித்த சரோ, ஏதோ பிரச்சினையாகித்தான் சசி வந்திருக்கிறாள் என்பதை ஊகித்துக்கொண்டாள். எங்கிருந்து அடுத்த உரையாடலை ஆரம்பிப்பது என்று தெரியாமல் தடுமாறினாள். அம்மா வந்தால் என்ற பயம் ஒருபக்கம் வரவும், சிறிய தடுமாற்றத்துக்குப் பின் "நீ அவருடன் ஓடிப்போனது பற்றி அம்மாவுக்குக் கவலையில்லை. உன்னத் தலைமுழுகிவிட்டதாகக் சொல்லிக்கொண்டிருந்தா. நீ இந்தச் சூழ்நிலையில் வந்திருப்பதைப் பார்த்தால் அம்மா ராட்சசி மாதிரி ஆடப்போகிறதே... இப்ப என்னடி செய்வது."

சசி வாய் திறக்கவில்லை. அவளால் எப்படிப் பேச முடியும்? பிறந்த வீடும் சரியில்லை. போன வீடும் சரியில்லை. கழுத்தில் காதில் கிடந்ததும் இல்லை. அவள் மூக்கைச் சிந்திக்கொண்டாள்.

ஒரு முடிவுக்கு வந்த சரோதான் ஆறுதலாகப் பேசினாள். "எதுவாகஇருந்தாலும்பார்த்துக்கொள்ளலாம்.நீவருத்தப்படாதே... நம்ம தலை எழுத்து எதுவோ அதுபோல் நடக்கும்."

சசி கேட்டாள், "அக்கா அம்மா எங்கே?"

"அம்மாவைத்தான் உனக்குத் தெரியுமே ... வட்டிக்காசு வசூலுக்குப் போயிருக்கிறது.நேற்றுத்தான் சம்பளம் போட்டாங்க முகாமில். இன்னைக்கு வசூல் செய்யலைன்டா இந்தச் சனங்கள்கிட்ட காசு வாங்க முடியாது. காலையில போனா முகாமை ஒரு சுத்துச் சுத்திட்டுதான் வரும். ஊர்க்காரன்கிட்ட வட்டிக்கு வாங்கினால் பயத்தில கொடுப்பார்கள். நம்மள யாரு மதிக்கிறார்கள்?"

சரோ தங்கைக்குச் சாப்பாடு போட்டுக் கொடுத்தாள். காலையில் காய்ச்சிய ரேசன் அரிசிச் சோறும், உருளைக்கிழங்குக் கறியும். சசி சாப்பிடாமல் பிசைந்துகொண்டேயிருந்தாள்.

"அக்கா தம்பிங்க எங்க?"

தொ. பத்தினாதன்

“மூத்தவன் வசந்தன் பெயிண்ட் அடிக்க வேலைக்குப் போயிட்டான். சின்னவன் வரதன் பள்ளிக்கூடம் போயிருக்கான். சரி . . . ஒருவருடமாக எங்களையெல்லாம் மறந்து போய்ட இல்லையா ?” சசி பதில் கூறவில்லை. அவள் எப்படி மறப்பாள் ? மறக்கத்தான் முடியுமா ? ‘இப்படி வாழ்வதற்கு, ஊரில் இருந்திருந்தால் ஏதாவது இயக்கத்திற்கென்றாலும் போயிருக்கலாம்’ என்று சசி நினைத்துக்கொண்டாள். சரோ விடுவதாக இல்லை. சசியின் வாயைப் பிடுங்க வேண்டும் என்பதால் மறுபடியும் கேட்டாள். “சசி உனக்கு ஏதும் உன் புருசனால பிரச்சினையா ?”

அம்மா வந்தால் என்ன நடக்குமோ என்ற பயம் ஒரு பக்கம் இருக்க பசி எங்க வரப்போகிறது. சோறு சாப்பிடவா முடியும் ? அதுவும் சரோ நேரடியாக இப்படிக் கேட்டதும் சோத்துக் கோப்பையில் பாதிச் சோத்துக்கு மேலே கையைக் கழுவிக் கொண்டாள் சசி. “என்ன சசி போதுமா . . . பாதிச் சோத்துமேல கையக் கழுவிட்ட ?”

“இல்லக்கா பசிக்கல”

“ஏண்டி சசி . . . போகும் போது என்னிடமென்றாலும் ஒரு வார்த்தை சொல்லிட்டுப் போயிருக்கலாம் நீ.”

அக்கா மட்டுமல்ல, எவருடைய கேள்விக்கும் அவளால் பதில் சொல்ல முடியவில்லை. தவறு தன்மேல் என்பதை அவள் ஒத்துக்கொண்டாலும் அவள் வாழ்க்கைக்கு அவள் மட்டும் காரணமில்லை. வீட்டுச் சூழ்நிலை, முக்கியமாக அவள் அம்மாவும் ஒரு காரணம். ‘முடிந்தவரை உங்களையெல்லாம் பிச்ச எடுத்தென்றாலும் படிக்க வைத்தேன். இனிமேல் என்னால எதுவும் செய்ய முடியாது.’ இது சாந்தி வாயிலிருந்து குறைந்தது ஒரு நாளைக்கு ஒரு தடவை என்றாலும் வரும். ‘தண்டச்சோறுகள், தடிமாடுகள் மாதிரி வீட்டிலேயே உட்கார்ந்திருக்கிதுகள். எங்காச்சும் வேலைக்கு என்றாலும் போகலாம் தானே.’ இதுவும் தேய்ந்துபோன வார்த்தைதான். அம்மா எப்படித்தான் கத்தினாலும் சரோ காதில் வாங்கிக்கொள்ள மாட்டாள். சாதுவானவள். அவளாக அழுவாள். நொந்துகொள்வாள். வெளியே காட்டிக்கொள்ள மாட்டாள்.

ஆனால் சசி அப்படியில்லை. வாயாடி, சூடு சுரணை உள்ளவள். இப்படித்தான் சாந்தி ஒருநாள், “தண்டச்சோறுகள், வீட்டிலேயே கிடக்கிதுகள்” என்றதும் சசி பொறுக்கமாட்டாமல் வெடுக்கென்று ஒரு வார்த்தையை விட்டாள். “ஆமா . . . உன்ன மாதிரி நாலுபேரோட போய் படுத்துட்டு வரவா ?” என்றாள். சசி நேருக்கு நேர் வாய்காட்டக் கூடியவள்தான். எப்பவும் சாந்திக்கும்

சசிக்கும் வாய்த்தகராறு நடக்கும்தான். ஆனால் இவ்வளவு பெரிய வார்த்தையைப் பேசுவாள் என்று சாந்தி எதிர்பார்க்கவில்லை. சாந்திக்கு சசியைப் பிடிக்காது. எவனையாவது தள்ளிட்டுப் போகமாட்டாளா என்றுகூட அவள் நினைப்பதுண்டு. ஆனால் அன்று முகத்திலடித்த மாதிரி சசி அம்மாவிடம் கேட்கவும் பெரிய பிரச்சினையாகிப் போனது. இதுகள் தாயும் மகளும் இப்படிப் பேச ஆரம்பிக்கவே, வசந்தன் எழுந்து வெளியே போய்விட்டான். சாந்தி 'ஓ' என்று அழ ஆரம்பித்துவிட்டாள். "ஆமான்டி . . . நான் நாலு பேருடன் படுத்ததாலதான் நீங்க எல்லாம் இன்று உயிருடன் இருக்கிறீர்கள். இல்லயென்றால் பட்டினியாகக் கிடந்து செத்திருப்பீங்க. உங்களையெல்லாம் வளர்ப்பதற்கு நான் எவ்வளவு கஷ்டப்பட்டேன் என்பது உங்களுக்கு எல்லாம் தெரியுமா?" ஆனால் உண்மையில் சிலவேளைகளில் சாந்தி சசிக்குப் பயப்படுவாள். அன்றும் அப்படித்தான் நடந்தது. கோவம் வந்தால் சசி, 'நீ வா போ' என்று பேசுவாள். "இங்க பாரு . . . நீ இந்த மாதிரி முதலைக்கண்ணீர் வடித்தெல்லாம் இங்கு எதுவும் ஆகிவிடப்போவதில்லை. நீ வீட்டில் இரு. நான் உனக்குச் சம்பாதித்துச் சாப்பாடு போடுகிறேன்" என்று சவால் விட்டாள்.

பக்கத்தில் உள்ள கப்பலூர் காலனிக்கு வேலைக்குப் போக ஆரம்பித்தாள். அவள் கெட்டித்தனமாக, தொண்டு நிறுவன உதவியுடனும், தன்னுடைய முயற்சியாலும் மன்னர் திருமலை நாயக்கர் கல்லூரியில் பட்டப்படிப்புப் படித்திருந்தாள். கம்பெனியில் கணக்கு எழுதுவதற்காக வேலையில் சேர்ந்தாள். முகாமில் நிறையப் பெண்கள் கப்பலூர் சிட்கோவில் தறிக் கம்பெனியில் வேலை செய்கிறார்கள். அதனால் இவள் படித்த படிப்பிற்கு அந்த வேலை கிடைப்பது பெரிய சிரமமாக அமையவில்லை. ஆனால் அங்குதான் இவள் தலையெழுத்தே மாறப் போகிறது என்பது இவளுக்குத் தெரிய வாய்ப்பில்லை.

○ ○ ○

கப்பலூரைச் சேர்ந்த ஒருத்தர் அதே கம்பெனியில் சிப்டு சூப்பர்வைசராக வேலை பார்த்தார். அவர் என்ன மாயம் செய்தாரோ, என்ன மந்திரம் செய்தாரோ தெரியவில்லை. இரண்டு குழந்தைகளுக்குத் தகப்பனான அவருடன், இவளைவிடப் பதினைந்து வயது கூடிய அந்த முப்பத்தைந்து வயதுக்காரருடன் ஓடிப்போனாள் சசி. திருப்பூரில் ஒரு வருட வாழ்க்கையுடன் அவரால் தாக்குப்பிடிக்க முடியில்லை. சொல்லாமல் கொள்ளாமல் தனது பொண்டாட்டி பிள்ளைகளுடன் அவர் சேர்ந்துகொண்டார். இவள் பொறுத்துப் பொறுத்துப் பார்த்தாள். அவர் வரவில்லை. அவள் ஏமாற்றப்பட்டதை அப்போதுதான் உணர்ந்தாள். தற்கொலை செய்துகொள்ள நினைத்தாள். 'தலையில

எழுதியிருக்கும் எழுத்தை அனுபவிக்கத்தான் வேணும். அத யாரால் அழிக்க முடியும்?' இப்படி அவள் ஏமாற்றப்பட்ட கதையை அக்காவிடம் கூறிக்கொண்டிருக்கும்போது வெளியே யாரோ நடந்துவரும் செருப்புச் சத்தம் கேட்டது. இருவரும் அமைதியானார்கள்.

சசிக்கு இருதயம் அதிகமாகத் துடிக்க ஆரம்பித்தது. வருவது அம்மாவாகத்தான் இருக்கும். என்ன நடக்குமோ?

"என்னடி சசி எப்ப வந்தாய்? நல்லாயிருக்கிறியா? இப்படிப் பண்ணிட்டியே சசி . . . நாங்கல்லாம் நீ இப்படிச் செய்வண்டு எதிர்பார்க்கல. எப்ப வந்தாய்?" என்று ஆதங்கமாகக் கேட்டாள் செல்வி. "இப்பதான் வந்தேங்க்கா."

"சசி ... அடுப்பில சோத்த போட்டுட்டு வந்தேன் ... அப்புறமா வாரேன். இங்கதானே இருப்பாய் . . . அம்மா எங்க?"

"அம்மா காலையில வசூலுக்கு போனவ இன்னும் வரலக்கா . . ." என்றாள் சரோ.

"சரி அம்மா வந்தாச் சொல்லு. 'டாபர்' என்ற தொண்டு நிறுவனத்துப் பொடியன் வந்தான். சுயஉதவிக் குழு ஆரம்பிக்கக் காசு தருவாங்களாம். அதுதான் நாமளும் ஒரு குழுவ ஆரம்பிக்கலாம். அதுபற்றித்தான் அம்மாவிடம் பேசலாம் என்று வந்தேன்" என்றாள் செல்வி.

"மல்லிகாக்கா . . . டாபர்காரன நம்பாதீங்க. அவன்கள் உங்களச் சாட்டி வெளிநாட்டுல காசு வாங்கி, அவங்க பண்ணையும், பங்களாவும் கட்டிக்கொண்டிருக்கிறான்கள். அகதியச் சாட்டி அரசியல் பண்ணுறாங்க கள்ளன்கள்." சரோ இப்படிக் கூற, சசி குறுக்கிட்டு "அக்கா அப்படி முழுசாக தப்பாச் சொல்லாதே. அவங்க இல்லாட்டி நான் படிச்சுருப்பேனா? என்ன மாதிரி எத்தனை அகதிப் புள்ளக கல்லூரிவரை அவர்களால் படித்திருக்கிறார்கள். அகதிகள் கல்லூரி வாசலை மிதித்ததுக்குக் காரணமே இவர்கள்தான். அபாண்டமாகப் பழி சொல்லாதே" என்றாள் சசி. சசி இருக்கும் மனநிலையில் இதற்குமேல் அவர்கள் இருவரின் உரையாடலில் கவனம் போகவில்லை. அம்மாவை நினைத்துப் பயந்துகொண்டிருந்தாள். "ஆமாண்டி . . . அவன் ஒரு ரூபாயை உங்களுக்கு காட்டிவிட்டு ஒன்பது ரூபாயை அவன் பாக்கெட்டுல போட்டுருவான். உனக்குத் தெரியாது."

"விடுங்கோ பிள்ளைகளா ... அவன் என்ன செய்தால் நமக்கு என்ன . . . அவனால் நமக்கு காரியம் ஆகுதா என்பது தான் முக்கியம்" என்று செல்வி சொல்ல சரோ ஏதோ பேச முற்பட்டாள். ஆனால் அதற்குள் செல்வி "சரி சரி எனக்கு சோத்துப்பான

அடுப்பில. அம்மா வந்தா சொல்லுங்கோ, நான் அப்புறம் வாரேன். அங்க கிடுகு பின்னின குறையில வேற கிடக்குது, அத முடிச்சுப் போட்டுச் சாயங்காலம் வாறேன். சசி நாம அப்புறம் பேசுவோம் என்ன ...." என்று நின்ற நிலையிலயே கூறிவிட்டுக் கிளம்பி விட்டாள்.

சாந்தி வீட்டுக்கு நாலுவீடு தள்ளியிருக்கும் செல்வி மன்னார் வங்காலையைச் சேர்ந்தவள். பரம்பரையாக மீன்பிடிச் சமூகம். ஆனால் இங்கு செல்வியின் புருஷன் நல்ல கொத்தனார். பொதுவாகவே வங்காலைச் சனங்கள்கிட்ட வாய் கொடுத்தால் தப்ப முடியாது. ஆனால் செல்வி நேர்மையான சண்டைக்காரி. இவள், புருசனைப் பார்த்து உட்காரு என்றால் அந்த மனுசன் உட்காருவார். எந்திரி என்றால் எந்திரிப்பார். அவர் வேலைக்குப் போகாத நாட்களில் தென்னந்தோப்பிலிருந்துக் காஞ்ச மட்டைகளை விலைக்கு வாங்கி, வண்டிலில் ஏற்றிக்கொண்டு வந்து போடுவார். வீட்டில் சிமெண்டில் ஒரு தொட்டியும் கட்டிவிட்டிருந்தார். சைக்கிளில் நாலு குடங்களைக் கட்டி, அடி பைப்பில் காத்துக் கிடந்து, மூச்சு இறைக்கத் தண்ணியடித்து வந்து தொட்டியை நிரப்பி, அதில் தென்னை மட்டைகளை ஊறப்போட்டுக் கிடுகி பின்னி விற்பது அனைத்தும் செல்வியோட வேலை.

சலிக்காமல் வேலை செய்வாள். ஆத்திரம், அவசரம் என்றால் தராதரம் பார்க்காமல் உதவக்கூடியவள்.

2

சாந்தி வசூலுக்காகப் புறப்படவும், எதிர்த்தாப்பில் செல்வராசு வந்து அவளிடம் மாட்டிக்கொண்டான். அவன் பொண்டாட்டிக்கு உடம்பு முடியல என்று சொல்லி அவசரத்திற்கு ஐந்தாயிரம் சாந்தியிடம் வட்டிக்கு வாங்கியிருந்தான். பணம் வாங்கிச் சில வருடங்கள் ஆகிவிட்டது. ஆரம்பத்தில் சிலமாதங்கள் வட்டி கொடுத்தான். பின்பு கொடுக்க முடியவில்லை.

"ஏண்டா கஞ்சாக்குடுக்கி உனக்குக் காசு கொடுத்து எத்தனை வருசம் ஆகிறது . . . வட்டியுமில்லை, முதலுமில்லை. என்னைய என்னானு நினைச்சுக்கொண்டு திரிகிறாய். கியூ ப்ராஞ்சுல சொன்னா அவன் என்ன செய்வான் என்று தெரியும்தானே" என்று கத்த ஆரம்பித்து விட்டாள். காலையிலேயே செல்வராசுக்கு நேரம் சரியில்லை. "இல்ல சாந்தியக்கா . . . அவ இறந்ததிலிருந்து சரியா வேலையில்லை. அதனால் முடியாமல் போய்விட்டது. நான் குடுத்துருவேன். எப்படியும் இன்னும் ஒரு மாதத்திலே குடுத்திடுவேன். என் காசுக்கு நீங்க யோசிக்கவே வேண்டாம்."

"ஏண்டா எத்தனை தடவை இப்படியே சொல்லி என்னை ஏமாத்தியிருப்பே. இதை எல்லாம் என்னால் நம்ப முடியாது. இப்ப கியூ ப்ராஞ்சுக்காரன் வருவான். நான் அவனிடம் சொல்றேனா இல்லையாண்டுப் பாரு . . . உன் பொண்டாட்டி செத்துப் புல்லும் முளைச்சிடுச்சு. உனக்குக் காசு கொடுக்க வக்கு இல்லை." இப்படியே கண்டமேனிக்கு சாந்தி ஏசிக்கொண்டே போனாள். "இல்ல சாந்தியக்கா, சத்தம் போடாதீங்க கண்டிப்பாக நான் இன்னும் ஒரு மாதத்தில் கொடுத்திருவேன்."

ஆனாலும் அவள் கத்தும் சத்தம் கேட்டு, அக்கம்பக்கத்தில் உள்ளவர்கள் வேடிக்கை பார்க்க, செல்வராசுவுக்குப் பெருத்த அவமானமாகப்

போய்விட்டது. சிலர் அந்தச் சம்பவத்தைப் பெரிதுபடுத்தவில்லை. அந்த மனுசி அப்படித்தான் கத்தும் என்று எல்லோருக்கும் தெரியும்.

சாந்தி காசு வசூல் பண்ணுவதற்காக வைத்திருக்கும் தந்திரம் அது. சத்தம் போட்டுப் பேசிக் கூட்டத்தைக் கூட்டி அவமானப்படுத்திவிடுவது . . . ரோசம் மானம் உள்ளவன்கள் அவசரத்திற்கு அவளிடம் கை நீட்டிக் காசு வாங்கியிருந்தால் கொடுத்திருவார்கள்.

எல்லோரிடத்திலும் அவள் பருப்பு வேகாது. அப்படியே நேராகப் பிள்ளையார் கோவிலடியில் உள்ள கணபதி வீட்டிற்குச் சென்றாள் சாந்தி. கணபதி அங்கில்லை. அவன் மனைவி தான் இருந்தாள். “அக்கா உங்களுக்குத் தெரியும்தானே. நான் புருசன் இல்லாமல் இந்தப் புள்ளைகளையும் குமரையும் வச்சுட்டு கரசேர்க்க முடியாமல் தவிக்கிறேன். என் சூழ்நிலை தெரிஞ்ச நீங்களே இப்படி செய்தால் நான் எங்க போவேன்? நீங்க என்னிடம் 10 ஆயிரம் ஏலச்சீட்டு கட்டுறீங்க என்றுதான் நான் உங்களுக்குப் பத்தாயிரம் கொடுத்தேன். நீங்க போன சீட்டுக்காசும் தரல. நான் என்ன செய்வது?” என்று ஓ என்று அழ ஆரம்பித்துவிட்டாள் சாந்தி. “ஓம் பிள்ளை . . . உன் நிலை தெரியும் தான். போனமுறை உன்னிடம் சொன்னனான்தானே, மகளுக்குக் குழந்தை கிடைத்ததால் செலவாகிப் போட்டுது. இன்னும் சம்பளம் வாங்க இல்லை. அத வாங்கத்தான் மனுசன் திருமங்கலம் தாலுகா ஆபீஸ் போயிருக்கிறார்.”

“நேற்று சம்பளம் போட்டார்களேக்கா.”

“நேற்று கொஞ்சப்பேருக்குத்தான் அந்த வெறிக்குட்டி ஆர் ஐ சம்பளம் போட்டான். சம்பளம் எடுத்துட்டு வந்ததும் உன் காச முதலில் கொடுத்தனுப்புறேன். கோவிச்சுக்காதே பிள்ளை . . .”

“சரியக்கா நான் சீட்டுக்காசு கொடுக்கணும், குடுத்தனுப்புங்க” என்று கூறி மெதுவாக நகர்ந்தாள் சாந்தி.

செல்வராசுவைச் சட்டையை பிடித்து அடிக்காத குறையாகக் கத்திய சாந்தி, இங்கு கணபதி வீட்டில் அப்படியே நேர் எதிராக நடந்துகொண்டாள். இதுவும் அவளது தந்திரம்தான் என்றாலும் கணபதியிடம் அவள் பருப்பு வேகாது. காரணம் கணபதி மொடாக் குடிகாரன். அவன் குடித்தானென்றால் சாந்திக்கு மேல சத்தம் மட்டும் போட மாட்டான்; சாந்தி யார் யார்கூட எல்லாம் படுத்தா என்று இல்லாத பொல்லாத கதை எல்லாம் முகாம் முழுவதும் கேட்கிற மாதிரிக் கத்துவான். அதனால் அவளுக்குப் பயம்.

60 தொ. பத்திநாதன்

இப்படியே அங்கேயும் இங்கேயும் காசு கொடுத்த இடங்களிலெல்லாம் நடித்து மிரட்டி வசூல் பண்ணிக்கொண்டு வரும் வழியில், செல்வி படலைக்குள்ள நின்று கூப்பிட்டாள். "என்ன சாந்தி இவ்வளவு வேகமாகப் போகிறாய்."

"இல்ல செல்வி ... இன்னைக்கு விட்டால் இந்த சனங்ககிட்ட காசு வாங்க முடியாது. ஞாயிற்றுக்கிழமை வேலை சம்பளம் வாங்கித் தர்றோம் என்பார்கள். சம்பளமும் வாங்குவானுங்க ... நேராக கூத்தியார்குண்டுல உள்ள ஒயின்சாப்பில கொண்டு போய்க் கொடுத்திருவானுங்க."

"சரி இங்க வாயேன் ஒரு கதை."

3

அவள் பெயர் வதனா. 1990ஆம் ஆண்டு, வயதான தாய், தகப்பன், கல்யாணம் கட்டிக் குடும்பமாக இருந்த சகோதரி ஆகியோருடன் தமிழ்நாட்டுக்கு அகதியாக வந்தாள். அவர்கள் வாழ அனுமதிக்கப்பட்ட இடம் உச்சப்பட்டி அகதிகள் முகாம். வதனாவுக்கு அப்போதே 24 வயது. மாநிறம் கொண்ட நல்ல அழகான பெண். இரண்டு வருடங்கள் எப்படியோ ஓடிப்போய்விட்டன. இடையில் சில மாதங்கள் மட்டும் கப்பலூர் தொழில் பேட்டையில் ஸ்பின்னிங் மில்லில் வேலை பார்த்தாள். அதன்பின்பு இலங்கை செல்லும் சூழ்நிலை வதனா குடும்பத்திற்கு ஏற்பட்டது. காரணம் வதனாவின் அப்பா ஒரு அரசுக் கீழ்நிலை ஊழியர். ஓய்வூதியப் பணம் எடுப்பதற்காக வதனாவுடன் அவர்கள் 1992ஆம் ஆண்டு இலங்கை சென்றார்கள்.

இலங்கையில் அவர்கள் சொந்த ஊர் திருகோணமலை மாவட்டம் மூதூர். ஆனால் வதனாவின் மூத்த சகோதரி குடும்பமாக உச்சப்பட்டி அகதி முகாமிலேயே வாழ்க்கையைத் தொடர்ந்தாள். பதினாறு ஆண்டுகள் கழித்து, வதனா 2008ஆம் ஆண்டு கடவுச்சீட்டு மூலமாகத் தனியாகத் தமிழ்நாட்டுக்கு வந்து அதே உச்சப்பட்டி முகாமில் அகதியாகத் தொடர்ந்தாள். அவள் இலங்கையிலிருந்து வரும்போது நிறைய நகைகள் வைத்திருந்தாள். ஆரம்பத்தில் அவள் சகோதரியுடன் வாழ்ந்தாள். அக்காவுக்கும் தங்கைக்கும் ஒத்து வரவில்லை. வதனாவுக்கு வாழ்க்கையில் ஏதோ ஒன்று தேவைப்பட்டிருக்கலாம். அல்லது வேறு காரணங்களும் இருந்திருக்கலாம். அவள் அத்தனை வயதாகியும் கல்யாணம் செய்யாமல் இருப்பதை அவள் சகோதரியால் ஏற்றுக்கொள்ள முடியவில்லை. தனக்குச் சுமையாகி போய்விடுமோ என்ற எண்ணம்

ஒரு பக்கமிருந்தாலும் அவளுக்கும் வயது வந்த பெரிய பெண் பிள்ளை இருந்தது.

கல்யாணம் செய்யும் சரியான பருவ வயதில்தான் பிரச்சினை காரணமாக அகதியாகத் தமிழ்நாடு வரவேண்டிய சூழ்நிலை ஏற்பட்டது. அகதியாக உச்சப்பட்டியில் வாழ்ந்த ஆரம்ப காலத்திலாவது திருமணம் செய்திருக்க வேண்டும். அவள் பெற்றோர் திருமண ஏற்பாடாவது செய்திருக்க வேண்டும். அவள் பெற்றோர் முயற்சித்தார்களா இல்லையா என்று தெரியவில்லை. முகாம் வாழ்க்கையில் எவனையாவது காதலித்துக் கல்யாணம் செய்திருக்க வேணும். அதுவும் நடக்கவில்லை. ஆனால் மறுபடியும் இலங்கை செல்லும் சூழ்நிலை.

இலங்கை சென்றாலும் திருமணம் செய்திருக்க வேண்டும். அதுவும் நடக்கவில்லை. அதற்குச் சரியான காரணமும் தெரிய வில்லை. ஆனால் அவளுக்கு அவளுடைய உடல், கல்யாணம் என்ற ஓர் உறவை ஏக்கத்துடன் எதிர்நோக்கியிருந்திருக்க வேண்டும். அவள் உடலுக்கு ஆணின் ஓர் உடல் தேவைப் பட்டிருக்க வேண்டும். அப்படி இல்லையானால் அவளுக்கு இப்படி ஒரு துன்பம் ஏற்பட்டிருக்காது.

இன்று முகாம் சனங்களே ஒதுக்கிவைத்துக் கைகொட்டிச் சிரிக்குமளவுக்கு ஆகியிருக்காது. வதனாவுக்கு, அவள் அக்காவுடன் விரிசல் ஏற்பட்டுக்கொண்டிருந்த சூழ்நிலையில் ஒருநாள், திருமங்கலம் பேருந்து நிலையத்தில், அவள் கப்பலூர் தொழில் பேட்டையில் கூடப் பணிபுரிந்த நண்பர் ஒருவரைச் சந்தித்திருக்கிறாள். அவர் ராஜபாளையத்தைச் சேர்ந்தவர். அவருடன் தொலைபேசித் தொடர்பிருந்து வந்தது. அவர் ஏற்கனவே கல்யாணம் ஆகிக் குழந்தை குடும்பமாக வாழ்ந்து வந்தவர். இந்தச் சூழலில்தான் அந்த நண்பரின் உறவினர் ஒருவர், வதனாவுடன் தொடர்பில் வருகிறார். அந்தத் தொடர்பு, தொடர் கதையாகத் தொடர்ந்துகொண்டிருந்தது.

வதனாமேல் இந்த உச்சப்பட்டி அகதிகள் முகாமில் வாழ்ந்த காலங்களில் எந்தக் கெட்டபெயரும் ஏற்பட்டதில்லை. அங்கும் இங்குமாக வாழ்க்கை அலைக்கழிப்பு, அவளுக்கு உரிய காலத்தில் நிரந்தரமான வாழ்க்கைத் துணையை ஏற்படுத்த ஏலாத சூழ்நிலையாகிப் போயிருக்கலாம் அல்லது வயதான பெற்றோரால் அதற்கான முயற்சி செய்ய முடியாமல் போயிருக்கலாம். அதன் வெறுப்பால் அவர்களைத் தனியாக இலங்கையில் விட்டுவிட்டு அவள் மறுபடியும் தமிழ்நாடு வந்திருக்கலாம். ஆனால் வாழ்க்கையில் கடந்து போனது என்றும் திரும்புவதில்லையே. கிட்டத்தட்ட நாற்பது வருடங்களுக்குப்பின்

அந்தரம்

வாழ்க்கையை முன் பின் பெரிதும் பழக்கமில்லாத தமிழ்நாட்டுக் குடிமகனிடம் கண்ணை மூடிக்கொண்டு ஒப்படைத்தாள் வதனா. காதலுக்குக் கண்ணுமில்லை; காதுமில்லை; கட்டுப்பாடுமில்லை; ஒரு கருமாந்திரமும் இல்லை. கருவுற்றாள். சகோதரியுடனான வாழ்க்கை நிரந்தர முடிவுக்கு வந்தது. முகாம் சனங்கள் இல்லாத ஒன்றை இருப்பதாகப் பேசும்; இருப்பதைப் பேசாதா என்ன? அது இது என இஷ்டத்துக்குக் கண்ணு, காது, மூக்கு வைச்சுப் பேச ஆரம்பித்தது. முகாமிற்கு வெளியே சற்றுத் தொலைவில் தோப்பூர் கவுசிங்போர்டில் வீடு வாடகைக்கு எடுத்து அவனுடன் சிலமாதங்கள் வாழ்ந்தாள். கையிலிருந்த கொஞ்ச நகைகளும் சிறிது சிறிதாகக் கண்ணுக்குத் தெரியாமல் காணாமல் போயின. புள்ளயக் கொடுத்த புண்ணியவான் ஏற்கெனவே கல்யாணம் செய்து இரண்டு குழந்தைகளுக்குத் தகப்பன். அவன் பொண்டாட்டியின் சேலைக்குள் ஒளிந்துகொண்டான்.

வதனா அவனைத் தேடி அவன் ஊருக்குப் போனாள், நியாயம் கேட்க. அவன் பொண்டாட்டி ஊரில் உள்ள உறவுகளைக் கூட்டி நாக்கப் புடுங்கிக்கிட்டு நாண்டுக்கிட்டுச் சாகிறமாதிரி கேள்வி கேட்டாள். "ஏண்டி சிலோன்காரி... நீ எவன்கிட்டயோ போயி வயித்தில புள்ளய வாங்கிட்டு, பேரு வைக்க என் புருசன்தான் உனக்கு கிடைச்சானா?" இந்த ஒரு வசனமே அவள் வயித்தில் நெருப்பை அள்ளிக் கொட்டியது போல் இருந்தது. "அரையும் குறையுமா உடுத்திகின்னு நீங்கத் திரியுறது எங்களுக்குத் தெரியாதா? அப்படித் திரிஞ்சா எந்த ஆம்பளதான் சும்மாயிருப்பான். சிலோன்காரிகள் எல்லாம்... என்று இங்கிட்டு பேசிக்கிறாங்க. வந்துட்டா வயித்தத் தள்ளிக்கிட்டு புருசன் புடிக்க." வதனாவை மட்டுமில்லாமல் பொத்தாம் பொதுவாகவே 'சிலோன்காரிக' என்று கத்த ஆரம்பித்துவிட்டாள். அவள் மட்டுமல்ல அவள் உறவுகளும் அவளுக்காகப் பரிந்து பேச, ஒருத்தி விளக்குமாத்தையே எடுத்து வந்துவிட்டாள் அடிக்க. வதனா தனக்கு நியாயம் கிடைக்கும் என்றுதான் போனாள். ஆனால் நடந்தது பெருத்த ஏமாற்றமும் அவமானமும். அவளால் தாங்கிக்கொள்ள முடியவில்லை. வரும் வழியில் உள்ள தண்டவாளத்தில் தலையை வைத்துச் செத்திரலாம் என்றுதான் புறப்பட்டாள்.

ஏமாற்றத்தின் வலி படுபயங்கரமானது. அவமானத்தின் வலி அதைவிட மோசமானது. எல்லாம் சேர்ந்து அவளால் அழக்கூட முடியவில்லை. அந்த ஊரில் இந்த அபலைப் பெண்ணுக்காக யாரும் ஒரு வார்த்தை தன்னும் ஆறுதலாகப் பேசவில்லை. இந்த உலகில் தன்னைப் புரிந்துகொள்ள, தனக்காகப் பேச ஒரு மனிதர்கூட இல்லையா? ஆறுமாதமாகப் படுத்ததற்கு,

எனக்கு இது ஆண்டவன் கொடுத்த தண்டனையா? இந்த உலகில் ஒரு ஆணோடு சேர்ந்து வாழ்வது குற்றமா? மகளிர் காவல் நிலையம் சென்று நியாயம் கேட்டால் என்ன?

'எந்தக் கோவிலில் தாலி கட்டினாய்... எந்த அலுவலகத்தில் கல்யாணம் பதிவு செய்தாய்... எந்த ஊருக்குத் தேனிலவுக்குப் போனாய்' என்று கேட்டால் என்ன சொல்வது? அவனுக்குப் பின்னால் ஊரே கூடி நிற்குமே... எனக்குப் பின்னால் யார் இருக்கா? அங்கும் எனக்கு அவமானம்தான் ஏற்படுமா? வயித்துப் பிள்ளத்தாச்சி என்று யாராவது எனக்காக இரங்க மாட்டார்களா? 18 வயதுக்கு முன்பு கல்யாணம் செய்வது குற்றம் என்றால் வயதாகியும் கல்யாணம் செய்யாமலிருப்பது குற்றமாகாதா?

இப்படி வாழ்வதற்கு இயக்கத்திற்கு என்றாலும் போய்ச் செத்திருக்கலாம். வயித்துச் சேலையை இழுத்து இழுத்து மூடினாலும் வயிறு வளருவதைத் தடுக்க முடியுமா? எதை நினைத்து வருந்துவது... எதை நினைத்து ஆறுதல் கொள்வது? இவ்வுலகில் மனிதனாய்ப் பிறந்தது தவறு. அதுவும் இலங்கையில் பிறந்தது மிகப் பெரிய தவறு. இலங்கையில் பொண்ணாய்ப் பிறந்தது தவறு. தமிழனாய்ப் பிறந்தது தவறு. அதைவிட அவனுடன் படுத்தது தவறு. எந்தத் தவறும் இனி யாராலும் சரிசெய்ய முடியாத தவறு.

எதிர்பார்ப்புடனும் நம்பிக்கையுடனும் போன வதனா ஏமாற்றத்துடனும் பெருந்துயரத்துடனும் வீட்டுக்கு வந்தாள். வந்தவளுக்கு, பெரிய துயரம் காத்திருந்தது. வீட்டு முதலாளி வீட்டைக் காலி பண்ணச் சொல்லிவிட்டார். வீட்டு வாடகை கொடுத்து இரண்டு மாதமாகிவிட்டது. வயிற்றுச் சுமையுடன்... மனச்சுமையுடன்... ஒரு சொட்டுத் தண்ணீர் கொடுக்கக்கூட ஆளில்லாமல் தெருவில் நிற்கிறாள். எவ்வளவு பிச்சைக் காரர்கள் தெருவில் வாழ்கிறார்கள். எவ்வளவு மனநோயாளிகள் தெருவில் திரிகிறார்கள். எவ்வளவு பேர் ஏதோ ஒருவகையில் ஏமாற்றப்பட்டுப் பாதிக்கப்பட்டு வாழ்கிறார்கள். இவை அனைத்துக்கும் ஏதோ ஒரு மனிதன், மனிதர்கள்தானே காரணம். ஆனால் அதையும் கண்டும் காணாமல் சென்று கொண்டிருக்கிறார்கள். எத்தனை பெரிய பொல்லாத உலகம் இது.

முகாமில் ஓலைக்கொட்டிலில் ஆண்குழந்தையைப் பெற்று வாழ்ந்துவருகிறாள் என்பதைவிட வளர்த்து வருகிறாள் என்றே சொல்ல வேண்டும். இருக்கும் மீதிக்காலத்தில் அவள் எவ்வளவு பொய் சொல்ல வேண்டியிருக்கும்.

O O O

செல்வி குசுகுசுவென்று வதனாவின் கதையை, சாந்தியிடம் சொல்லி முடித்தாள். "முகாமில ஒருத்தன் கிடைக்காமலா ஊர்காரன்களுடன் பாயிறாளுக" என்று சாந்தி கூறினாள். "இல்ல சாந்தி... அப்படியெல்லாம் பொதுவாச் சொல்ல முடியாது. வெளிநாடு வெளிநாடு என்ற மோகத்தில் கொஞ்ச நாளாக, வயசுக்கு வந்த பிள்ளைகளை, கொஞ்ச வயசு என்றும் பாராமல் வயதான வெளிநாட்டு மாப்பிள்ளைகளுக்குக் கல்யாணம் செய்து கொடுத்தார்கள். இப்ப இங்குள்ள பொடியன்களும் வெளிநாட்டுப் பொண்ண கல்யாணம் கட்டி வெளிநாடு போய்விட வேண்டும் என்ற நினைப்பில் திரிகிறானுகள்.

வெளிநாட்டில் இருப்பவன் வெளிநாட்டுப் பொண்ணுகள கல்யாணம் செய்ய மாட்டான். அதுகளப் பற்றி அவன்களுக்குத் தெரியும். இங்கு முகாமில் உள்ளவன் இங்குள்ள பொண்ணுகளைக் கல்யாணம் செய்ய மாட்டான்கள். இங்குள்ள புள்ளைகளைப் பற்றி இவன்களுக்குத் தெரியும். இதில சங்கடப்படுறதுகள் வேலைக்கு போறதுகள்தான். இப்படி ஊர்காரன்கிட்ட மாட்டிக் கொள்றதுகள்." சாந்திக்குத் தன் மகளை வெளிநாட்டு மாப்பிள்ளைக்குக் கல்யாணம் செய்து கொடுக்க வேண்டுமென்ற ஆசை இருந்ததால் பேசாமல் இருந்தாள். செல்வியே தொடர்ந்தாள். "உனக்குத் தெரியாதா... நடராசா புள்ளை பன்னிரண்டாவதுதான். சிஎஸ்ஐ ஸ்கூல் பசுமலையில படிச்சா. அப்பவே இங்க பள்ளத்திலே ஒரு பொடியனுடன் காதல் பிரச்சினை... முகாமுக்கே தெரியும். நடராசா அதனை கண்டிக்க, அந்தப் பிள்ளை விஷம் குடிச்சு திருமங்கலம் கவர்மெண்ட் ஆஸ்பத்திரிவரை போய் வந்ததும், அவரைத்தான் கல்யாணம் செய்வேன் என்று ஒத்தக்காலில் நின்றதும்... பிறகென்னாச்சு... வெளிநாட்டு மாப்பிள்ளை கிடைத்ததும் கல்யாணம் செய்து கொண்டு போகலியா? நவரட்டினத்தின் பொடியன் இங்க ஒரு பிள்ளையோட காதல். நானே ஒருநாள் திருமங்கலத்திலே பார்த்தன். அவன் இப்ப வெளிநாடு போறானாம். அங்க பெண் பார்த்திருக்காங்களாம். கதை வருகிறது."

"உதவிடடி காதல், அது இதெல்லாம் ஒரு பெரிய பிரச்சினையா? விருப்பப்பட்டதுகள் வாய்ப்பிருப்பவர்கள் வாழ்ந்துட்டு போறாங்க. அது சரி... நடக்கட்டும் நடக்கட்டும். நீயும் அப்படித்தானே அதனால அப்படித்தான் பேசுவாய்" என்று நினைத்துக்கொண்டாள்.

"உன்ர மகள் சசியிட்ட ஏதாவது கதைத்தாயா?" என்று செல்வி லேசாக சாந்தியிடம் கொக்கி போட்டாள். அதில் கொஞ்சம் நக்கலும் கலந்திருப்பதைப் புரிந்த சாந்தியின் முகம் லேசாக மாறிப்போனது.

“அவளிடம் என்ன பேச... ஓடிப்போனதுதான் போனாள் முகாமில ஒருத்தன இளுத்துட்டு ஓடிப்போயிருந்தாலும் ஏற்றுக்கொண்டிருப்பேன். இனி ஒருக்காலமும் நடக்காது. வீட்டுக்கு அம்மா என்று வந்தால் விளக்குமாத்தாலதான் அடிச்சு வெரட்டுவேன்.”

“சரி செல்வி...” இதற்கு மேல் மகள் சசி பற்றி கதைக்க விரும்பாத சாந்தி, “ஆறு மணிக்கு ஏலச்சீட்டு இருக்கு. சீட்டு கட்டுறவர்கள் வருவார்கள். இன்னும் கொஞ்சம் வசூல் பண்ண வேணும்.”

“சாந்தி... என்ன நீ வர வர மெலிஞ்சுகொண்டே போகிறாய்?”

“என்ன... இந்த உடம்பில ஒரே வியாதியாகத்தானிருக்கிறது” என்று கூறிக்கொண்டு புறப்பட்டாள் சாந்தி. அவள் வரும் வழியெல்லாம் எல்லாம் மனக்கணக்கிலேயே எவன் எவன் காசு தர வேணும் என்ற சிந்தனையிலேயே வீடு நோக்கி நடந்தாள். நேரம் மதியம் ஒரு மணியைத் தாண்டியிருந்தது. பசியாக வேறு இருந்தது. வேர்க்க விறுவிறுக்க வந்தவளுக்கு நாக்கு வறண்டு தாகமாக இருந்தது. வீட்டிற்குள் நுழையும் முன்னரே சசியைப் பார்த்துவிட்டாள். வந்ததே பாரு கோவம். “பெத்து வளர்த்த அம்மா வேண்டாம்.. கூடப்பொறந்த அக்கா தம்பி வேண்டாம்... ஊருக்காரந்தா வேணும்னு போன... ஏண்டி யாரக் கேட்டு, யாரு இங்க இருக்கிறாங்க என்று இங்க வந்தனீ. உன்னை அப்பவே நான் தலைமுழுகிட்டேன்” என்று ராட்சசியாட்டம் கத்தினதுடன் நேராக சசியைப் பிடித்துத் தறதற என்று இழுத்துத் தெருவில் தள்ளினாள். அப்பொழுதும் ஆத்திரம் அடங்கவில்லை. “அம்மா... கத்தி ஏன் ஊரைக் கூட்டுகிறாய்?” என்று சரோ அம்மாவைச் சாமாதானப்படுத்த முயற்சி செய்தாள். அவளைப் பிடித்து ஒரு தள்ளுத் தள்ளிவிட்டு விளக்குமாத்தை எடுத்தாள் சாந்தி. சரோ பாய்ந்து விளக்குமாத்தைப் பிடித்துப் பறித்துவிட்டு நடுவில் நின்றுகொண்டாள். சாந்தியோட சத்தம் முகாமே அதிர்வதாக இருந்தது. அவள் சத்தத்துக்கு முன்னால் சரோவின் குரல் அமுங்கியிருந்தது. சத்தம் கேட்டு அக்கம்பக்கத்துச் சனங்கள் கூடிவிட்டன. வேடிக்கைப் பார்த்த யாரும் எதுவும் பேசவில்லை. பேசுபவர்களையும் சேர்த்து சாந்தி மரியாதையில்லாமல் கத்துவாள். ஏன் வம்பு என்று வேடிக்கை மட்டும் பார்க்கிறார்கள். சசி சேலைத்தலைப்பால் வாயை மூடிக்கொண்டு அழுது கொண்டிருந்தாள். எந்த முடிவும் அவளால் எடுக்க முடியாத நிலையிருந்தது. மதியத்து வெயில் அவள் முகத்தில் சுளீர் என்று அடித்துக்கொண்டிருந்தது.

அந்த நேரம் மல்லிகாவின் காதுக்குக் கதை எட்டி மல்லிகா வந்து, சாந்தியை அவள் சத்தத்துக்கு மேலாக, "ஏண்டி சாந்தி? இப்படி கத்தி ஊரகூட்டுற?"

"ஒருத்தி ஊர்காரங்கிட்ட படுத்து வயித்துல புள்ளைய சுமந்துட்டு வந்திருக்கிறா அதக் கேக்காம எங்கிட்ட எகுறிறியாநீ? வயித்தெருச்சல்ல நான் கத்துறதுதான் உனக்குப் பிரச்சினையா."

"சரி நீ இப்படியே கத்திக்குன்னு நில்லு" என்றுவிட்டு சசி கையைப் பிடித்து இழுத்துக்கொண்டு தன் வீட்டிற்குச் சென்றாள். சசி அழுதுகொண்டே அவள் பின்னால் சென்றாள். மல்லிகா வந்து சசியைக் கூட்டிசென்றதும் வேடிக்கை பார்த்த கூட்டம் கலைய ஆரம்பித்தது. இனி என்ன கொஞ்ச நாளைக்கு இதே புறணிக் கதைதான்.

சாந்தி கத்துவதை அப்போது நிறுத்தவில்லை."தேவடியாளுகள வளர்க்கிறதுக்கு நான் எப்படியெல்லாம் கஸ்டப்பட்டேன்..."

"போதும் நிறுத்துங்க உந்தக் கதையை எத்தனை தடவைதான் சொல்லுவீங்க."

"ஆமாண்டி தோற உங்கள வளக்க நான்பட்ட அவமானமும் கஸரமும் எனக்குத்தானே தெரியும்."

"போதும்போதும் திரும்பத் திரும்பச் சொல்லி மானத்த வாங்காதீங்க". சாந்தி பக்கத்தில் கிடந்தச் செருப்பை எடுத்து சரோமீது வீசினாள்.

"எங்கடி இருக்கு மானம்? உடுத்தின சீலைக்குள்ளயா இருக்கு மானம். ஆளாளுக்கு மானம், மசுருன்னு பேசுறீங்க." சமூகத்தின்மீதான வெறுப்பு வார்த்தையாக வந்து விழுந்தது. சரோ அதன்பின் எதுவும் பேசவில்லை. அதுவா புலம்பி அடங்கட்டும் என்று நினைத்துக்கொண்டாள். மூலையில் சாந்தி அழுது புலம்பிக்கொண்டிருந்தாள். சரோ இன்னொரு மூலையில் உட்கார்ந்திருந்தாள்.

இருபத்தைந்து வருடங்களுக்குப் பின்நோக்கி நகர்ந்தது சாந்தியின் நினைவு.

அது யாழ்ப்பாணத்தில் அழகான ஊர். இளவாலை லேடீஸ் கான்வெட்டுக்குப் பின்னாடி இருந்தது அவளது வீடு. அப்பா அரசு உத்தியோகம். பன்னிரண்டாவது வரை கான்வென்டில்தான் படித்தாள். சொந்தக்காரப் பொடியன் ஒருவனைக் காதலித்துக் கல்யாணம் செய்து மூன்று குழந்தைக்கு நல்ல தாயாகவும், புருசனுக்கு நல்ல மனைவியுமாகச் சந்தோசமாக வாழ்ந்த குடும்பம்.

68 தொ. பத்திநாதன்

சாந்தியின் புருசன் சொந்தமாக வேன் வைத்திருந்தான். அப்போது ஒரு தடவை அவசரம் என்றுகூறி அவனுடைய வேனை இயக்கம் எடுத்துக்கொண்டு போனது. அதை யாரோ ஆர்மியிடம் சொல்லிக்கொடுக்க, வந்தது வினை. ராணுவம் வச்ச சூனியம் இன்றுவரை பிடித்து ஆட்டிப்படைக்கிறது. ஊர் முழுவதும் ராணுவத்தால் சுற்றி வளைக்கப்பட்டுவிட்டது. வீட்டிலிருந்த சாந்தியின் புருசனை ஒரு இராணுவக்குழு பிடித்துக்கொண்டு போனது. சாந்தி புருசன் திரும்பி வரவில்லை.

சாந்தியின் வயிறு பெருத்துக்கொண்டு வந்தது. சசி இன்று சேலையால் வயிற்றை மறைத்ததுபோல் சாந்தி அன்று வயிற்றை மறைத்து மறைத்துப் பார்த்தாள். இயற்கையை எந்தச் சேலையால் மறைக்க முடியும். புருசன் இல்லாமல் இவள் எப்படி என்று ஊர் சிரிக்க ஆரம்பித்தது. மாசமாக இருப்பதற்கு இராணுவம்தான் காரணம் என்றும் சிலர் சாந்தியின் காதுபடப் பேச ஆரம்பித்தார்கள். சரியான வைராக்கியம் பிடித்த சாந்தி மூலையில் ஒடுங்கிப்போகாமல், அவமானம் தாங்க முடியாமல் தட்டம் தனியே மூன்று பிள்ளைகளையும் கூட்டிக்கொண்டு கிளிநொச்சிக்குக் குடிபெயர்ந்தாள். கிளிநொச்சியில் ஒருத்தர் அவர்களுக்கு அடைக்கலம் கொடுத்தார்.

அவர் மனைவி பிள்ளைகள் எல்லாம் கனடாவில் இருந்தார்கள். அவருடன் சில ஆண்டுகள் சாந்திக்கு வாழ்க்கை எப்படியோ ஓடியது. பிள்ளைகளையும் கூட்டிக் கொண்டு அவருடன்தான் 90களில் அகதியாக உச்சப்பட்டியில் அடைக்கலமானாள். உச்சப்பட்டியின் ஆரம்பகால வாழ்க்கை நிம்மதியாகத் தான் கழிந்தது. சிறிய பெட்டிக்கடை வைத்திருந்தார்கள். பால்மாடு வளர்த்தார்கள். அப்பவே சாந்தி சீட்டுக் கட்டவும், வட்டிக்குக் கொடுக்கவும் ஆரம்பித்திருந்தாள்.

யார் கண்பட்டதோ மறுபடியும் தேன் கூட்டில் கல்லெறி விழுந்தது. கனடாவில் உள்ள மனைவி தன் கணவனைத் தன்னுடன் அழைத்துக்கொண்டாள்.

o o o

ஒருநாள் சாந்திக்குக் கசப்பான சம்பவமொன்று நடந்தது. பல ஆண்டுகளுக்கு முன்பு குழந்தைகளெல்லாம் சிறுசுகளாகப் பள்ளிக்கூடம் போன காலமது. "ஏண்டி ஒன்னமாதிரி நான் ஆமிக்காரனுக்கு புள்ள பெத்தனாடி. இப்ப காசுக்காக எவன்கிட்ட வேணுமானாலும் நீ போவடி. அரிப்பெடுத்தா எவன்கிட்ட என்றாலும் போடி. துப்புக்கெட்ட நாயே... ஏண்டி என் புருசன மடக்கி வச்சிருக்கே..." என்று சாந்தியின் வீட்டுக்கு

அந்தரம் ◆ 69 ◆

முன்னாடி நின்றுகொண்டு ஊருக்கே கேட்குற மாதிரி அசிங்க அசிங்கமாகப் பேசுனா பெரியதம்பி பொண்டாட்டி.

வீட்டுக்கு வெளில வந்த சாந்தி அந்த ஊரக்கூட்டுற சத்தத்துக்கு மேல தானும் சத்தம் போட்டா. “ஆமாண்டி... நானாடி உன் வீட்டுக்கு வந்து உன் புருசன படுக்கக் கூப்பிட்டேன். உன் புருசன வேணும்னா நீ ஒஞ்சேலைக்குள்ள வை. நீ என்னடி யோக்கியமா? வீட்டில வேல பாத்த வேலைக்காரன்கூட புள்ளயத் தூக்கிட்டுப் புருசனுக்குத் தெரியாம அகதியாக வந்தவதான்டி. உன் வண்டவாளம் எல்லாம் தெரியாதா என்ன?” இப்படி வளர்ந்துட்டுப் போன பேச்சினூடே இரண்டு குடும்பத்து வண்டவாளமும் முகாமுக்கு நல்ல பேசுபொருளாகிப் போனது. குடுமிப்பிடிச் சண்டையாகி முகாமே நாறிப்போனது. ஆனாலும் பெரியதம்பி, சாந்தி வீட்டுப்பக்கம் வருவதை நிறுத்தவில்லை. முகாமில் இதுபோல் கள்ளக்காதல் பிரச்சினை என்பது பெரிய விஷயமில்லை. கொஞ்சநாளைக்கு இதுபற்றிப் பேச்சு அடிபடும். மறுபடியும் வேறு ஒரு பிரச்சினை வந்ததும், இந்தப் பிரச்சினை மறந்து போகும்.

சாந்திக்கு பெரியதம்பி வருவது பிடிக்கவில்லை. தேவையில்லாமல் அவன் பொண்டாட்டிகூடச் சண்டைப் போட்டு நாற விருப்பமில்லை. அவன் வருவதைத் தவிர்ப்பதற்கு சாந்தி மாற்று வழியைத் தேட ஆரம்பித்தாள். அவள் எதிர்பார்த்த மாதிரியே அதுவும் அமைந்தது.

4

சசிக்கு இன்னமும் அம்மாவுடன் சமாதானம் ஆகவில்லை. கியூ ப்ராஞ்சுக்காரன் வேறு வந்து வந்து மிரட்டிவிட்டுப் போகிறான். பதிவில்லாமல் முகாமில் இருக்கக் கூடாது என்கிறான். அகதி வேறு எங்கு போக முடியும் என்பதை அவன் யோசிக்க வேண்டியதில்லை. ஊர்க்காரன்கூட ஓடிப்போனதால் முகாமில் பதிவும் இல்லாமல் போனது. எப்படி என்றாலும் முகாமில் பதிவு எடுத்துவிடவேணும் என்று நினைத்துக்கொண்டாள்.

சசி செல்வியிடம் கேட்டாள், "செல்வி அக்கா... சம்பளம் போட ஆர்ஐ வருவார்தானே . . . அவரிட்ட பதிவுக்கு மனு எழுதிக் கொடுத்தாப் பதிவு வந்திருந்தானே."

"ஆர்ஐ பாடையன் எங்க வாரான் . . . முதல்ல வெறிக்குட்டியிருந்தான். அவன் குடிச்சுட்டு வந்தென்றாலும், தாமதமானாலும் சம்பளம் போடுவான். அவன் குடிச்சுட்டு முகாமில் பொம்பள புடிக்கிறான் என்று இங்குள்ளதுகள், அவனுக்கும் மேல் அதிகாரிகளுக்கு மொட்டக் கடுதாசி போட்டான்கள். அதனால் அவன மாத்திட்டாங்க. இப்ப முகாமுக்கு தனி ஆர்ஐ இல்ல. திருமங்கலம் தாலுகா ஆர்ஐதான் முகாமையும் பார்த்துக்கிறார். அவருக்கு அங்குள்ள வேலையே சரியாகிடுது. இதுல இங்க வேற வர்றாறாக்கும்" என்று எரிச்சலுடன் செல்வி சொன்னாள்.

"அப்போ யாருக்கா சம்பளம் போடுவாங்க?"

"தாலுகா ஆர்ஐதான்... கொஞ்ச நாளா அவருக்கு நேரம் இருக்கிறப்போ பத்தோ பதினைஞ்சோ தேதியில வந்து சம்பளம் போட்டாரு. அதுவும் அங்கேயும் வேலை அதிகம். இங்க மனுசன் வந்தார் என்றால் நாய் மாதிரி எரிஞ்சு விழுவான். ஏதோ

அவன் அப்பன் வீட்டுக் காச கொடுப்பதுபோல... அவனுக்கு வால் பிடித்த குமார்தான் இப்ப சம்பளம் போடுறான்."

"எப்படிக்கா அரசாங்கம் அத்தனை லட்சம் ரூபாய அவன நம்பிக் கொடுக்கிறது?"

"என்ன அரசாங்கமோ... கொடுக்கத்தானே செய்கிறது. அதுமட்டுமல்ல, வெளியூர் போக வேண்டும் என்று அனுமதிக் கடிதம் வாங்க திருமங்கலம் தாலுகா ஆபீஸ்ல ஆர்ஐக் கிட்ட கேட்டால் முகாம்லதான் குமார் இருக்கிறான், அவன்கிட்ட வாங்க வேண்டியதுதானே... எதுக்கு இங்க வர்றீங்க என்கிறான். குமார்கிட்ட போனல் ஆர்ஐட்ட போங்க... அது...இது... ஏதோ எல்லாம் கதை சொல்லுவான். அவன்கிட்ட ஒரு ஐம்பதோ நூறோ கொடுத்தால் அனுமதிக் கடிதம் வீடுதேடி வரும். பாவப்பட்ட சனங்கள் இவங்களிடம் மாட்டிக்கிட்டு அல்லோலப் படுதுங்க."

"என்னக்கா இவன் இன்னும் திருந்தலியா? கேட்கிறதுக்கு ஆளே இல்லாமத்தான் ஆட்டம் போடுறானா?"

"ஏன் இல்லை? ஒருநாள் ராஜன் தண்ணியப் போட்டுட்டு வந்து குமாரத் தாறுமாறாகத் திட்டி அடிக்கப்போகவும், அவன் கியூ ப்ராஞ்சுக்காரன் கிட்ட சொல்லவும் கியூ ப்ராஞ்சுக்காரன் வந்து ராஜனுக்கு நாலு சாத்துச் சாத்த, இப்ப யாருமே வாய் திறப்பதில்லை. கியூ ப்ராஞ்சுக்காரனுக்குக் குமாரு காசு ஏதும் கொடுப்பானோ? அதனாலதான் அவன் கண்டு கொள்ளாமலிருக்கிறான்போல."

"ஆர்ஐக்கு இது கூடுதல் வேலை. தலைவலியான வேலை. அவருக்கு இத எப்படியென்றாலும் தட்டிக் கழிக்கணும். இங்கு முகாமுக்கு வர்ற கியூ ப்ராஞ்சுக்காரன் ஏதும் நடவடிக்கை எடுக்கவில்லை என்றால் குமார் ஆர்ஐ மூலமாக கியூ ப்ராஞ்சு மேலதிகாரிக்கு போன் பண்ணுவான். அதவிடு இந்த நக்கிப் பிழைக்கிற நாய் அப்படித்தானிருக்கும்" என்று பொரிந்து தள்ளினாள் செல்வி. அதற்குமேல் சசி இதுபற்றிப் பேச விருப்பமில்லாமல் பேசாமலிருந்தாள். செல்வி மறுபடியும் தொடர்ந்தாள். "குமாரப் போய் பார்த்து ஒரு மனு எழுதிக் கொடுத்து அவன்கிட்டச் சொல்லு. பதிவு எடுத்துக் கொடுத்ததும் வருகிற முதல் மாதச் சம்பளத்தை நீயே எடுத்துக்கொள் என்று சொன்னால் அவன் உனக்குப் பதிவு எடுத்துத் தருவான்" என்று கூறிக்கொண்டே செல்வி குடிதண்ணீர் பிடிப்பதற்காகக் குடத்தைத் தூக்கிக்கொண்டு பள்ளத்தடி அடி பைப்பை நோக்கி நடந்தாள்.

சசிக்கு ஒரே யோசனையாக இருந்தது. எப்படி அவன் முகத்தில் முழிப்பது. சசிக்கு அவனைக் கண்ணிலும்

காட்டக்கூடாது. ஒரு முறை அவனை நேராகவே ஆத்திரம் தீரத் திட்டித் தீர்த்தவள், அவனிடம் போய் எப்படி உதவி கேட்க முடியும்? ஊர்க்காரனுடன் அவள் ஓடிப்போனதுக்கு அம்மா எவ்வளவு காரணமோ, அதுபோல இவனும் ஒரு காரணம். சசி வேலை பார்த்த சிட்கோ கம்பெனியில்தான் குமாரும் முதலில் வேலை பார்த்தான். ஊர்க்காரருடன் காதல் வருவதற்கு முன்பு, அவருடன் சாதாரணமாகப் பேசிக்கொண்டிருந்ததைப் பார்த்த குமார், முகாம் முழுவதும் சசி ஊர்க்காரனைக் காதலிக்கிறாள் என்று கதை கட்டிவிட்டான். இல்லாதது, பொல்லாதது எல்லாம் சேர்த்துச் சொல்லிவிட்டான். இன்றைக்கு அந்த நாய்க்கு முன்னால் உதவி கேட்டு எப்படி நிற்க முடியும். அதற்காகப் பதிவு இல்லாமல் முகாமில் இருக்க கியூ ப்ராஞ்சுக்காரன் விடமாட்டான். என்ன செய்வது? இப்படி யோசித்துக் கொண்டிருக்கும்போது தண்ணீர்க்குடத்தைச் சுமந்துகொண்டு செல்வி திரும்பி வந்தாள். “என்ன என்னமோ செய்கிற அரசாங்கம் இந்த முகாமில தண்ணிப் பிரச்சினைக்கு ஒரு வழி செய்யமாட்டேங்கு. முகாமில் இந்தத் தொங்கலிருந்து அந்தத் தொங்கலுக்கு குடிதண்ணி எடுக்கப் போக வேண்டியுள்ளது.” என்று புறுபுறுத்துக்கொண்டே தண்ணீர்க் குடத்தை இறக்கி வைத்தாள். “சசி இன்னைக்கு ஆர்ஐ வர்றாராம். அடி பைப்படியில பேசிக்கிட்டாங்க. அவர்கிட்ட பதிவு தரச்சொல்லி ஒரு மனு எழுதிக் கொடு” என்றாள்.

முகாமிற்குள் நுழைவதற்கு முன்பாக ஓர் ஓலைக்கொட்டில் இருக்கும். உள்ளே ஒரு மேசையும், ஒரு கதிரையும் எப்போது கிடக்கும். அந்தக் கொட்டிலுக்குப் பக்கத்தில் இரண்டு சிறிய வேப்பமரங்கள் சற்று உயரமாக வளர்ந்திருந்தன. கொட்டிலின் முகப்பில் புறக்காவல் நிலையம் என்று எழுதப்பட்ட சிறிய தட்டி தொங்கிக்கொண்டிருந்தது. பின்புறம் ரேசன் கடை. அதுவும் ஓலைக்கொட்டில்தான். ஒரு தடவை மழையில் அரிசி நனைந்து போகவும் அகதிகளாகக் காசு சேர்த்து அதைக் கட்டியிருந்தார்கள். அது போன்றுதான் இந்தப் புறக்காவல் நிலையக் கொட்டிலும். அங்கு வைத்துத்தான் சம்பளம் கொடுப்பார்கள்.

சசிக்குச் சம்பளம் கொடுக்கும் இடத்துக்குப் போகச் சங்கடமாக இருந்தது. அங்கு நிறைய ஆட்கள் நிற்பார்கள். இருந்தாலும் என்ன செய்ய முடியும்? மதியத்திற்கு மேல் தலையில் ஒரு துவாய்த் துண்டைப் போட்டுக்கொண்டு கையில் மனுவுடன் புறப்பட்டாள். கூட்டம் குறைவாகத்தான் இருந்தது. வேப்பமரத்தடி நிழலில் நின்றுகொண்டிருந்தாள். கூட்டம் குறைந்துகொண்டே போனது. தெரிந்த ஒரு சிலர் வந்து சசியிடம்

நலன் விசாரித்துவிட்டுப் போனார்கள். ஆர்ஐ கதிரையில் உட்கார்ந்திருந்தார். குமார் பக்கத்திலேயே நின்றான். சசி மெதுவாக ஆர்ஐக்கு அருகில் போனாள். "என்னம்மா உனக்குத் தனியாச் சொல்லணுமா ... சம்பளம் இன்னைக்குப் போட்டு முடிச்சாச்சு. எடுக்காதவங்க நாளைக்கு ஆபீஸ் வாங்க" என்று எரிச்சலாகப் பதில் கூறினார்.

சசி எதுவும் பேசாமல் கையிலிருந்த மனுவை நீட்டினாள். அவர் அதைக் கையில் வாங்காமல் "என்ன?" என்றார். "பதிவு வேணும் சார் . . ." என்றாள். "ஏம்மா உங்களால முகாம்ல கொடுக்கிறத சாப்பிட்டுட்டுச் சும்மா இருக்க முடியாதா ... பதிவ வெட்டுறதும் சேக்கிறதும்தான் எங்களுக்கு வேலையா?" என்ற அதட்டலான தடித்த குரல் சசியைத் தாக்கியது. அதேநேரம் குமார் ஆர்ஐ காதில் ஏதோ குசுகுசுத்தான். சசி மெதுவாகத் தலையைக் குனிந்துகொண்டாள். "யாரோட சார்பு நபராகச் சேர்த்து பதியணும்" என்று ஆர் ஐ கேட்டார். "அம்மாவோட" என்றாள். "உன்னை அம்மாவோட சேர்த்துப் பதிவதற்கு, அம்மாவுக்கு விருப்பம் என்று ஒரு கடிதத்த அம்மாகிட்ட வாங்கி, அதையும் இந்த மனுவோட சேர்த்து, அம்மா போட்டோ கார்டையும் ஒரு ஜெராக்ஸ் எடுத்து அதோட இணைத்து குமார்கிட்ட கொடு" என்று வாங்கிய மனுவைப் பிரித்துப் படிக்காமலேயே திருப்பிக் கொடுத்தார். அதுவரை குமார் முகத்தைப் பார்க்காத சசி மெதுவாகக் குமாரைப் பார்த்தாள். அவன் ஒரு கள்ளச்சிரிப்புச் சிரித்தான். தலையைக் குனிந்துகொண்டே செல்வியுடைய வீட்டுக்கு வந்தாள். வயிறு வர வரப் பெருத்துக்கொண்டே போகிறது. கழுத்தைப் பிடித்து வெளியே தள்ளிய அம்மா, தன்னுடன் சேர்த்துப் பதிய மட்டும் சம்மதிக்குமா? அம்மாவுடன் சமாதானம் ஆகாதவரை பதிவுக்கு வாய்ப்பில்லை. இவங்க தனியாகவும் பதிவு தரமாட்டாங்க ...

5

முகாம் வாழ்க்கையில் இத்தனை ஆண்டுக்காலத்தில் இந்தப் பிரச்சினை பெரிதாக வெளிப்பட்டதில்லை. அமுக்கி அமுக்கி வைக்கப்பட்டிருந்தது. 2009க்குப் பிறகு சிறிதுசிறிதாக வெளிப்பட்டு, இப்போது காவல் நிலையம் சென்றும் தீராத அளவிற்கு வெடித்து நிற்கிறது.

கூத்தியார் குண்டுவிலிருந்து வடக்குப் பக்கமாக உள்ள வீதி வழியாக ஒரு கிலோ மீட்டர் தூரத்திற்குப் போனால், முதலில் தனபாண்டியன் பொறியியல் கல்லூரி வரும். அதற்கு முன்பாக வீதியின் இடதுபக்கம் அகதிகள் முகாம். கூத்தியார் குண்டுவிலிருந்து வரும்போது இடது பக்கமாக வீதி பிரியும். அது, நேராக உச்சப்பட்டி கிராமத்தில் உள்ள சேவா பால்பண்ணைக்குச் செல்லும். பொறியியல் கல்லூரியைக் கடந்து செல்லும் வீதி ஆஸ்டின்பட்டிக்குச் செல்லும். அங்கிருந்து சேவா பால்பண்ணை செல்லும் சாலையின் கிழக்கு பக்கம் மாரியம்மன் கோயில் அமைந்துள்ளது.

அருகருகாகவே சிறுவர் விளையாட்டுத் தளம், அடுத்துப் புறக்காவல் நிலையம், அருகில் ஒரு வேப்பமரம், பின்னாடி ஒரு தொண்டு நிறுவனம் கட்டிய பாலர் பாடசாலை, காவல் நிலையத்தின் வடக்கே 'சகாயம்' மதுரை மாவட்ட ஆட்சியராக இருந்தபோது கட்டிய சமுதாயக்கூடம் எல்லாம் இருந்தன. சமுதாயக் கூடத்திற்கு எதிரில் பெரிய நீர்தேக்கத் தொட்டி, அதுவும் சகாயம் உபயம். பக்கத்திலேயே புண்ணியவான் திருமங்கலம் சட்ட மன்ற உறுப்பினர் முத்துராமலிங்கம் தொகுதி நிதியிலிருந்து கட்டப்பட்ட ரேசன் கடையும், ராணியுடைய தேநீர்க் கடையும் இருந்தன.

ராணி கறுப்பாக இருந்தாலும் வனப்பும் மினுப்புமாகப் பார்ப்பவர்களைக் கவரும் விதமாக இருந்தாள். அவள் தோற்றத்துக்கு எடுப்பாக, நீண்ட கூந்தலும் உருண்டைக் கண்ணும் கச்சிதமாகப் பொருந்தியிருந்தது.

அவளுக்குக் கறுப்பு ராணியென்றும் ஒரு பெயர் உண்டு. அவளுக்கு ஒரு ஆண்குழந்தை, ஆறு வயது. அவள் புருசன் ஒரு அப்புராணி மனிதர். நல்ல பெயிண்டர். திருப்பூர், கோயம்புத்தூர் போன்ற இடங்களுக்குச் சென்று தங்கியிருந்து வேலைசெய்வார்.

ராணி, இரண்டு வருடங்களுக்கு முன்பு உச்சப்பட்டிக்காரன் கூட ஓடிப்போய் ஒரு வருடம் வாழ்ந்துவிட்டு வந்து மறுபடியும் புருசன்கூட வாழ்கிறாள். நல்ல தைரியசாலியான பொம்பளை. நாலு ஆம்பள நின்டாலும் நாக்கப் புடுங்கிறமாதிரிப் பேசக்கூடியவள்.

இந்த முகாமில் 1990 – முதல், சாதி அடையாளத்துடன் வாழ்ந்தவர் கறுப்புராணியோட அப்பா. அவர் இறந்த பிறகுதான் ராணி தேநீர்க் கடையை நடத்த ஆரம்பித்தாள். கூடவே அவள் அம்மாவும் இருந்தாள். தேநீர்க் கடை அருகில், அவள் வீடும் இருந்தது. போலிஸ் கியூ பிரிவு யாரு வந்தாலும் முதலில் செல்வது, கறுப்புராணி தேநீர் கடைக்குத்தான்.

காலையில் வெளியே செல்பவர்கள், கை ஒப்பமிடும் நோட்டும் அந்தக் கடையில்தான் இருந்தது. மாலையில் வேலை முடித்து வீடு திரும்புபவர்கள் கையொப்பம் இட்டுவிட்டுத்தான் திரும்ப வேண்டும். கறுப்பு ராணி புருசன் வெளியூரில் வேலை செய்வதைக் காரணம் காட்டி, வேறு சிலரும் வெளியூர்களில் தங்கி வேலை செய்துகொண்டிருந்தார்கள்.

கறுப்பு ராணிக்குத் தனது புருசன் வெளியூரில் வேலை செய்வதுதான் வசதி என்பதால் கியூ பிரிவும் கண்டு கொள்ளவில்லை. கியூ பிரிவு கண்டுகொள்ளாமல் விட்டது. கறுப்பு ராணிக்காக இல்லை; அவளை வைத்திருக்கும் ஆஸ்டின்பட்டி காவல் நிலையத்தில் வேலை செய்யும் ஏட்டு பாண்டியனுக்காக. பாண்டியன் திருப்பரங்குன்றத்தைச் சேர்ந்தவர். முகாமிலிருந்து ஏதாவது சண்டைச் சச்சரவு என்று ஆஸ்டின்பட்டி காவல் நிலையத்திற்குப் போனால் கறுப்பு ராணியிடம் யாரு முதலில் வருகிறார்களோ, அவர்கள் பக்கமே நியாயமும் நிற்கும் என்பது சில காலமாக எழுதப்படாத விதியாகவே நடந்து கொண்டிருந்தது.

76 தொ. பத்திநாதன்

முகாமில் உள்ளவர்கள் ஆஸ்டின்பட்டி காவல் நிலையம் போகவே பயப்பட்டார்கள். ஆனாலும் அதைத் தாண்டிப் போக வேண்டிய சூழல் ஏற்பட்டது.

முகாமில் காலைப் பொழுது சுறுசுறுப்பாக இயங்கிக் கொண்டிருந்தது. காலை ஏழு மணிக்கே பள்ளிக்கூட வேன் வர ஆரம்பித்துவிடும். ஊர்காரங்க என்றால் '9 மணிப் பள்ளிக்கூடத்துக்கு எதுக்கு பிள்ளைகளை ஏழு மணிக்கே அள்ளிட்டுப் போறீங்க' என்று கேள்வி கேட்பார்கள். ஆனால் முகாமில் அப்படிக் கேட்கும் துணிவு யாருக்கும் இல்லை. கறுப்பு ராணி, தனது பையனை அரக்கப் பறக்கப் பள்ளிக்கூடத்துக்குத் தயார் பண்ணிக்கொண்டிருந்தாள். பேருந்துச் சத்தம் கேட்டது. அது காவல்நிலையம் எதிரில்தான் வந்து நிற்கும். ராணி பையனைக் கூட்டிக்கொண்டு வந்து டீக்கடையிலிருந்து இரண்டு மிட்டாய்களை எடுத்துக் கொடுத்து, பேருந்தில் ஏற்றிவிட்டாள். இதுபோல் பல பெற்றோர்களும் சிறுபிள்ளை களைக் கூட்டிக்கொண்டு வந்து பேருந்தில் ஏற்றிவிட்டார்கள். வளர்ந்த பிள்ளைகள் அவர்களாகவே ஏறிக்கொண்டார்கள்.

ராணி கடைக்குத் திரும்பி வியாபாரத்தைக் கவனிக்க ஆரம்பித்தாள். தேநீர் குடித்துக்கொண்டிருந்த பெருமாள்தான் கேட்டார். "என்ன ராணி ... ஏதோ வேனடியில் சத்தம் கேட்டமாதிரி இருந்துச்சே..."

"ஆமாய்யா ... இவங்களுக்கெல்லாம் அகதிகள் என்றால் இளக்காரமா போச்சுது. ஏழுமணிக்கு இந்தப் பிள்ளைகளை ஏத்திட்டு இந்தக் கிராமம் எல்லாம் சுத்திட்டு ஒன்பது மணிக்குதான் பள்ளிக்கூடம் போய் இறக்கிவிடுவாங்க. இரண்டு மணிநேரம் இந்தப் பிஞ்சுகள் பஸ்லயே கிடக்கணும். அதுபோல் சாயங்காலம் பள்ளிக்கூடம் முடிந்தால் ஊர்காரப் பிள்ளைகளை எல்லாம் இறக்கிவிட்டுட்டு மாலை ஆறுமணிக்குக் கடைசியாகதான் இங்க வந்து பிள்ளைகளை இறக்கி விடுறாங்க. இது என்ன நியாயம்... முதல்ல ஏத்துற பிள்ளைகளை முதல்ல இறக்கிவிடலாம்தானே. படிச்சவங்களுக்கே அகதிகள் என்றால் இளக்காரமாகப் போச்சு. மத்தவங்கள என்ன சொல்லுறது. ஊர்க்காரங்கக்கிட்ட இப்படி செய்தா விடுவாங்களா?" மூச்சுவிடாமல் ராணி பொரிந்து தள்ளினாள். "பள்ளிக்கூடம் என்ன... எல்லா இடத்திலயும் அகதிகள்னா இளக்காரம்தான். ஒன்னாம் திகதி கொடுக்க வேண்டிய சம்பளம் இருபதாம் திகதிக்கு மேலதானே போடுறான். இதையெல்லாம் யார் கேட்கிறது ... நம்ம நாட்டுப் பிரச்சினை தீர்ந்தால் நாம இப்படி துக்கப்படத் தேவையில்லை. நிம்மதியாக ஊர்ல போய்

சாகலாம்." இப்படி பேசிக்கொண்டிருக்கும்போது வடிவேல் வந்தான். "என்ன வடிவேல்... லேட்டா வறமாதிரி இருக்கே..." பெருமாள் லேசாக ஆரம்பித்தார். "ஆமா பெருமாளண்ணே... காலையில இந்த அடி பைப்ல இரண்டு குடம் தண்ணி எடுக்கவா முடியுது... அவ்வளவு கூட்டம்." வடிவேலுக்கு ராணி டீ போட்டுக் கொடுத்தாள். அவன் டீ குடித்துக்கொண்டே *தினத்தந்தி* படிக்க ஆரம்பித்தான். ராணிக்கு ஆத்திரம் அடங்கவில்லை, அவரிடமும் பள்ளிக்கூட வேன் பிரச்சினையைச் சொல்லிக்கொண்டிருக்க, பெருமாள் குறுக்கிட்டு "இன்னைக்கா இப்படி செய்யுறாங்க..." என்று கேட்டார்.

"அதாண்ணே... ஏன் செய்யுறாங்க... நாம கேக்கணும்."

"ஆமா நீ மட்டும் போய்க்கேட்டா நியாயம் கிடைக்குமா? இந்த முகாமில ஒரு தலைவர இருக்க விடமாட்டாங்க பிள்ளை. ஒற்றுமையில்லையாட்டி எல்லாம் அப்படித்தான் ராணி நடக்கும்." வடிவேல் குறுக்கிட்டான். "ஒற்றுமையிருந்தால் நாம எதுக்கு இங்க அகதியாக இருக்கிறம். என்ன பெருமாள்ணே இலங்கைப் பிரச்சினைப் பற்றி ஏதும் செய்தி பேப்பர்ல போட்டிருக்கா?"

"இலங்கைப் பிரச்சினை பற்றிச் செய்தி போட்டால் என்ன... போடாவிட்டாலும் நமக்கு என்னடாப்பா ஆகப்போகுது... நம்மள இங்க கம்மாய்குள்ளதான் புதைக்கப்போறாங்க என்பது உறுதியாகத் தெரியும்போது நமக்கு எங்க என்ன நடந்தால் என்ன..." என்று விரக்தியான பதில் தடாலடியாக வந்து விழுந்ததை வடிவேல் எதிர்பார்க்கவில்லை. "இல்ல பெருமாள்ணே... நாம இல்லாவிட்டாலும் நம்மா புள்ளங்க அங்கதானே போய் வாழ வேண்டும். இப்படியே இங்க ஒன்றுமில்லாமல் எத்தனை நாளைக்கு வாழ முடியும்?" "வடிவேல் ஒன்றை நன்றாக கவனிக்கணும். இலங்கையில் பிரச்சினையே கிடையாது. அங்க பிரச்சினையே இலங்கைத்தீவு அமைந்திருக்கும் இடம்தான். இலங்கை இந்தியாவின் கடைக்கோடியில் இல்லாமல் வேறு எங்காவது இருந்திருந்தால் யாரும் அதைச் சீண்ட மாட்டார்கள். அங்க சிங்களவனும் தமிழனும் ஒற்றுமையாக இருக்கப் பக்கத்து நாடுகள் விடாது. பின்ன எப்படி பிரச்சினை தீரும்?"

"இல்ல பெருமாளண்ணே... அப்படிப் மேம்போக்கா குற்றம்சொல்லக் கூடாது. இந்தியா பக்கத்தில் இல்லண்டா இன்னேரம் தமிழன் என்ற ஒரு இனத்த இலங்கையில் இல்லாமலாக்கியிருப்பான் சிங்களவன்." பெருமாள் குறுக்கீட்டு, "ஆமாம் இப்ப மட்டும் என்ன வாழுது.?" என்றார். "நீங்க வெறுப்பில் பேசுறீங்க பெருமாளண்ணே... இந்திராகாந்தி இருந்திருந்தால் இந்தளவுக்கு நிலைமை மோசமாக ஆகியிருக்காது

பாருங்க... அவங்க ஒருத்தர்தான் இந்தியாவ ஆண்டவங் களிலேயே இலங்கைத்தமிழர் பிரச்சினையை முழுசாப் புரிஞ்சுக்கிட்டவங்க." "வடிவேல்... நீ தப்பா சொல்லுறாய்... நேருவால தோட்டத் தொழிலாளர்கள் பிரச்சினையை இலங்கையில் தீர்த்து வைக்க முடியாமத்தான், இலங்கை இந்திய காங்கிரசை உருவாக்கிக் கொடுத்து அரசியல்ரீதியாகப் போராடுங்க என்றார். ஆனால் இந்திராகாந்தி ஏன் ஜனநாயகரீதியாகப் போராட்டத்தை ஊக்குவிக்காமல் ஆயுதப் போராட்டத்தை வளர்த்தாங்க? ஒரு இறையாண்மையுள்ள நாட்டுக்கு எதிராக ஆயுதப் போராட்டக் குழுக்களை உருவாக்கி, ஆயுதமும் கொடுத்து உதவிய ஜனநாயக நாடான இந்தியாவின் செயல் சரிதானா என்று யோசிக்கணும். அதுமட்டுமில்ல... சரி... ஆயுதக் குழுக்களை உருவாக்கிய இந்தியா ஏன் ஒரே ஒரு ஆயுதக்குழுவை மட்டும் உருவாக்கவில்லை? அப்படி ஒரேயொரு ஆயுதக்குழுவை உருவாக்கியிருந்தால் அவனுகளுக்குள்ளே சுட்டுச் சாவதைத் தவிர்த்திருக்கலாமில்ல? இந்திராவின் நோக்கம் மட்டுமல்ல, இந்தியாவின் நோக்கமும் இலங்கைத் தமிழர்களுக்கு உதவுவதில்லை. ஏனென்றால் இலங்கை அரசாங்கத்தை இந்தியாவின் காலடியைச் சுத்திச் சுத்தி வரவைக்க வேணும். அது மட்டுந்தான்."

"பெருமாளண்ணே... நீங்க அரசியல்வாதி மாதிரி பேசுறீங்க. நீங்க, செய்தாலும் குற்றம் செய்யலண்டாலும் குற்றம் என்ற மனநிலையிலிருந்தால் எல்லாத்துக்கும் ஒரு காரணம் கற்பிக்க முடியும். அதெல்லாம் பழைய கதை."

இப்படிச் சூடான வாதம் நடந்துகொண்டிருப்பது இந்தத் தேநீர்க்கடைக்குப் புதிதில்லை. தினமும் பதினோருமணி வரையும் இவர்கள் இப்படித்தான்.

பெருமாளின் மகன் வெளிநாட்டில். மனைவி இல்லை. மகளுடன் முகாமில் வாழ்கிறார். வடிவேலு வெட்டிப் பயல். வேலை வெட்டிக்குப் போவதில்லை. குடும்பம் உண்டு. திடீரென்று இருவரும் அமைதியாகப் பேப்பர் படிப்பதில் மூழ்கிப் போனபோது ராணிக்குப் போரடிக்க ஆரம்பித்து விட்டது. "என்ன வடிவேலண்ணே பெருசு அமைதியாயிட்டுது. பேசிக் களைச்சுப்போயிட்டாரா?"

"அவரு அரசியல்வாதியாக ஆகியிருக்க வேண்டியவரு. இங்க வந்து மாட்டிக்கிட்டாரு. இங்க முகாமில் எவ்வளவு பிரச்சினையிருக்கு... அதுபற்றி எந்த அதிகாரிங்ககிட்டயும் அவர் பேச மாட்டார்" என்று வடிவேலு ஒரு போடு போட்டான். அதற்குப் பெருமாளிடமிருந்து ஒரு கள்ளப் புன்னகை மட்டும்

அந்தரம்

பதிலாக வந்தது. "அவருக்கென்ன ராணி? அகதின்னா நமக்குத்தான் பிரச்சினை. அவருக்கு மகன் காசு அனுப்புறார். இவர் உட்கார்ந்து சாப்பிட்டுட்டு இருக்கிறார்."

"வெளிநாட்டுல இருக்கிறான் என்பதால் சும்மா காசு வந்திராது. உழைக்கணும் வடிவேலு, உழைக்கணும். நீயும் வேலைக்குப் போனால் காசு வரும். நீ ஏன் வேலைக்குப் போவதில்லை?"

"வேலை தோது இல்லண்ணே..."

"ஆமா முகாமில்ல உள்ள எல்லாருக்கும் வேலையிருக்கு. உனக்கு மட்டும்தான் வேலையில்லை."

"சரி அதவிடுங்கண்ணே . . . தமிழ்நாட்டுல உள்ள அரசியல்வாதிங்க எல்லாம் இலங்கையில இருக்கிற நம் மக்களுக்கு ஏதும் செய்யமாட்டாய்ங்க, கள்ளனுக" பெருமாள் குறுக்கிட்டு "எங்கடா அவனுங்க இலங்கையில உள்ளவனுகளுக்காகப் போராடுறாங்க? அவனுக அரசியல் பண்ணுறாங்க. அது அவனுக பொழைப்புடா... வடிவேலு அவங்க உனக்காகத்தான் போராடுறாங்க என்று எல்லாம் நம்பிட்டு இருக்காத . . . அன்னைக்கே சொன்னாங்க யாரை நம்பினாலும் நம்பு வடக்கத்தியானை நம்பாதே என்று. அது இன்றுவரை சரியாகத்தானிருக்கு..."

"என்னாண்ணே, இப்படி சொல்றீங்க . . . இங்க எவ்வளவு போராட்டம் நடத்துறாங்க. இவங்க போராட்டம் நடத்தாமலிருந்தால், சிங்களவர்கள் தமிழர்களை எல்லாம் கொன்னுபோட்டிருப்பான்கள்."

"சரி வடிவேல்... அங்க உள்ளவங்களுக்குப் போராடுறாங்க சரி. இங்குள்ள அகதிகளுக்கு ஏன் போராடல? காரணம், இதால அவங்களுக்கு எந்த ஒரு ஆதாயமும் இல்லை. இலங்கைப் பிரச்சினைபற்றி ஒரு வருடம் பேசாமல் இருந்தால், இங்குள்ள அரசியல்வாதீங்க செத்துப்போவானுகள். இங்குள்ள அரசியல்வாதிங்க எல்லோருமே இப்படித்தான்." இப்படிப் பெருமாள் ஆக்ரோசமாகப் பேசிக்கொண்டிருந்தபோது முணான்டிபட்டிப் பூ வியாபாரி முருகன் காதில் அரைகுறையாக அது பட்டது. அவர் டீக் குடிக்க வந்தவர். "ஏன்பா... உங்களை எல்லாம் நாங்க இங்க வாங்கன்னு கூப்பிட்டமா? எதுக்கு நீங்கள்லாம் இங்க வந்தீங்க? வந்ததுமில்லாமல் இங்குள்ளவங்கள குறை சொல்லுறீங்க. உங்கள இங்க தங்கவச்சு கஞ்சி ஊத்துறத நிறுத்தனுமையா . . . உங்களுக்கு இங்க வாழ்றதுல என்னா பிரச்சினை... முகாமில் தண்ணி இல்லையா ... கரண்டில்லையா..."

ராணி குறுக்கிட்டாள். "முருகண்ணே . . . முதல்ல டீ வேணுமா வேணாமா?" வடிவேல் ஏதோ முருகனுக்குச் சொல்ல எத்தனிக்கவும், பெருமாள் சைகையால் அமர்த்திவிட்டுப் பேச ஆரம்பித்தார். "முருகா . . . நீ சொல்லுறது சரிதான். நாங்க அகதியாக வரும்போது நீங்க ஏன் தடுக்கல?"

"தமிழன்தானே என்று மனிதாபிமானத்தில உள்ளவிட்டா, எல்லாம் பேசுவிங்கையா... எல்லாம் பேசுவிங்க."

"இரு முருகா... நான் சொல்லி முடிச்சுக்கிறேன். தன்நாட்டில் உயிருக்கும் உடமைக்கும் பாதுகாப்பு இல்லை என்கிறபோது வேறு இடத்தில் தஞ்சம் கோர உலகத்தில் பிறந்த அத்தனை பேருக்கும் உரிமை உண்டு. அது இருக்கட்டும் முருகா அன்னைக்கு அகதியாக வரும்போது நீங்க தடுக்காததுக்கு, மனிதாபிமானம் மட்டும் காரணம் இல்லை." டீயைக் குடித்து முடித்த முருகனுக்கு அவர் கூறியது எதுவும் புரியவில்லை. "வெட்டிப்பேச்ச விட்டுட்டு வேலையைப் பாருங்கையா" என்று கூறிக்கொண்டே புறப்பட்டார் பூ முருகன். பூ முருகன் மாதிரி பலர் வந்து போய்கொண்டிருந்தனர். மணி பத்தைத் தாண்டியிருக்கும். ராணியின் கடைக்கு முன்னால் மோட்டர் சைக்கிளில் வந்திறங்கினான் ஏட்டு பாண்டி. வடிவேல் பின்பக்கம் வழியாக நழுவினான். பெருமாளும் மெதுவாக வீட்டுப்பக்கம் நடையைக் கட்டினார்.

6

சீலா நல்ல உயரமான பொண்ணு. கறுப்பு நிறம். வடிவான முகவெட்டு. மன்னார் வங்காலைப் பகுதியைச் சேர்ந்தவள். பெரும்பாலும் கடல் பகுதியைச் சேர்ந்தவர்கள் கிறிஸ்தவர்களாகவும், மத நம்பிக்கையில் தீவிரமானவர்களாகவும் இருந்தார்கள். ஆம்பிளைகள் சண்டைக்காரர்களாகவும், பெண்கள் நல்ல வாயாடிகளாகவும் இருந்தார்கள்.

ஆனால் சீலாவின் புருசன் ஓர் அப்பிராணியாக இருந்தான். அவனுக்கும் சேர்த்து வாயாடியாகவும் சண்டைக்காரியாகவும் சீலா இருந்தாள். இலங்கையில் இருக்கும்போது அவளுக்கு ஒரு பொடியன் பிறந்திருந்தான். பொடியனுக்கு ஒரு வயது இருக்கும்போது இந்தியாவுக்குக் குடும்பமாகவே வந்திருந்தாள். 1990களில் அகதியாக வந்த சீலா குடும்பம் மண்டபத்திலிருந்து நேராக உசிலம்பட்டிக்கு அனுப்பப்பட்டது. அங்கு ஒரு கோழிப்பண்ணையில் மூன்றுமாதம் தங்கியிருந்த பின்பு, உச்சப்பட்டிக்கு – கிட்டத்தட்ட எழுபது குடும்பங்கள், சீலா குடும்பத்தையும் சேர்த்து – மாற்றப்பட்டார்கள். உச்சப்பட்டியில் அப்போது நூறு குடும்பங்களுக்கு மேல் தங்கியிருந்தார்கள். உச்சப்பட்டியில் நடுப்பகுதி, மேட்டுப்பகுதி, பள்ளப்பகுதி என்றிருந்தது. அந்த நிலப்பகுதி அவ்வாறு இருந்ததால் அந்த மக்கள் அவ்வாறு வசதிக்காக அப்படிப் பிரித்திருந்தார்கள். நடுப்பகுதியில் மட்டுமே அகதிகள் இருந்தார்கள். உசிலம்பட்டியிலிருந்து வந்தவர்களைப் பள்ளப் பகுதியில் அரசு குடியமர்த்தியது. அங்கு தனித் தனியான ஓலைக்கொட்டில் கிடையாது. ஐம்பதடி நீளத்திற்கு மூங்கில் தடியால் கொட்டில் போட்டு, சுத்தி ஓலையால் அடைத்து, பத்தடிக்குப் பத்தடியாக நடுவில் தடுப்பு ஏற்படுத்தியிருந்தார்கள். எவ்வளவு பெரிய குடும்பமானாலும் ஒரு குடும்பத்திற்கு ஒரு வீடுதான். இங்கு எந்த ரகசியமும் பேச முடியாது, பக்கத்து வீட்டில் கேட்கும். பக்கத்தில் வீட்டில்

தொ. பத்தினாதன்

என்ன கறி என்பதிலிருந்து கணவனும் மனைவியும் இன்று உடலுறவு கொண்டார்களாக என்பதுவரை பக்கத்தில் உள்ளவர்களுக்குத் தெரிந்துவிடும். ஆண்கள் சிலர் குறும்பாக 'என்ன இரவு விசேசமா...' என்பார்கள். உசிலம்பட்டிக் கோழிப் பண்ணையைவிட இது எவ்வளவோ பரவாயில்லை என்று அவர்களாகப் பேசிக்கொண்டார்கள்.

அகதிகளுக்கு எங்கேயும் ஆதரவு இல்லாத நிலையில் இயற்கையும் அவர்களுக்கு ஆதரவாக இருப்பதில்லை. ஒரு மாதம் கழிந்திருக்கும். அது மழைக்காலம். ஒருநாள் இரவு சரியாக 12 மணி இருக்கும். பேய் மழை கொட்டியது. எல்லோரும் 'குய்யோ முய்யோ' என்று விழித்துக்கொண்டார்கள். குழந்தைகளைக் கையில் தூக்கிக்கொண்டார்கள். கொட்டில்கள் ஒழுக ஆரம்பித்துவிட்டன. ராசு காலில் தேள்கடித்து இரண்டு நாளாகக் கத்திக்கொண்டு திரிந்தான். ஏற்கெனவே கம்மாய்க்குள் பாதித் தண்ணீர் நிறைந்திருந்தது. அந்தப் பேய்மழையால் மேட்டுப்பகுதி மழைத் தண்ணீர் வழிந்து கம்மாய் நிறைந்து வீடுகளுக்குள்ளும் வந்துவிட்டது. கூடவே பாம்புகளும் பூச்சிகளும் படையெடுக்க ஆரம்பித்துவிட்டன. நல்ல வேளையாக மேட்டுப்பகுதியில் இதுபோல் கட்டப்பட்ட வீடுகளில் யாரும் குடியிருக்காமல் அவை சும்மா கிடந்தன. மழை விட்டதும் இரவோடு இரவாக எழுபது குடும்பமும் மேட்டுப்பகுதிக்குக் குடிபெயர்ந்தார்கள். முகாமைத் தவிர்த்து அந்த வெட்டவெளிகளில் யாரும் இருக்க மாட்டார்கள். மாடு மேய்க்கச் சில பேர் வருவார்கள். நூறு இருநூறு மாடுகள் அங்கு நின்று மேயும். முகாம் சனங்கள் பிளாஸ்டிக் பையையோ, பழைய வாளியையோ கையில் வைத்துக்கொண்டு மாடுகளுக்குப் பின்னால் திரிவார்கள். சில பெண்களை மாடு விரட்டி முட்டியுமிருக்கிறது.

அவர்களுக்கு வேறு ஒரு பிரச்சினையும் காத்திருந்தது. பள்ளத்தில பேய் மழையும் மேட்டுப்பகுதியில் பேய்க் காத்தும் அடித்தது. வெட்டவெளி என்பதால் காத்து ஓலைக்கொட்டிலில் மோத, ஒரு கொட்டில் மற்றொரு கொட்டிலின் மேல் விழ, வரிசையாகக் கட்டப்பட்ட ஓலைக்கெட்டில்கள் ஒன்றுமே பாக்கியில்லாமல் வரிசையாகத் தரையோடு தரையாக விழுந்துவிட்டன. சோதனை மேல் சோதனையென்று முகாம் சனங்கள் பள்ளத்துக்கும், மேட்டுக்கும் அலைக்கழிக்கப் பட்டார்கள். 'இலங்கையில் பிறந்த தமிழனுக்கு உலக நாடுகள் எல்லாம் சேர்ந்து செய்வினை செய்திருக்கிறார்கள். அதுதான் நம்மளப் பிடித்த தரித்திரம் விடாமல் துரத்திக் கொண்டேயிருக்கிறது' என்று ராசு மனதிற்குள்ளே ஆற்றாமையில்

அந்தரம்

புலம்பிக்கொண்டார். அரசு எந்த உதவியும் செய்யவில்லை. வந்து பார்த்தார்களா என்றும் தெரியவில்லை. அகதிகள், ஆட்கள் இல்லாத கொட்டில்களில் உள்ள தடிகள் கிடுகுகளை எடுத்து அவர்களுக்குப் பிடித்த இடங்களில் கொட்டில் போட்டுக்கொண்டார்கள். இப்படித்தான் சீலாவும் ஒரு கொட்டில் போட்டிருந்தாள். அவள் புருசன் மண வெட்டி அதைக் குழைத்துப் பாதிக்கு மண் சுவர் வைத்திருந்தான். சீலா பள்ளப்பக்கம் போய்த் தண்ணீர் எடுத்து வந்தாள். மண்ணைக் குழைத்து அவர்களாகவே சுவர் வைத்தார்கள். மேட்டுப்பக்கம் தண்ணீர் பெரிய பிரச்சினை. பள்ளத்துப் பக்கம் தண்ணீர் எப்பவும் வரும். ஆங்காங்கு அடி பைப்பு இருந்தாலும் தண்ணீர் எல்லா நேரமும் வராது. குளிக்க வேணுமானாலும் பள்ளத்து அடி பைப்புக்குப் போக வேணும். அங்க திருவிழாக் கூட்டமாக இருக்கும். இதில் பெண்கள் பாடுதான் படுதிண்டாட்டம். இதற்காகவே சிலர் மூன்று நாளாகவும் குளிக்காமல் கிடப்பார்கள். கம்மாயைத் தாண்டி இரண்டு கிணறுகள் உண்டு. ஒன்று குளிப்பதற்குப் பயன்படுத்தப்பட்டது. மற்றொன்று மலம் கழித்துவிட்டுக் கழுவுவதற்குப் பயன்பட்டது. இரண்டிலும் கூட்டமிருக்கும். சற்றுத் தள்ளிக் கிணறுகளில் தோட்டங்களுக்குத் தண்ணீர் பாய்ச்சுவார்கள். அதனால் சோப்புப் போட்டுக் குளிக்கவும் உடுப்புத் தோய்க்கவும் அனுமதிக்கமாட்டார்கள். சிலர் கிணற்று உரிமையாளர்கள் இல்லாத நேரத்தில் சோப்பு போட்டு, உடுப்புத் தோய்த்துவிடுவார்கள். அதனால் சிலநாட்களில் யாரையும் குளிக்க விடமாட்டார்கள், திட்டுவார்கள்.

இந்தக் கிணற்றில் எத்தனையெத்தனை விசயமெல்லாம் நடந்திருக்கிறது? இப்படித்தான் ஒருத்தருக்குக் குளிக்க வந்த இடத்தில் காதலாகி, கல்யாணமாகி, குழந்தையாகி, இந்திய சிட்டிசனாகி, ஊருக்குள் கலந்துபோன கதையெல்லாம் உண்டு. பின்னாளில் காதல் பிரச்சினையால் இந்தப் பாழடைந்த கிணற்றில் குதித்து ஒரு பெண் தற்கொலையும் செய்துகொண்டாள்.

இப்பொழுது கொட்டில் பிரச்சினை மறைந்து தண்ணீர் பிரச்சினையாகிப் போனது. யாரும் யாருக்கும் உதவும் நிலையில் இல்லை. எல்லாருக்கும் வீடு கட்டும் பிரச்சினை இருந்தது. இந்தச் சூழ்நிலையில் திருமங்கலம் பங்கிலிருந்து பாதர் அருள்நேசன் வந்தார். அவர் பரவலாக எல்லோரிடமும் பேசினார். மேட்டுப்பகுதியில் உள்ளவர்கள் முழுவதும் மன்னார் பகுதியைச் சேர்ந்தவர்கள், பெரும்பாலும் கிறிஸ்தவர்களாயிருந்தார்கள். பாதருக்கு அங்கு வரவேற்பிருந்தது. சிறுவர்கள், சிறுமிகள் பாதர் முன் கூடினார்கள். அவர் ஏதோ கதை பேசினார். அவருக்கு, சுசிலா ஒரு பிளேன் டீ போட்டுக் கொடுத்தாள். வந்தவர்களைக்

கவனிப்பது பண்பாடு இல்லையா... உட்காரச்சொல்ல ஒரு கதிரைகூட யார் வீட்டிலும் இல்லை. நின்றுகொண்டுதான் பாதர் பேசினார்.

மறுநாள் மாலைப்பொழுதில் வந்தார் பாதர் அருள்நேசன். அவர்கள் கற்றிருக்கும் உளவியல் மக்களைக் கவர்வதற்கு மட்டுமல்ல 'பொம்பள பிடிக்க'வும் மிகவும் உதவியாக இருக்கும் என்றான் அனுபவப்பட்ட ஜீவானந்தம்.

அரைகுறையாகக் கட்டப்பட்டிருந்த சீலா வீட்டிற்குள் பெரிய பிள்ளைகள், சிறுபிள்ளைகள் எல்லோரையும் ஒன்றாக ஈரம் காயாத தரையில் பாயைப் போட்டு உட்காரவைத்து, பாதர் ஆங்கிலம்பேசுவதுஎப்படி என்றுவகுப்புஎடுத்துக்கொண்டிருந்தார். வீடு கட்டி முடிக்கும்வரை இது நடந்தது.

அங்கு புதிதாக முளைத்திருந்த ஜெனி கடை முன்பாக நான்கு ஐந்து பேர் நின்று பேசிக்கொண்டிருந்தார்கள். அதில் இலங்கையில் மாற்று இயக்கத்தில் வாத்தியாராக இருந்தவர், எதிரில் நின்ற சிலரைப் பார்த்து ஒரு கேள்வியைக் கேட்டார். "அகதிகள் இன்று இருக்கிற சூழ்நிலையில் அவர்கள் இங்கிலிஸ் பேசவில்லை என்பதுதான் ஒரு பெரிய பிரச்சினையா?"

"ஏன் வாத்தியாரே... அகதியாக இருந்தால் இங்கிலிஸ் பேசக் கூடாதா?"

"வீடு இல்லை. இன்று மழை வந்தால் படுக்க இடமில்லை. கட்டிவிட்ட கக்கூஸ் தண்ணியில்லாமல் நாறிப்போயிருக்கிறது. இந்தச் சூழ்நிலையில் இருக்க இடமில்லாத இடத்தில் ஆங்கில வகுப்பா? வேடிக்கையா இல்ல? அவன் முகத்தில ஒரு சாந்தம் கருணை இருக்கா... அவன் முகத்தில் கள்ளக்குணம்தான் தெரிகிறது. அவன் ஆங்கிலம் படிப்பிக்க இங்க வந்தானா? அல்லது ஆள்பிடிக்க இங்கு வந்தானா?"

சீலனுக்குச் சுறுக்கென்று ஏறிவிட்டது. இருந்தும் மரியாதையாகக் கேட்டான். "நீங்க இந்து. அதனால்தான் இப்படி பேசுகிறீர்கள். பாதரை மரியாதைக் குறைவாகப் பேசாதீங்க."

"சீலன், நான் எந்தக் கோவிலுக்குப் போனத நீ பார்த்திருக்கிறாய்? எனது பெயர் அவ்வாறு உள்ளது என்பதால் நீ அப்படி ஒரு முடிவுக்கு வரக் கூடாது. நாங்கள் எல்லாம் அந்தக் காலத்திலேயே பெரியாரைப் படித்திருக்கிறோம். என்ன... எங்களுக்கு எந்த மதம் என்பது முக்கியமில்லை."

சீலனுக்கு என்ன பதில் சொல்வது என்று தெரியவில்லை. பெரியாரைப் பற்றிக் கேள்வி கேட்கவும் தெரியவில்லை. வாத்தியாரே தொடர்ந்தார். "அவன் மதத்தைப் பரப்ப வந்தானா?

இல்ல நொந்தவர்கட்கு ஆறுதல் சொல்ல வந்தானா? ஆங்கிலம் கத்துக் கொடுக்கிறார்களாம் ஆங்கிலம்..." என்று பேசிக்கொண்டே கடையில் வாங்கிய பீடியைப் பற்ற வைத்துக்கொண்டு சென்றுவிட்டார்.

o o o

மேட்டுப் பகுதியில் சின்னப்பசங்க பந்து விளையாடுகிற இடத்தில் ஒவ்வொரு ஞாயிற்றுக்கிழமையும் பூசை நடந்தது. சீலா பக்தியானவள் என்பதால் தொடர்ந்து பூசை நடப்பதற்கு ஒழுங்கு செய்வது முதல் பூசைக்குப் பாட்டுப் பாடுவதுவரை முன்நின்று கவனித்துக்கொண்டாள். இந்த முகாமில் முல்லைத்தீவுப் பகுதியைச் சேர்ந்த கிறிஸ்தவர்கள் கணிசமானவர்கள் நடுப்பகுதியில் இருந்தார்கள். அங்கு நிறையக் கிறிஸ்தவர்கள் இருப்பதால் பூசையை நடுப்பகுதியில் வைக்க வேண்டுமென்ற கோரிக்கை எழுந்தது. மன்னாரா, முல்லைத்தீவா என்ற போட்டி கொஞ்சநாளாகவே பனிப்போராக நடந்துகொண்டிருந்தது.

நடுப்பகுதியிலும் ஒரு கைப்பந்து மைதானம் இருந்தது. அதில் தான் பூசை வைக்க வேண்டும் என்று முல்லைத்தீவுச் சனங்கள் சொன்னார்கள். மன்னார்க்காரனுக்குத் தின்னவும், குடிக்கவும், சண்டைபோடவும் மட்டுமே தெரியும் என்று அவர்கள் சொன்னார்கள். பாதர் அருள்நேசன் முல்லைத்தீவுப் பக்கம் சாயும் சூழல் ஏற்பட்டது. "பாதர் நீங்க செய்றது சரியில்லை, இங்கதானே முதல்ல பூச வச்சீங்க இப்ப முல்லத்தீவார் பேச்சக் கேட்டு அங்க பூச வைக்கிறத ஏத்துக்க முடியாது பாதர்." நிதானமாக, "நடுப்பகுதி என்பதால் எல்லாருக்கும் பொதுவாக இருக்குதில்லையா?" "இல்ல பாதர் நீங்க முல்லைத்தீவாருக்காகப் பேசுறீங்க. நாங்க விட்டுக்கொடுக்க மன்னார்க்காரர் என்ன பேயரா?" "ஆண்டவருடைய மக்கள் நாம். எல்லாரும் ஒன்றுதான். அந்த இடம் எல்லோருக்கும் வசதியாக இருக்கிறது. பெரும்பான்மை மக்கள் அதைத்தான் விரும்புறாங்க" என்றார் பாதர்.

மேட்டுப்பகுதியில் நடந்த கடைசிப் பூசையில் சீலா பாதரிடம் வாதாடிப் பார்த்தாள். மன்னார்க்காரர் சிலருக்கு, சீலா பேசுவதில் நியாயம் இருப்பதுபோல் பட்டது. பாதரிடம் சண்டைபோட வேண்டாமென்று அமைதியானார்கள். பெரும்பான்மைக் கிறிஸ்தவர்கள் நடுப்பகுதியை விரும்பியதால் பாதரும் அந்தப் பக்கமே நின்றுகொண்டார். ரோசக்காரியான சீலாவால் அதை ஏற்க முடியவில்லை; பூசைக்குப் போவதை நிறுத்திக்கொண்டாள். மன்னார்க்காரின்னா பின்ன சும்மாவா?

தொ. பத்தினாதன்

ஞாயிற்றுக்கிழமையானால் திருமங்கலம் கோவிலுக்குப் போகும் வழக்கத்தை அவள் ஏற்படுத்திக்கொண்டாள். இதனைக் கவனித்த அருள்நேசன் திருமங்கலம் பங்கில் ஞாயிறு பூசை முடிந்ததும் சீலாவை அலுவலகத்திற்குக் கூப்பிட்டார். பிரச்சினை உருவாகாமல் சமாதானம் பேச சீலாவைக் கூப்பிட்டிருக்கலாம்.

சீலா மிகுந்த வைராக்கியமும் பிடிவாதக் குணமும் உடையவள். பல வருடங்களாக அவள் திருமங்கலம் பங்கு கோயிலுக்கே பூசைக்குச் சென்று வந்தாள். அவளுக்கு அடுத்தடுத்து இரண்டு பிள்ளைகள் பிறந்தார்கள். புருசன் ஆங்காங்கு கிடைக்கக்கூடிய கூலி வேலைகளுக்குப் போய்க்கொண்டிருந்தான்.

அந்த பாதர் மாதிரியே அவளுடைய ஒரு பையன் இருப்பதாக அங்கு பேசுவதைத் தவிர்க்க முடியாமல் போனது. சிறிது காலத்துக்குப் பின் கொழுத்துச் சிவந்திருந்த அருள்நேசன் வேறு பங்கிற்கு மாற்றப்பட்டார்.

கிறிஸ்தவர்களுடைய வழிபாட்டைப் பார்த்த இந்துக்கள் முகாமில் உள்ள பெருவாரியான இந்துக்களிடம் வசூல் செய்தும் வெளிநாட்டில் உள்ளவர்களிடம் காசு வாங்கியும் முகாமில் ஒரு பிள்ளையார் கோவிலைக் கட்டினார்கள். பிள்ளையார் கோவில் கட்டுவதிலும் மேட்டுப்பகுதிக்கும் நடுப்பகுதிக்கும் இடையில் பிரச்சினை வந்தது. வசூல் பண்ணிய காசைத் திருடிவிட்டார்கள், கணக்கு சரியாகக் காட்டவில்லை என்று பிரச்சினை ஆரம்பித்தது. இதன் விளைவாக மேட்டுப்பகுதியில் சிறிதாக அம்மன் கோவில் கட்டுமானம் ஆரம்பமாகியது. அதேபோலக் கிறிஸ்தவர்களும் மைதானத்திற்கு அருகில் மாதா கோவில் கட்டிக்கொண்டார்கள். அது இன்றுவரை முல்லைத்தீவுச் சனத்தின் கட்டுப்பாட்டில்தான் உள்ளது. இப்படியாக முகாமிற்குள் நான்கு கோவில்கள் வந்தன.

முகாமிலிருந்து வெளிநாடு சென்ற ஒருவர் காசு அனுப்பியதன் பலனாகப் பிள்ளையார் கோவில் திருவிழா வெகு விமரிசையாகக் கொண்டாடப்பட்டது. கூத்தியார்குண்டுவரை டியூப் லைட்டு கட்டினது மட்டுமின்றி, மதுரையில் மிகவும் பிரபல்யமாக இருந்த வெள்ளை ரோசா இசைக் கச்சேரியும் நடந்தேறியது. முன்பெல்லாம் திருப்பரங்குன்றம், திருமங்கலத்தில் வெள்ளை ரோசா இசைக் கச்சேரி நடக்கிறது என்றால் அங்குபோய்ப் பார்ப்பார்கள். இன்று அவர்களே முகாமிற்குள் வெள்ளை ரோஜாவைக் கூட்டி வந்துவிட்டார்கள். இது அந்தக் காலகட்டத்தில் பெருமையாகப் பேசப்பட்டது.

7

மீனா கட்டிக்கொண்ட நாலாவது ஓலைக் கொட்டில். அதுவும் மழைக்கு ஒழுக ஆரம்பித்திருந்த நேரம். 'குடுக்கிற தெய்வம் கூரையைப் பொத்துக்கிட்டுக் கொடுக்கும்' என்பார்கள். பொத்தல் விழுந்த கூரைக்குத் தமிழக அரசு நெல்லுக் குடோனுக்குப் பயன்படுத்தும் கருப்பு தார்ப்பாய்களைக் கொடுத்தது. அது, அந்தக் கொட்டில்களை ஒழுகுவதிலிருந்து தற்காலிகமாகக் காத்துக்கொண்டது. ஆனால், வெயில் காலத்தில் கொட்டிலுக்குள் இருக்கவும் முடியாது. வேறு எங்கும் போகவும் முடியாது.

மீனா பொது நிறமான பேரழகி. அகதியானாலும் அழகாக இருக்க முடியும். சேலை அவளுக்குப் பிடித்த உடையாக இருக்க வேண்டும். பெரும்பாலும் நேர்த்தியாகச் சேலை கட்டியிருப்பாள். எடுப்பாகத் தெரியும் இடுப்பு மச்சத்திற்காகச் சேலை கட்டப் பழகினாளோ தெரியவில்லை.

தன்னுடைய வாழ்க்கை இப்படியாக அமையும் என்று கனவிலும் நினைத்திருக்கமாட்டாள். மனுசனாக இருந்தால் ஓலைக்கொட்டிலாக இருந்தால் என்ன, அரண்மனையாக இருந்தால் என்ன... வாழ்ந்துதானேயாக வேண்டும். 90களில் அகதியாக உச்சப்பட்டி முகாம் வரும்போது மீனாவுக்குப் பதினாலு அல்லது பதினைந்து வயதிருக்கும். அந்த இளமைப் பருவத்திற்கே உரிய வனப்பும் துடிப்புமாகத் தாயுடனும் இளைய சகோதரனுடனும் முகாமிற்குள் கால் வைத்திருந்தாள். அவள் நல்ல சுட்டியான பெண். விளையாட்டாகவும் வேடிக்கையாகவும் காலம்தான் கடந்துகொண்டிருந்தது. மீனாவின் தகப்பனை இலங்கையில் ஆமிக்காரர்கள் சுட்டுவிட்டார்கள். தகப்பன் இல்லாத பிள்ளைகள் என்பதால்

தொ. பத்தினாதன்

தாய், செல்லமாகக் கோழி குஞ்சைப் பாதுகாப்பதுபோலப் பொத்திப் பொத்திதான் வளர்த்தா. ரெக்க முளைத்தால் குஞ்சு பறந்துதானேயாக வேண்டும்.

அவள் வனப்பிலும் அழகிலும் பல முகாம் பொடியன்கள் அவளைச் சுற்றிச்சுற்றி வந்தாலும் அவள் காதலித்துக் கல்யாணம் செய்துகொண்டது 1997இல்தான். அப்போது அவளுக்கு இருபத்தியொரு வயது நிரம்பியிருந்தது. புருசன் கூலி வேலையானலும் ஆரம்பகால வாழ்க்கை இனிமை யாகவே நகர்ந்தது. அது நீடிக்கவில்லை. தொடர்ந்து மீனாவுக்கு நெருக்கடிகள் ஆரம்பித்தன. மீனாவுக்கு மூத்தது பொடியன். மூன்றுவருட இடைவெளியில் இரண்டாவது பெட்டை. அத்துடன் திருமங்கலம் அரசு ஆஸ்பத்திரியில் குடும்பக் கட்டுப்பாடு செய்து கொண்டாள்.

மீனாவின் தம்பி கப்பலூரில் வேலைக்குப் போன இடத்தில் ஊர்காரப் பெண்ணைக் காதலித்துத் திருமணம் செய்து கொண்டான். அவனும் முகாமில்தான் வாழ்ந்தான். அவனுக்கும் இரண்டு குழந்தைகள் பிறந்திருந்த நிலையில் அவன் இலங்கைக்குப் போக ஆசைப்பட்டான். காரணம் யாருக்கும் தெரியவில்லை. ஊருக்காரப் பெண்ணுடன் இலங்கை செல்வதானால் ஏகப்பட்ட சட்டச் சிக்கல்கள் இருந்தன. எந்தச் சிக்கலையும் எதிர்கொள்ள இயலாத சாமானிய அகதியால் எது சாத்தியமோ அதைத்தான் அவனால் செய்ய முடிந்தது. கள்ளத்தோணி ஏறி இலங்கை சென்றுவிட்டான்.

மீனா அம்மாவுடன் தனித்துவிடப்பட்டதாக உணர்ந்தாள். தம்பி இருக்கிறான் என்ற தைரியமும் சிதைந்து போனது. அதைவிட வேதனை சோதனை அவளுக்குக் காத்திருந்தது.

பத்துக்குப் பத்து ஓலைக்கொட்டில். கிடுகாலான செய்யப்பட்ட கதவு. மூலையில் சமையலுக்கான இரண்டொரு அலுமினியப் பாத்திரங்கள் ... அதுவும் அரசு கொடுத்தது. இரண்டு பிளாஸ்டிக் தண்ணீர்க்குடங்கள். கொட்டிலின் ஓரத்தில் நாலு தடி, பத்துக் கிடுகு மூலம் இறக்கப்பட்ட சாய்ப்பில் நாலு ஆட்டுக்குட்டிகள். எப்போதோ வாங்கிய ஒத்த ஆடு நான்காகக் பெருகியிருந்தது. பொண்ணு வயசுக்கு வரும்போது அதைதான் விற்க வேண்டும் என்று நினைத்திருந்தாள் மீனா.

அவள் கப்பலூரில் ஒரு கம்பனியில் வேலைக்குப் போய்க்கொண்டிருந்தாள். எட்டுமணி நேரம் வேலை. 150 ரூபாய் சம்பளம். வாரா வாரம் சம்பளம். ஆறுநாள் வேலைக்குப் போனால் 900 ரூபாய். அரசு உதவிப் பணமும் வரும். இதற்குள்ளாகத்தான் தாய், மகள் என்று மூன்று ஜீவன்கள் வாழ வேண்டும்.

வருத்தம், வாதை, உணவு, புடவை, மற்றச் செலவுகள் எல்லாம் அதற்குள்தான்.

காலை எட்டுமணிக்கு வேலைக்குப் போக வேண்டும். காலை ஐந்து மணிக்கே எழுந்து சமைத்துச் சாப்பாடு எடுத்துச் செல்ல வேண்டும். மதியத்திற்காக அம்மாவுக்கும் மகளுக்கும் சாப்பாடு ஆக்கிவைத்துவிட்டு, தானும் எடுத்துச் செல்வாள். காலையில் அவளுக்குச் சாப்பிட நேரமிருப்பதில்லை. வாரம் ஆறுநாளும் இப்படி பரபரப்பிலேயே கழியும். ஞாயிற்றுக் கிழமை விடுமுறை. அன்று ஞாயிற்றுக்கிழமை கொஞ்சம் நேரம் காலையில் தூங்கலாம் என்றுதான் நினைத்தாள். ஆனால், எப்படித்தூங்க முடியும்? காலை ஐந்து மணிக்கு எழுந்து பழக்கப் பட்டதால் ஞாயிறானாலும் ஐந்து மணிக்கே முழிப்புவந்து தொலைத்துவிட்டது. ஆனாலும், கண்ணை மூடிக்கொண்டு படுக்கையிலயே கிடந்தாள். வாசல் திறந்திருந்தது. அம்மாவின் சத்தம் ஆட்டுக்கொட்டில் பக்கமாகக் கேட்டது. அம்மா காலையில் தேத்தண்ணி குடித்துவிட்டு ஆட்டுக்குட்டிகளை மேய்க்கப் போனால், பதினொரு மணிக்கு மேல்தான் வருவாள். விறகு இல்லை. 'கொஞ்சம் முள்ளு விறகுப் பொறுக்கிக்கொண்டு வாம்மா' என்று சொல்ல நினைத்தாள். ஆனாலும் எழுந்திருக்க மனமில்லாமல் படுத்திருந்தாள். பக்கத்தில் மகளும் நல்ல தூக்கத்திலிருந்தாள்.

அடிக்கடி அவளுக்குச் சாந்தியின் நினைவு வந்தது. இன்று ஞாயிற்றுக்கிழமை வட்டிக் காசு தருவதாகக் கூறியிருந்தாள். இன்று சாந்தியக்கா வந்தால் என்ன பதில் சொல்வது' என்ற எண்ணம் அவளை அரைத்தூக்கமும் தூங்கவிடாமல் அலைக்கழித்தது. 'கட்டினவன் ஒழுங்காக இருந்தால் எனக்கு ஏன் இந்த நிலைமை ... எந்த நேரத்தில் அப்பன் எனக்கு மட்டும் கோவணம் அவுத்தானோ?' என்று நினைத்துக்கொண்டாள். புரண்டு புரண்டு படுத்துப்பார்த்தாள். எரிச்சலாக வந்தது. எழுந்து வெளியே வந்தாள். அம்மா ஆட்டுக்கொட்டிலைச் சுத்தம் செய்து கொண்டிருந்தாள். பொழுது லேசாக வெளுக்க ஆரம்பித்தது. கொல்லைக்குள் போய்வந்தாள். "ஏம்மா ரண்டு குடம் தண்ணி அடிச்சு வச்சிருக்காம என்ன செய்யிற?" காலையிலயே அம்மாவின் மீது ஏறிவிழுந்தாள். தன் பிறப்பின் மீது வந்த கோவமோ எரிச்சலோ அம்மாமீது வேறுவிதமாக வந்து விழுந்தது. அவள் வயதான தாய். என்னதான் செய்வாள்? "எப்ப போனாலும் அடிபைப்பில் திருவிழாக்கூட்டம். நான் என்ன மாட்டேன் என்றா சொல்லுறன்..." என்று ஏதோ புறுபுறுத்துக்கொண்டாள் கிழவி.

மீனா இரண்டு குடங்களையும் எடுத்துக்கொண்டு அடிபைப்புப் பக்கமாகப் போனாள். அரைமணி நேரம் கழித்து

ஒரு குடத்தை இடுப்பிலும் மறு குடத்தைத் தலையிலுமாகச் சுமந்து வந்தாள். கொல்லைக்குள் குடத்தை வைத்துவிட்டு வெளியே வந்த அவளுக்கு அதிர்ச்சி காத்திருந்தது. வீட்டு வாசலில் சாந்தி நின்றுகொண்டிருந்தாள்.

மீனாவே முந்திக்கொண்டு "சாந்தியக்கா . . . கோவிச்சுக்காதேயுங்கோ . . . நேற்றுக் கம்பெனியில சம்பளம் தரல. இன்று தருவார்கள். சாயங்காலம் நானே வீட்டுக்குக் கொண்டுவந்து தருகிறேன்" என்றாள். சாந்திக்குக் கோவம் பொத்துக்கொண்டு வந்தது. இளச்சதுகள் என்றால் ஏறியடிக்கத் தயங்காத சாந்தி, "இரண்டு தவணைகள் இப்படித்தானே மீனா சொன்னாய்?" "ஓமக்கா. தவிர்க்க முடியாத செலவுகள் . . . அதனாலதான் குடுக்க முடியாமல்..." தடுமாறினாள், இடையில் அம்மாவுக்கு வேறு உடம்புக்கு முடியாமல் ஆஸ்பத்திரிக்குச் செலவு செய்ய வேண்டி வந்தது. அவள் ஒருத்தி என்னதான் செய்வாள்? மீனாவால் சொன்ன நேரத்தில் கொடுக்க முடியவில்லை.

பெருத்த குரலில் "ஏண்டி மீனா எத்தனை தடவை இப்படி அலையவைப்பே? உனக்கு எதுக்கெதுக்கோவெல்லாம் காசு இருக்கும். எனக்குக் கொடுக்க மட்டும் காசு இருக்காது. நீ கம்பெனிக்கு வேலைக்குப் போறியா . . . இல்ல வேலைக்கு என்று வேறு எங்கையும் போறியா?" சாந்தி முடிக்கும் முன்பே மீனா குறுக்கிட்டு, "அக்கா தேவையில்லாமல் பேசாதீங்க... நான் எங்க போறன் வாறன் என்பது உங்களுக்குத் தேவையில்லாதது. உங்க காசு நான் தரமாட்டன் என்று சொல்லவில்லை."

"ஆமாண்டி நீ தாற . . . நல்லாதான் தாற . . . நீ காசக் கொடுத்தால் நான் ஏன் தேவையில்லாமல் பேசுறன்?" சாந்திக்கு மீனாவைக் கோவப்படுத்தி, ரோசப்படுத்தி எப்படி என்றாலும் காசு வாங்க வேண்டும் என்ற எண்ணம். மீனாவால் சாந்திக்கு ஈடு கொடுத்துப் பேச முடியவில்லை. சாந்தியே தொடர்ந்தாள், "உன் யோக்கியதை முகாமிற்குத் தெரியாதா? நீ ஒழுங்காயிருந்தால் உன் புருசன் உன்ன விட்டுட்டு இன்னொருத்திய தள்ளிக்கிட்டு ஓடியிருப்பானா? உன்புள்ள உன்ன விட்டுட்டு ஓடியிருப்பானா? எல்லாம் நாம நடந்துக்கிறதுலதான் இருக்கு."

'யாருக்கு யாரு புத்திகூறுவது . . . உன் யோக்கியதை முகாமிற்குத் தெரியாதா?' என்று கேட்க நினைத்தாள் மீனா. ஆனால், கேட்கவில்லை. அமைதியாகிப் போனாள். பேச ஆரம்பித்தால் சாந்தி இன்னும் கத்துவாள். மீனாவுக்கு மிகுந்த மன உளைச்சலையும் அவமானத்தையும் உருவாக்கிவிட்டு சாந்தி சென்றுவிட்டாள்.

காலைக் கடன் கழிக்கக் கம்மாய்ப் பக்கம் போன சிலருடைய காதுகளிலும் மீனாவைப் பார்த்து சாந்தி கத்தியது கேட்கவே செய்தது. மீனா கெட்டிலுக்குள் சென்று மகளுக்குப் பக்கத்தில் படுத்துக்கொண்டாள். ஒரு போத்தல் தண்ணீருடன் காலை ஏழு மணிக்கே தாய்க் கிழவி ஆட்டை மேய்க்கக் கிளம்பிவிட்டாள். மீனாவின் மகள் எழும்பி வெளியே வந்தாள். அம்மா தூங்கிக்கொண்டிருப்பதாக நினைத்து வெளியே முத்தத்தில் கிடந்த ஒத்தைக் கல்லுமேல் கன்னத்தில் கை வைத்தபடி உட்காந்திருந்தாள். மீனாவுக்கு அழுகை அழுகையாக வந்தது. யாரைக் குற்றம் சொல்லுவது? புருசன் விட்டுட்டுப்போய் ஒரு வருடமிருக்கும். அவள் மகன் இருக்கிறான் என்ற துணிவுடன் வாழத் துணிந்திருந்தாள். ஆனால், அவனும் பன்னிரண்டு வயதில் ஓடிப்போய்விட்டான். எங்கு போனான் என்றே இதுவரை தகவல் இல்லை. ஒரு வருடமாக அவளும் தேடிக்கொண்டுதானிருக்கிறாள். அதனால்தான் சாந்தியிடம் சரியாக வட்டிக்காசு கொடுக்க முடியாமல் போகிறது. மகனைத் தேடுவதற்காகத்தான் சாந்தியிடம் 5000 ரூபா வாங்கியிருந்தாள். சாந்தி திட்டியபோது எதிர்த்த வீட்டு சரசு எட்டிப் பார்த்துவிட்டுப் போனதை மீனா கவனித்திருந்தாள். அவள் ஒன்றைப் பத்தாகக் கதை பேசக் கூடியவள். 'என்னவெல்லாம் கதை கட்டுவாளோ...'

மீனாவுக்குச் சத்தம் போட்டு அழ வேண்டும்போல் இருந்தது. சத்தம் போட்டு அழுவதற்குக்கூட அனுமதிக்காத இரக்கமற்ற பொல்லாத உலகம் இது. அவன் கூடப் படுத்து இரண்டு பிள்ளைகளைப் பெத்தேனே. அவன் எவளோடோ ஓடிப்போனதுக்கு நானா காரணம்?, கல்யாணம் செய்த நாள் முதல் அவனுடைய தேவைகள்தானே என்னுடைய தேவையாக இருந்தது. அவனுக்கு என்ன குறை வைத்தேன். ஓடுகாலிக் கணவன் பற்றிய சிந்தனைகள் வந்து முட்டி அடக்க முடியாத கோவமும் எரிச்சலுமாக, தலையணை நனைந்துகொண்டிருந்தது. நான் கொஞ்சம் கறுப்பாக இருப்பதால் விட்டுட்டுப் போயிருப்பானோ? அவன் கூட்டிப்போன பெண் இவளைவிட வெளுப்பாக இருந்ததால் அப்படி நினைத்துக்கொண்டாள்.

கம்மாய்க்குள் விழுந்து செத்துவிடலாமா என்று நினைக்கும் போது மகள் வந்து தட்டி எழுப்பினாள். "அம்மா பசிக்குதும்மா" தான் அழுவதை மகள் பார்த்துவிடக் கூடாது என்று முகத்தைத் துடைத்துக்கொண்டு எழுந்து அடுப்படிக்குச் சென்று அடுப்பு மூட்டினாள். விறகும் தீர்ந்திருந்தது. கிடந்த குச்சிகளையெல்லாம் சேர்த்து அடுப்பு மூட்டித் தண்ணீர் கொதிக்கவைத்தாள் தேநீர் போட. ஆனால் சீனிப் போத்தல் வெறுமையாக இருந்தது. "தங்கம்.

அன்ரன் மாமா கடையில போய் கால் கிலோ சீனியும் இரண்டு அட்டை பன்னும் வாங்கிட்டு வாம்மா…”

“அம்மா கணக்கு அட்டை எங்கம்மா? அது இல்லண்டால் அவர் சாமான் தரமாட்டாரும்மா…”

மேல் கூரையில் செருகியிருந்த கணக்கு அட்டையை எடுத்து மகளிடம் கொடுத்தனுப்பினாள். தண்ணீர் கொதிப்பதுமாதிரி அவள் மனசும் கொதித்துக்கொண்டிருந்தது. கடைக்குப் போன மகள் தங்கம் வந்து கூறினாள். “அம்மா… அன்ரன் மாமா கடைக்குக் காசு கேட்டாருமா…” அதற்கு அவள் பதில் கூறவில்லை. ‘பாடையில போனவன் நேற்றே சம்பளக் காசு கொடுத்திருந்தால் சாந்திக்கிட்ட காலையிலயே இந்தப் பேச்சு கேட்டிருக்க வேண்டாமே’ என்று நினைத்துக்கொண்டு பதினொரு மணியளவில் பழுப்பேறிய சேலையைச் சுத்திக்கொண்டு கம்பெனி நோக்கி நடந்தாள். சாந்தியின் ஞாபகம் வந்து சினமூட்டியது.

கூத்தியார் குண்டு முன்பு மாதிரியில்லை. ஐந்து ரோடு சந்திக்குமிடத்தில் வாரத்திற்கு ஒரு விபத்து நடக்கிறது. அதனால் ட்ராபிக் போலிஸ்காரர் ஒருத்தர் பணிக்கு அமர்த்தப்பட்டிருந்தார். அவர் அங்குள்ள ஏதாவது கடையொன்றில் நின்று கதை பேசிக்கொண்டு நிற்பார்.

செய்த வேலைக்குச் சம்பளம் வாங்கப் போன மீனா வீட்டுக்கு வரவேயில்லை. பிணமாகத்தான் வந்து சோந்தாள்.

ஏதோ சிந்தனையில் நாலுவழிச் சாலையைக் கடக்கும்போது வேகமாக வந்த கார் அடித்துத் தூக்கியதில் முகம் சிதைந்து போனது. யாரோ 108க்கு போன் பண்ணி மதுரை பெரிய ஆஸ்பத்திரிக்கு அவளைக் கொண்டுபோகும் வழியில் உயிர் அடங்கிப்போனது. கம்மாயில் விழுந்து சாக நினைத்தவளை கார்க்காரன் தூக்கிவிட்டான். வாழ நினைக்கும்போது இப்படியாகிப் போனது.

8

முகாமில் ஒரு ரகசியமான கடிதமும் வர முடியாது. கடிதம் வருவது என்பது அகதி முகாம் ஆரம்பமான காலந்தொட்டுப் பிரச்சினைக்குரியதாகவே இருக்கிறது. பலருக்குப் பல முக்கிய கடிதங்கள் காணாமல் போயுள்ளது. ஒரு சிலருக்கு வெளிநாடுகளில் இருந்து வந்த கடிதங்கள் பிரித்துப் படிக்கப்பட்டு அப்படித்தான் வந்தது என்று கொடுக்கப்போய்ச் சில சண்டை களும் நடந்ததுண்டு. ஒருசிலர் முகாமிற்கு வெளியே உள்ள நண்பர்கள் உறவினர்கள் முகவரியைப் பயன்படுத்துவதும் உண்டு. முகாமிற்குத் தபால்காரர் எந்தக் காலத்திலும் வீடுகளுக்கு நேரடியாகக் கொடுத்ததில்லை. கையெழுத்து வாங்கிக் கொடுக்கும் கடிதமாக இருந்தால் ஒன்று தபால் நிலையம் போக வேண்டும் அல்லது அவர் முகாம் வரும்போது வேலை வெட்டியை விட்டுவிட்டு அவர் வருகைக்காகக் காத்திருக்கவேணும். அதுவும் முன்பே பதிவுத் தபால் வந்திருக்கிறது என்று தெரிந்தால் மட்டுமே சாத்தியம். தெரியவில்லை என்றால் கடிதம் திருப்பிப்போய்விடும். காலை பதினொரு மணிக்குப் பிள்ளையார் கோவில் எதிரில் உள்ள பெட்டிக்கடையின் எதிரில் உள்ள முள்மரத்தடியில் ஒரு பத்துப் பேராவது காத்திருந்தார்கள் தபால்காரருக்காக.

சகுந்தலாவுக்கு நடுத்தர வயது இருக்கும். இரண்டு பிள்ளைகள் பள்ளிக்கூடம் படிக்கிறார்கள். ஒரு புருசன் அரபு நாடொன்றில் இருக்கிறார்.

சகுந்தலாவுக்கு ஆல் இந்தியா ரேடியோன்னு பட்டப் பெயர் இருக்கிறது. வீடுவெளிய போவதும் புறணிக்கதை பேசுவதுதான் சகுந்தலாவின் வேலை. நாலு புருசன் வைத்திருக்கிறாளோ இல்லையோ, அவளுக்கு அப்படியான பேர் இருந்தது. கருவேல முள்ளு மரத்தடியில் கிடந்த கல்லிலும் நிலத்திலுமாக

உட்காந்திருந்து கதைத்துக்கொண்டிருந்தார்கள். அதில் பெண்கள் அதிகம். ராசாத்தியின் மகள் பிரியா வந்தாள். புதுசா வயசுக்குவந்த பொண்ணு. சகுந்தலாவின் மகளுடன்தான் படிக்கிறாள். "பிரியா நீ பள்ளிக்கூடம் போகலியா?"

"இல்லக்கா."

"ஏன் போகல?"

"அப்பா தம்பிங்களுக்கு சமைக்கணும் அதான் போகலக்கா"

"ஏன்டி அம்மா எங்க?" பக்கத்தில இருந்த கலா சொன்னா "அவ வெளிநாடு போயிட்டா உனக்குத்தெரியாதா?" "அப்படியா சங்கதி எனக்குத்தெரியாதே".

"அம்மாகிட்ட இருந்து கடிதம் வருமின்னு பாக்க வந்திருக்கிறியா?" என்று சகுந்தலா கேட்டதும் பிரியா ஆமான்னு தலையாட்டினாள். புதுசா வயசுக்கு வந்த துடுக்குத்தனத்துடன் முன்பைவிட அழகாக இருந்தாள் பிரியா.

"நம்மட முகாமிலயே பதினைஞ்சுபேருக்கு மேல பொம்பளைங்க வெளிநாடு போயிருப்பாங்க" என்று கலா சொல்லவும் "சீச்சீ அவ்வளவு வராது" என்ற சகுந்தலா ஒவ்வொருத்தராக இருவரும் யார்யார் முகாமிலிருந்து வெளிநாடு போயிருக்கிறார்கள் என்று எண்ணினார்கள். எண்ணிக்கை பதினைந்தைத் தாண்டிப்போயிருந்தது.

இப்படி 2000 க்கு முன்பு, அரபுநாட்டுக்குப் பணிப் பெண்களாக வேலைக்குப் போன பெண்களின் கணவன்மார் பிள்ளைகள் கடிதத்துக்காகக் காத்திருப்பார்கள். கடிதங்களுக்குள் அந்த நாட்டுக் காசுகளை வைத்தும் சிலர் அனுப்புவார்கள். அதனால் வெளிநாட்டுக் கடிதங்கள் உடைக்கப்படுவதும் அதனால் சண்டைகளும் நடக்கும்.

வயசுக்கு வந்து ஒரு வருடத்தில பிரியா பக்கத்து வீட்டுப் பொடியனுடன் ஓடிப்போய்விட்டாள்.

கடிதம் வரும் என்று தெரிந்தவர்கள் முன்பே வந்து காத்திருப்பார்கள். தபால்காரர் வந்ததும் முகாம் கடிதங்கள் அனைத்தையும் தனியாகப் பிரித்துப் பெயர் வாசிப்பார். அதில் அயலவர், தெரிந்தவர்கள் கடிதங்கள் இருந்தால் வாங்கிக்கொண்டுபோய்க் கொடுப்பார்கள். சிலர் எதற்கு வம்பு என்று தெரிந்தவர் கடிதங்களாக இருந்தாலும் கண்டுகொள்ளாமல் விட்டுவிடுவார்கள். தபால்காரரிடம் வாங்கிக் கொண்டுபோய்க் கொடுக்காமல் விடுவதும் உண்டு. பத்துநாட்கள் தாமதமாகக் கிடைப்பதும் உண்டு. ஏன் தாமதம் என்று கண்டுபிடிக்க முடியாது.

அந்தரம்

தபால்காரர் தாமதமா கொடுத்தாரா? கடிதம் வாங்கி வந்தவர் மறந்து வீட்டில் வைத்துவிட்டு தாமதமாகக் கொடுக்கிறார்களா தெரியாது. உறை பிரிந்திருந்தாலும் யார் காரணம் என்று தெரியாது. கண்டுபிடிக்கவும் முடியாது.

பதிவுத் தபால் வந்திருந்தால் கடிதம் பார்க்கப் போனவர்கள் எவராவது வந்து கூறினால் உண்டு. அதுவும் எதுவும் நடக்கலாம். இப்படித்தான் தொடர்ந்து கடிதம் முகாமிற்குள் பட்டுவாடா செய்யப்படுகிறது. தபால்காரரிடம் ஏன் வீட்டுக்கு வீடு கொடுப்பதில்லை என்று யாரும் கேட்பதில்லை. அப்படிக் கேட்டாலும் அவர் ஒரு பதில் வைத்திருக்கிறார். வீட்டு இலக்கம் சீராக இல்லை. அவர்கள் வீடுகளை மாற்றி மாற்றிக் கட்டியிருப்பதால் வீட்டு இலக்கம் கண்டுபிடிக்க முடியாது.

அன்று தொட்டுத் தபால்காரர் ஓரிடத்தில் கூடவைத்து அம்மக்களைப் பழக்கப்படுத்திவிட்டார். அது அவர் வேலைக்கு மிகச் சுலபமானது. வீடுகள் எப்படியிருந்தாலும் உரிய விலாசத்தில் கடிதத்தைச் சேர்ப்பிப்பது தபால்காரரின் கடமை மட்டுமல்ல அதுதான் அவர் பணி.

தொ. பத்தினாதன்

9

ஆரம்பத்தில் தொண்டு நிறுவனங்கள் முகாமிற்குள் அனுமதிக்கப்பட்டிருந்தன. ஒரு தொண்டு நிறுவனம், பாலர் பாடசாலை கட்டிக் கொடுத்தது. சிறுபிள்ளைகளுக்கும், கர்ப்பிணித் தாய்மார்களுக்கும் சத்துமாவு கொடுத்தார்கள். மருந்து மாத்திரைகள் கொடுத்தார்கள். கழிவறைகளைக் கட்டிக் கொடுத்தார்கள். மாணவர் மன்றங்கள் நடத்தினார்கள். படிப்பவர்களுக்கு நோட்டுப் புத்தகம், பேனா பென்சில் கொடுத்தார்கள். ஆசிரியர்களை நியமித்து மாலைநேர வகுப்புகளைத் தொடங்கினார்கள். பிறகு இந்தத் தொண்டு நிறுவனங் களை முகாமிற்குள் வரக்கூடாது என்று 'அம்மா' முதல் ஆட்சிக்கு வந்ததும் தடை போட்டுவிட்டார்கள்.

ஒருநாள் டாபர் தொண்டு நிறுவனத்திலிருந்து மாவட்டத் தொண்டர் ஒருவர் வந்திருந்தார். அங்குள்ள பெண்களைக் கூப்பிட்டுக் கூட்டம் போட்டுப் பேசினார். "நீங்கள் இருபது இருபது பேராகச் சேர்ந்து குழுவாகச் செயல்பட்டால் நாங்கள் உங்களுக்கு வட்டியில்லாத கடன் தருவோம். நீங்கள் தொடர்ந்து செயல்பட வேண்டும். நாங்கள் தரும் கடனில் தொழில் செய்து கடனைத் திருப்பிச் செலுத்த வேண்டும். லாபத்தை நீங்கள் பங்கிட்டுக் கொள்ளலாம். இருபது இருபது பேராக எத்தனை குழு என்றாலும் ஆரம்பிக்கலாம்" என்றார்.

பெண்கள் உற்சாகமாகச் செயற்பட ஆரம்பித்தார்கள். செல்வி மெதுவாக சாந்தியிடம் கூறினாள். "சாந்தி... இந்தத் தொண்டு நிறுவனம் யாருடையது என்று ஒனக்குத் தெரியுமா?"

"யாராக இருந்தால் நமக்கு என்ன செல்வி?"

"இல்லை... இந்தத் தொண்டு நிறுவனத் தலைவர் ஈழத்தில் செயல்பட்ட பெரிய அரசியல்வாதியோட மகன். இவர்கள் கருணாநிதிக்கு

வேண்டப்பட்டவர்களாம். அதனாலதான் அம்மா ஆட்சிக்கு வந்ததும் முகாமிற்குள் செயல்படக் கூடாது என்று உத்தரவு போட்டார்கள். மறுபடியும் கருணாநிதி வந்ததும் முகாமிற்குள் வந்திருக்கிறார்கள். அதுமட்டுமல்ல... இவர்கள் எல்லாம் விடுதலைப் புலிகளுக்கு எதிரானவர்களாம். அப்படித்தான் பேசுகிறார்கள்."

"செல்வி... நாம அகதிகள். நமக்கு எதுக்கு இந்த அரசியல் பிரச்சினை எல்லாம். எவன் ஏதாவது செய்துதருவானா என்ற நிலைதானே அகதிகளுக்கு. அவன்கள் எப்படி இருந்தால் நமக்கு என்ன?"

"இல்ல சாந்தி... நான் இந்த சுயஉதவிக் குழுவுக்கு வர விரும்பல. அவர்கள் முகாம் முழுவதும் விடுதலைப் புலிகளுக்கு எதிரான மனநிலையைப்பிரச்சாரம்செய்கிறார்கள்.அதுமட்டுமல்ல இலங்கை அரசாங்கத்தோட நெருக்கமானவர்களாம்."

"செல்வி மறுபடியும் சொல்றேன். நமக்கு அரசியல் தேவை யில்லை. நாம அகதிகள்." சாந்தி சொல்லி முடிப்பதற்குள், செல்வி குறுக்கிட்டு "இல்ல சாந்தி... அவர்கள் நேர்மையானவர்கள் இல்லை. இவர்கள் நாங்கள்தான் அகதிகளின் பிரதிநிதிகள் என்று கூறி அரசாங்கத்துடன் பேசுகிறார்கள். அரசு சொல்வதையே கேட்கிறார்கள். இங்கு முகாமில் எவ்வளவு பிரச்சினையிருக்கிறது? இதுபற்றி அரசிடம் பேசிக் கேட்கலாம்தானே? முகாமில் அடிப்படை வசதிகளே இல்லை. பல வருடங்களாக நாம தற்காலிகமாகத்தானே வாழறோம். இதை எல்லாம் யாரும் கண்டுகொள்வதில்லை. இவர்கள் பேசலாம்தானே... அப்படி யெல்லாம் நல்லது செய்யமாட்டான்கள். ஆனா தாங்கதான் அகதிகள் பிரதிநிதிகள் என்பார்கள். இவர்களுக்கு யாரு அகதிகள் பிரதிநிதிகள் என்ற அந்த அதிகாரம் கொடுத்தது? அகதிகளின் பிரதிநிதிகள் என்று. அவர்களாகத் தங்களைப் பிரகடனப்படுத்திக் கொண்டார்கள்."

பாலர் பாடசாலையில் நடந்த கூட்டம் முடிந்து, வீடு வரும் வரைக்கும், சாந்தியும் செல்வியும் பேசிக்கொண்டே வந்தார்கள். இப்பவும் செல்வியின் மனநிலை குழுவில் சேர்வதில் ஆர்வமில்லாமல் இருந்தது. "செல்வி . . . நாம அகதியாகவே பல ஆண்டுகளா வாழ்றோம். இதில் அரசு கொடுக்கும் உதவித் தொகையைக் கொண்டு இங்க ஜீவிக்க முடியாது. பிள்ளைங்க படிப்பு, மருத்துவச் செலவு, நல்லது கெட்டது என்று பல செலவுகள் நமக்கு உண்டு. எல்லாத்துக்கும் அரசு உதவி செய்யாது. நம்ம முயற்சியில் நாலு காசு தேடினால்தான் வாழ முடியும்" என்றாள் சாந்தி. அவளுக்கு, செல்வியையும் தன்னுடன் சேர்த்து ஒரு குழுவை உருவாக்கும் எண்ணமிருந்தது. எப்படியாவது

அவளைச் சம்மதிக்க வைக்க வேண்டும் என்று பேசிக்கொண்டு வந்தாள். செல்வி தொடர்ந்து பேசவில்லை. வீடு வந்ததும் சாந்தி தனது மனநிலையை வெளிப்படுத்தினாள். செல்வி யோசிப்போம் என்று விடைபெற்றாள்.

சாந்தியைவிடவும் செல்வி மேல்தான் நிறையச் சனங்களுக்கு நல்ல அபிப்பிராயம் இருந்தது. வாயாடியாக இருந்தாலும் நேர்மையானவள் என்பது பொதுவான அபிப்பிராயம். அதனைச் சரியாகப் பயன்படுத்திக்கொள்ள வேண்டும் என்பதால் செல்வியிடம், குழு அமைப்பது குறித்து சாந்தி மறுபடியும் பேசினாள். “என்ன செல்வி... நாம ஒரு குழு சேர்ப்போமா? தேவி, ராணி எல்லாம் வருவதாகக் கூறுகிறார்கள். நீ மட்டும்தான் மக்கர் பண்ணுகிறாய். ஊருக்குள்ள உள்ள குழுக்களுக்கு அரசு வங்கி மூலமாகக் கடன் கொடுக்கிறார்களாம்.”

“நமக்கு வங்கிக் கணக்கே துவக்க முடியாது. இது சரியா வராது.”

“வங்கி, கடன் தராட்டி என்ன? டாபர்காரன் கடன் தர்றான்தானே... நம்ம சனங்களிட்டத்தான் ஒற்றுமையில்லை.”

“சாந்தி ஆரம்பத்தில சரி என்பாளுங்க. அப்புறம் ஆள் ஆளுக்கு வாயில வந்தது எல்லாம் பேசுவாளுங்க.”

“நம்ம சனங்களிட்ட ஒற்றுமையிருந்திருந்தால் நாம ஏன் அடுத்தவன் நாட்டுல இப்படிக் கிடந்து அல்லோலப்பட வேணும்.”

“நான் இப்ப சொல்லுறன். கொஞ்ச நாள்ள இந்தக் குழு இருந்த இடம் தெரியாமல் போகுதா இல்லையா என்று பாரு.”

ஆனாலும் சாந்தி விடவில்லை. செல்விக்கு அவளுடைய குணம் நன்றாகத் தெரியும். ஒரு காரியம் நடக்க வேண்டுமானால் சாந்தி எது வேணும் என்றாலும் செய்வாள். அதனால் செல்வி நிபந்தனை விதித்தாள். “நான் சொல்வதைக் கேட்டால், உங்களுடன் குழுவில் சேர்ந்துகொள்வேன். நீ செய்வியா? சசியை உன்னுடன் சேர்த்துப் பதிவு செய்துகொள்ள வேணும். அவளையும் குழுவில் சேர்த்துக்கொள்ள வேணும்.” இதுதான் செல்வி போட்ட நிபந்தனை.

சாந்தி சற்றுநேரம் அமைதியாக இருந்து யோசித்தாள். முகாம் சனங்கள் அரசல் புரசலாக சாந்தியைக் குறைசொல்ல ஆரம்பித்துவிட்டார்கள். என்னதான் இருந்தாலும் வயித்து புள்ளத்தாச்சியை இப்படி இரக்கமில்லாமல் விரட்டலாமா? சசி தாயிடம் போகாமல் வேறு எங்கு போவாள் என்று பேசியது சாந்தி காதுக்கும் அவ்வப்போது வந்தது. ஆனாலும் சாந்தியுடைய பிடிவாதமும், மகள் மேல் இருந்த வெறுப்பும் அவளைத் தன்னுடன் சேர்த்துக்கொள்வதற்குத் தடையாக இருந்தன.

‘ஆனாலும் எப்பவென்றாலும், இன்று இல்லாவிட்டாலும் நாளைக்கென்றாலும் மகளைச் சேர்த்துக்கொள்ளத்தானே வேணும்.’ சாந்தி நிபந்தனைக்கு ஒத்துக்கொண்டாள்.

மளமளவென்று இதுபோல ஐந்து ஆறு குழுக்கள் ஆரம்பமாகின. ஆரம்பத்தில் உற்சாகமாக அவர்களாகக் காசு போட்டு ஒவ்வொரு குழுவுக்கும் ஓலைக்கொட்டில் கட்டிக்கொண்டார்கள். அந்த ஓலைக்கொட்டில் திறப்பு விழாவுக்கு ஒரு குழு, வருவாய்த்துறை அதிகாரியைக் கூப்பிட, மற்றொரு குழு, போட்டியாக, வட்டாட்சியரைக் கூப்பிட, இன்னொரு குழு போலீஸ் ஆய்வாளரைக் கூப்பிட, ஒவ்வொரு திறப்பு விழாவும் விமரிசையாக நடந்தேறியது. டாபர்காரன் சொன்னமாதிரி ஒவ்வொரு குழுவுக்கும் 10 ஆயிரம் வட்டியில்லாத கடன் கொடுத்தான். ஒரு குழு டீக்கடை போட்டது. இன்னொன்று தோதல் கிண்டி விற்றது. வித்தார்கள் என்பதைவிட அவர்களே அதனைப் பங்கு போட்டுக்கொண்டார்கள். காய்கறிக் கடையும் போட்டார்கள். இப்படி பெண்கள், குழுவாகச் சேர்ந்து செயல்பட ஆண்களுக்குப் பொறுக்கவில்லை. அவர்கள் தமக்காக ஒரு குழுவை உருவாக்கினார்கள்.

சசி குழுக் கணக்குவழக்குகளைப் பார்த்துக்கொண்டாள். சண்டையும் சமாதானமுமாகக் குழுக்கள் இயங்கிக் கொண்டிருந்தன. சாந்திக்கு அவ்வப்போது உடம்புக்கு முடியாமல் போனது. சசி தாயுடன்தான் இருந்தாள். தேவைக்கு மட்டும் தாயும் மகளும் பேசிக்கொண்டார்கள். ஆனால் சசிக்குப் பதிவு கிடைத்தபாடில்லை. வேறு முகாமிலிருந்து கல்யாணம் செய்து இந்த முகாமிற்கு வந்தவர்களுக்குக்கூட இன்னும் பதிவு கிடைக்கவில்லை. அவர்களுடைய குழந்தைகளும்கூடப் பள்ளிக்கூடம் போகுமளவுக்கு வளர்ந்துவிட்டது. சசிக்குப் பதிவு கிடைத்தாலாவது மாதா மாதம் உதவித்தொகையும் ரேசன் பொருட்களும் கிடைக்கும். இப்போது எதுவுமேயில்லை. கையில் காசும் இல்லை. முன்னரே தண்டச்சோறு என்றுதான் அம்மா திட்டுவாள். இப்போது மாசமாக இருப்பது வேறு சசிக்கு ஏதோ அந்தரத்தில் நிற்பதைப்போல இருந்தது. ‘பதிவுக்கு எழுதிக் கொடுத்தாச்சுது. அதற்குமேல் நாம என்னதான் செய்வது? தணிக்கைக்கு ஆள் இல்லையென்றால் கண்ணை மூடிக்கொண்டு பதிவு நீக்கம் செய்யும் அதிகாரிகள், பதிவைத் திரும்பப் பெற அல்லது மாறுதல் பெற ஏன் இவ்வளவு அலட்சியமோ, ஆண்டவனுக்குத்தான் தெரியும்.’

பதிவைப் பற்றி சாந்தி வீட்டில் புறுபுறுக்கும்போதெல்லாம் சசி வருவாய்த்துறை அதிகாரியைத்தான் திட்டுவாள். “பாடையில போன ஆர்ஐக்குப் பதிவு தருவதற்கு என்ன கோதாரி...”

முகாமில் பதிவுசெய்ய வேண்டுமானால் முதலில் மனு எழுத வேண்டும். அத்துடன் புகைப்பட அடையாள அட்டை நகல், யாருடன் சார்பு நபராகச் சேர இருக்கிறோமோ, அவருடைய விருப்பக் கடிதம், வேறு முகாமிலிருந்து கல்யாணமாகி வந்திருந்தால் கல்யாணப் பதிவுப் பத்திர நகல், அல்லது கல்யாண அழைப்பிதழ்... இவற்றை இணைத்து வருவாய்த் துறை அதிகாரியிடம் கொடுக்க வேண்டும். அந்த மனு வட்டாட்சியர் பார்வைக்குப் போய்க் கையொப்பமாகிய பின்னர் அதை மறுவாழ்வுத்துறை – சென்னைக்கு மாவட்ட ஆட்சியருக்கு அனுப்புவார்கள். அங்கிருந்து அனுமதிக் கடிதம் வர வேண்டும். அதற்கு கியூ ப்ராஞ்சிடமிருந்து பரிந்துரைக் கடிதமும் வர வேண்டும். பதிவு கோரும் நபர், கியூ ப்ராஞ்சுடன் முரண்பட்டவராக இருந்தால், அவ்வளவுதான்! அப்பப்பா... சொல்லி மாளாது இந்தப் பதிவுப் பிரச்சினை. இவ்வளவு நடைமுறைகளையும் தாண்டி உடனே பதிவு வந்துவிடுமா என்ன?

சாந்தி தலைமையில் உள்ள குழுவுக்கு 'ஈழத்துப் பூக்கள்' சுயஉதவிக் குழு என்பது பெயராக இருந்தது. முதலாவது பிளவு ஈழத்துப் பூக்களுக்குள்தான் ஆரம்பித்தது. முதலில் குழு சேர்த்தவர்களும் இவர்கள்தானே... ஏற்கெனவே தேவிக்கும் சாந்திக்கும் சிறு பிரச்சினை இருந்திருந்தது. இங்கே பிரச்சினை என்றால் வேறென்ன இருந்துவிடப் போகிறது. இரண்டே இரண்டுதான். ஒன்று பொம்பளப் பிரச்சினை. மற்றது கொடுக்கல் வாங்கல் வட்டிப் பிரச்சினை. வேறு பிரச்சினைகள் பெரும்பாலும் வருவதில்லை. அடி பைப்பில் தண்ணீர் அடிப்பதில்கூடப் பெரிதாகப் பிரச்சினை வருவதில்லை. தேவி ஒருதடவை கூட்டத்தில் கணக்குக் கேட்டிருந்தாள். இது சாந்திக்குப் பிடிக்கவில்லை. "ஜெயிலுக்குப் போனவன் பெண்டில் எல்லாம் என்னிடம் கணக்குக் கேக்கிறாளுக" என்று ஒரு வார்த்தையை விட்டாள். அதைக் கூட்டத்தின் மத்தியில் சொன்னது, தேவிக்குப் பெருத்த அவமானமாகிவிட்டது. அப்புறம் என்ன வார்த்தைகள் காரசாரமாக வந்திறங்கின. ஏற்கெனவே சிறு சலசலப்பு வந்தபோதெல்லாம் செல்விதான் சமாதானப்படுத்தி வந்தாள். செல்வி சொல்லுக்குத்தான் அங்கு மரியாதை இருந்தது. செல்வி அதட்டினால் அமைதியாகிவிடுவார்கள். ஆனால் இந்த முறை செல்வியின் சொல்லும் செல்லாக் காசாக ஆகிவிட்டது. தேவிக்கு ஆதரவாகச் சிலர் நியாயம் பேச, சாந்தியிடம் அவசரத்திற்கு வட்டிக்குப் பணம் வாங்குபவர்கள் அவளுக்காகப் பேச, குழு இரண்டாகிப் போனது.

10

ஒவ்வொரு காலகட்டத்திலும், ஒவ்வொருவர், வருவாய்துறை அதிகாரிக்கும் கியூ ப்ராஞ்சுக் காரனுக்கும் வால்பிடிப்பவர்களாக இருந்திருக் கிறார்கள். வருவாய்துறைக்கு வால்பிடிப்பவன் நிச்சயமாக கியூ ப்ராஞ்சுக்கும் வால்பிடிப்பான். அது அப்படித்தான் அமையும்.இப்படி முருகானந்தம்தான் அதிக நாளாக இருந்துகொண்டிருக்கிறார். முன்பு கந்தசாமி இப்படித்தான் இருந்தார். அவர்மேல் சனங்களுக்குக் கடுமையான கோவமிருந்தது. அவரை எதிர்த்து ஒரு கேள்வியும் கேட்க முடியவில்லை. முதலில் இவரைக் கவனித்தால்தான் எந்த ஒரு காரியமானாலும் நடக்கும். காசு கொடுக்கவில்லை யென்றால் எரிஞ்சு விழுவார். காக்க வைப்பார். நாளை நாளை என்று இழுத்தடிப்பார். இவர் நடுத்தர வயதைக் கடந்தவர். இந்த அப்பாவிச் சனங்கள் ஒரு மனு எழுதுவதானாலும் அவரிடம்தான் போய் நிற்பார். கந்தசாமியின் மகள் ‘அப்பா பேலப் போயிருக்கிறார். அப்பா குளிக்கப் போயிருக்கிறார்.’ என்று சொல்வாள். சனங்கள் அவன் வீட்டு வாசலில் காத்துக் கிடப்பார். இந்தச் சனங்களுடைய அறியாமையைப் பயன்படுத்தியே சம்பாதித்த காசில் மகளைக் கல்யாணம் செய்து கொடுத்தார் அவர் என்று அந்தச் சனங்கள் இப்பவும் சொல்லுங்கள். “அண்ணே ... விருதுநகர்ல என் மகளைக் கட்டிக் கொடுத்திருக்கிறேன். அவளுக்குப் பிள்ளை பிறந்திருக்கு. போய்ப் பார்த்துட்டு வர அனுமதிக் கடிதம் வேணும்.”

“ஏம்மா ... உன்ன நேத்துல வரச் சொன்னேன்.” அதிகாரத் தோரணையில் அதட்டலாகக் கேட்டார் கந்தசாமி.

“நேற்றுச் சாயங்காலம் வந்தேண்ணே. நீங்க திருமங்கலம் தாலுகா அலுவலகம் போயிட்டதாக மகள் சொன்னா.”

102 தொ. பத்திநாதன்

“ஆமா... உங்களப் பார்த்துட்டு இருக்கிறதுதான் எங்களுக்கு வேலை. வேற வேலையே இல்லையா? முகாமில எல்லாருக்கும் வீடு கட்டிக் கொடுக்கப்போறோம். அது விசயமாகத்தான் வட்டாட்சியர் கூட்டம் நடந்தது. அதுக்குத்தான் போயிருந்தேன்.”

பின்னாடி நின்றிருந்த குமாருக்குக் கந்தசாமியுடைய பேச்சு கடுப்பை ஏற்றிக்கொண்டிருந்தது. அட நாயே... கள்ளப்பயலே... எத்தனை வருசமாக இதையே சொல்லிட்டு இருக்கப்போறே என்று நினைத்துக்கொண்டான்.

“விருதுநகர்ல எந்த முகாம்மா?”

“குள்ளூர் சந்தை.”

“எத்தனை நாளைக்குமா?”

“ஒருவாரம்ணே.” சொல்லி முடிப்பதற்குள்ள “ஒருவாரம்னா நீ கலெக்டர் கிட்டதத்தான் அனுமதி வாங்கணும். ஆர் ஐ என்றால் இரண்டு நாள். வட்டாட்சியர் என்றால் மூன்றுநாள். அவ்வளவுதான். என்ன சொல்லுற.”

“இல்லண்ணே ... தலப்பிள்ளை. அங்க மாப்பிள வீட்டில பார்த்துக்கொள்ள ஆள் இல்லை. அதனால ஒருவாரம் எப்படி என்றாலும் வாங்கிக் கொடுங்கண்ணே” என்று கெஞ்சிக் கேட்டாள் முருகாயி.

“ஏம்மா ... நீங்க நினச்சமாதிரி எல்லாம் அதிகாரிங்க செய்யமாட்டாங்க. எல்லாத்துக்கும் ஒரு ரூல்ஸ் இருக்கு. அதுமாதிரித் தான் செய்ய முடியும்.”

முருகாயி நினைத்தாள். “ஒருவாரம் அனுமதி வாங்கிட்டா அதவச்சு ஒருமாதம் அந்த முகாமில சமாளிச்சிடலாம். ஆனால் இவன் மசியமாட்டேன் என்கிறானே.”

‘மருமகன் தாமதமானாலும் பதிவு வாங்கிட்டு வாங்கன்றார். இங்க கியூ ப்ராஞ்சுக்காரன் சரியான கட்டுப்பாடு. அனுமதி இல்லாட்டி ஈவு இரக்கமில்லாமல் விரட்டி விடுவான்’ முருகாயி அமைதியாகத் தலையைத் தொங்கப்போட்டுக்கொண்டு நின்றாள். சிலர் கந்தசாமி முன்பு பவ்யமாக நடிப்பார்கள். அப்போதுதான் அவனிடம் காரியம் சாதிக்க முடியும் என்பது எல்லோருக்கும் தெரிந்திருந்தது. அந்த வேசம் எல்லாம் முருகாயிக்குத் தெரியவில்லை. ஒரு பெரிய அதிகாரி முன்பு நிற்பதுபோல நின்றிருந்தாள். கந்தசாமி அதிகாரித் தோரணையில் ஏதோ எழுதிக்கொண்டிருந்தவன் அதட்டலாக “எத்தனை நாள்மா அனுமதி வேணும்” என்றான். முருகாயி பதில் கூறவில்லை. குமாருக்குக் கடுமையான கோவம் வந்தது. ‘முன்னாடியிருந்த

வெறிக்குட்டி ஆர்ஜ கூட இவ்வளவு அதிகாரம் பேசமாட்டான். அவனுக்குத் தண்ணியடிக்கக் காசு மட்டும் கொடுத்தால் போதும். முகாமில் இல்லாமல் வெளியே இருப்பவர்கள்கூட வெளிநாடு போவதற்கு முகாமில் இருந்த மாதிரி பதிவுசெய்து காசுக்காக வெறிக்குட்டி ஆர்ஜ கொடுத்திருக்கிறான். ஆனால் இந்த அகதிகள் பாவப்பட்டதுகள். கந்தசாமி என்னபாடு படுத்துறான்.'

"என்னம்மா நான் கேட்டுக்கிட்டேயே இருக்கிறேன். நீ பேசாமல் இருக்கிறாய்." எதையோ படித்துக்கொண்டே முகத்தைப் பார்க்காமல் கந்தசாமி கேட்டான். முருகாயி அதற்கும் பதில் கூறவில்லை. ஒடுங்கிப்போய் நின்றாள்.

"ஏம்மா ஒருவாரம் என்றால் அவிங்க நிறைய எதிர் பார்ப்பாங்க. நான் திருமங்கலம் போய் தாசில்தாரிடம் வரை கையெழுத்து வாங்க வேணும். என்னம்மா சொல்லுற காசு வச்சிருக்கிறியா? இருந்தா நூறு ரூபாய் கொடுத்துட்டு, போயிட்டுச் சாயங்காலம் வா."

அந்தம்மா ஜாக்கெட்டில் இருந்து நூறு ரூபாய் நோட்டை எடுத்துக் கொடுத்துவிட்டுச் சென்றாள்.

11

சசிக்கு ஒரு பிரச்சினையிருந்தது. எப்படி இதனை எதிர்கொள்ளப் போகிறேன் என்ற பயமும் சங்கடமும் கவலையும் இருந்தது. எதுவானாலும் என் தலையெழுத்து. எதிர் கொண்டாக வேண்டுமே. உச்சப்பட்டியிலிருந்து புறப்படும்போதே அதற்கான தயார் நிலையில்தான் புறப்பட்டார். அவளுக்கு கியூ ப்ராஞ்சுக்காரன் விசாரணையை நினைத்துத்தான் கலக்கமாயிருந்தது. அவனுடைய தாறுமாறான கேள்விக்கு எப்படிப் பதில் சொல்வது. மாற்றி மாற்றி அவனிடம் உளறிவிடக் கூடாது என்ற தீர்மானம் இருந்தாலும் அந்த நேரத்தில் கியூ ப்ராஞ்சுக்காரனை எதிர்கொண்டாக வேண்டும். தன் பிள்ளையின் அப்பா பெயர் கேட்டால் என்ன சொல்வது? தற்போது கணவன் எங்கே என்று கேட்டால் என்ன சொல்வது என்ற தயக்கம். பிள்ளைக்குப் பிறப்புச் சான்றுக்காகப் பதிவு செய்தபோதுதான் கடுமையான தடுமாற்றமிருந்தது. சசி ஊர்க்காரனுடன் கல்யாணம் செய்தாள் என்பதைவிட அவனுடன் வாழ்ந்ததற்கு அரசுப் பதிவுகள் எதுவுமில்லை, பிள்ளையைத் தவிர. கல்யாணத்தைப் பதிவுசெய்து திருமணப் பதிவுப் பத்திரம் பெறவுமில்லை. அப்படியானால் அவன் பெயரை எப்படிப் பதிவு செய்து கொள்வது. சட்டரீதியாகச் செல்லுபடியாகுமா? கொஞ்சம்கூட இதெல்லாம் யோசிக்காமல் தான் செய்த தவற்றை நினைக்க நினைக்க அவளுக்குத் தன்மேலேயே கோவம் கோவமாக வந்தது. எல்லாம் முடிந்தபின் இனி யோசித்து என்ன பயன்? பேசாமல் தனது அப்பா பெயரைப் போட்டுக்கொண்டால் என்ன என்ற எண்ணம்கூட வந்தது. என்னை மாதிரி முட்டாள்த்தனமாக எந்தப் பெண்களும் வாழ்ந்துவிடக் கூடாது.

இலங்கைத் தீவில் பிறந்தாலே தரித்திரம் தானாக ஒட்டிக்கொள்ளும். பிள்ளை பெற்றுக்கொள்ளாமல்கூட அவனுடன் படுத்து எந்திரிச்சு வந்திருக்கலாம். என்ன யோசித்து என்ன செய்ய? இந்த யோசனை அன்னைக்கே இருந்திருக்கனுமே. குழந்தை பிறந்தபோது பிறப்புச் சான்றிதழில் அப்பா பெயர் போடுவதில் வந்த குழப்பத்தைச் செல்வியிடம் சசி பேசினாள். அவன் இனி வரப்போவதில்லை. குழந்தையின் அப்பாவென்று யார் பெயர் கொடுப்பது. செல்வி எப்பவும் மனசுல படுவதைப் பட்டெனப் போட்டு உடைத்துவிடுவாள். "ஏன்டி சசி, உனக்கு என்ன விசரே. அங்க இராணுவத்துக்குப் பிறந்த குழந்தை, சீக்கியன், சப்ப மூக்கன்களுக்கு பிறந்த குழந்தைகள் எல்லாம் இருக்கிறது. சிலவனுகள் நம்ம பொம்பளங் களுக்குப் புள்ளயக் குடுத்துட்டுத்தான் வந்தான்கள். அந்தப் பிள்ளைகளுக்கெல்லாம் அப்பன் பேர் ஏது. பெண்கள் என்ன விருப்பப்பட்டா இப்படி பெத்துக்கிறாங்க.

என்ன செய்யுறது, சமூகத்துக்கு மறச்சுத்தான் வாழ வேண்டியிருக்கு. நடிக்க வேண்டியிருக்கு. போர் நடந்தா இப்படி பிரச்சினை எல்லாம் வரத்தான் செய்யும். படுத்தவன்தான் பிள்ளைக்கு அப்பன் என்று பார்த்தால் உலகத்தில கோடிக்கணக்கான பிள்ளைகளுக்கு அப்பன்கள் இன்னும் தேடிக்கிட்டுத்தான் திரிய வேண்டும்."

"செல்வியக்கா நான் என்ன கேட்டேன் நீங்க என்ன பேசுறீங்க. நான் ஏற்கனவே பிரச்சினையில இருக்கிறேன். அவன் இனி வரப்போறதுமில்லை. நான் அவனைத் தேடிப்போகப் போறதுமில்லை. போனாலும் நியாயம் கிடைக்கப்போறது இல்லை. நான் ஏமாந்திட்டேன். பிள்ளைக்கு அப்பன் பெயர் அவன் பெயரை கொடுப்பதில் நாளைக்கு சட்டச்சிக்கல் ஏதும் வருமா? என்றுதான் உங்களிடம் யோசனை கேட்கிறேன்."

"அடிபோடி பைத்தியம். மனித உரிமைகள் சட்டமோ, அகதிகளுக்கான ஐநா சட்டமோ, எந்த கத்தரிக்காய் சட்டமா இருந்தாலும் நமக்கு ஒத்துவராது. நாம இங்க பதிவு வசதிக்காக நம்மள அகதி என்று குறிப்பிடுகிறார்கள். மற்றபடி நாம சட்டவிரோத குடியேறிகளாம். எந்தச் சட்டமும் நமக்கு இல்லை. அரசுக்கு சாதகமாக எது இருக்கிறதோ அல்லது என்ன செய்யணும் என்று இந்திய அரசு நினைக்கிறதோ, அதை செய்யும். அதனை எந்த அகதிகள் சட்டமும் கட்டுப்படுத்தாது. நீ அவன் பெயரையே குழந்தைக்கு தகப்பன் என்று பதிவு செய்துகொள்."

“செல்வி அக்கா உங்களுக்கு யாரு இப்படி எல்லாம் வகுப்பெடுத்தது.”

“டாபர் தொண்டு நிறுவனப் பொடியன் அன்றைக்குப் பேசிக்கொண்டிருந்ததைக் கேட்டுக் கொண்டிருந்தேன்.”

இப்படிப் பிறப்புச் சான்று எடுப்பதற்கு ஏற்பட்ட அனுபவத்தை சசி அசைபோட்டுக்கொண்டாள். பின்னாடி இது என்னமாதிரிப் பிரச்சினையை உருவாக்கும் என்பதும், சட்டச்சிக்கல்களும் அவளுக்கு விளங்கவில்லை. ஆனாலும் இங்குள்ள கியூ ப்ராஞ்சுக்காரன் என்ன கேட்டுத் தொலைப்பானோ என்ற பயம் அவளைப் பாடாய்ப் படுத்தியது. உச்சப்பட்டி முகாமில் உள்ள கியூ ப்ராஞ்சுக் காரனுக்குத் தன் கதை தெரியும். ஆனால் இங்குள்ளவனுக்கு எல்லாக் கதையும் முதலில் இருந்தல்லவா சொல்ல வேண்டும். மண்டபம் முகாமில் பதிவுக்காக வந்தவர்களில் கொஞ்சம் பிரச்சினையானவர்களையும் கியூ ப்ராஞ்சு கூடுதல் விசாரணை தேவை என்று கருதியவர்களையும் கடைசியாகத் தனியாகக் கூடுதல் விசாரணை பண்ணினார்கள். அதில் சசியையும் சேர்த்துக்கொண்டார்கள். சசிக்கு உள்ளுக்குள் உதறல் ஏற்பட்டது. ஆனாலும் அந்த இடத்தில் முருகானந்தத்தின் செயல் இவளைக் காப்பாத்தியது. அவன் பதிவுக்காக வந்தவர்கள் அனைவரிடமும் நூறு ரூபாய் தன் செலவு, அலுவலகச் செலவுக்காக வாங்கியிருந்தான். அவனுக்கு நூறுரூபாய் கொடுத்தது சரிதான் என்று சசி நினைத்துக்கொண்டாள்.

முருகானந்தன், தான் கொண்டுவந்த பதிவுப்பட்டியலைச் சரிபார்த்தபோது அதில் சசியுடைய பதிவுமனுவைக் காணவில்லை என்று சசியிடம் சொன்னான். கடைசியாக விசாரிப்பதாகக் கூறினார்கள் என்றாள் சசி. அவன் நேராகச் சம்பந்தப்பட்ட கியூ ப்ராஞ்சுக்காரனிடம் போய்க் கேட்டான். “சார் அவ ஊர்க்காரன்கூட படுத்துப் புள்ள வாங்கிட்டு வந்தவ சார். மத்தபடி அவளிடம் வேறு பிரச்சினையில்லை சார்.”

“ஏன் முருகானந்தம் முகாமில் உள்ள ஆண்களுக்கு எல்லாம்... சரியில்லை என்றுதான் அவள் ஊர்க்காரன்கூட போய் பிள்ளையப் பெத்தாளா?” என்று சிரித்துக்கொண்டே கியூ ப்ராஞ்சுக்காரன் கேட்டான். தானும் முகாமில் உள்ள ஒரு ஆண் என்றாலும் முருகானந்தத்திற்கு அந்த வார்த்தைகள் பெரிதாக எந்தப் பாதிப்பையும் ஏற்படுத்தவில்லை. அவனே ஒரு மாமாக்காரன்தானே. ஆனாலும் சசியோட பதிவு மனு

முருகானந்தம் கைக்கு வந்துவிட்டது. கியூ ப்ராஞ்சு விசாரணை முடிந்துவிட்டது. புகைப்படமும் எடுத்தாகிவிட்டது. மூன்று நாட்கள் ஓடிப்போய்விட்டன. தொடர்ந்து தமிழகத்தின் வேறு வேறு முகாம்களிலிருந்து அகதிகள் வந்துகொண்டிருந்தார்கள். துணை ஆட்சியர் அலுவலகம் பரபரப்பாக இயங்கிக் கொண்டிருந்தது. மறுபதிவுக்காக வந்தவர்கள் யாரையும் அவரவர் முகாம்களுக்கு அனுப்பவில்லை. ஐந்தாவது நாளையும் தாண்டிக்கொண்டிருந்தது. அவ்வளவு நாட்கள் தங்க நேரிடும் என்று யாரும் எதிர்பார்த்து வரவில்லை. ஆனாலும் எந்த மன உணர்வையும் எந்த அதிகாரிகளிடமும் வெளிப்படுத்த முடியாது. ஊர்க்காரர்களாக இருந்தால் உண்ணாவிரதம், மறியல், போராட்டம் நடத்தலாம். ஆனால் இவர்கள் ஏற்கெனவே முதுகெலும்பு இல்லாதவர்களாக ஆக்கப்பட்டிருந்தார்கள்.

12

கத்தோலிக்கத் திருச்சபையில் கோயிலில் வைத்துப் பாதிரியார்தான் திருமணம் செய்து வைப்பார். அது ஒரு சடங்காகவே நடைபெறும். கத்தோலிக்கத் திருச்சபையில் திருமண நிகழ்வு அவ்வளவு சுலபமானது இல்லை. எல்லாத் திருமணங்கள் போன்று இங்கும் பெற்றோர் சம்மதம் முக்கியம். ஆனால் இவர்களுக்குப் பெற்றோர் இல்லை. இரண்டு பேரும் ஒன்றாக வாழ்கிறார்கள் என்றால் திருப்பலியில் திருமணம் செய்துவைக்க மாட்டார்கள். முறையாக நடக்கும் திருமணத்தில் திருப்பலியுடன் திருமணச் சடங்கு நடைபெறும். கத்தோலிக்கத் திருமணத்திற்குச் சிலஅடிப்படை உண்டு. சில சடங்கு முறைகளும் உண்டு. அதாவது ஆணும் பெண்ணும் கிறிஸ்தவர்ளாக இருக்க வேண்டும். மாற்று மதத்தைச் சேர்ந்தவர்களாக ஆணோ,பெண்ணோ இருந்தால் மதமாற்றம் செய்யப் பட்டுச் சடங்குகள் அனைத்தும் நிறைவேற்றப்பட்டுப் பின்பு திருமணம் நடைபெறும். கிறிஸ்தவர் என்பதற்கான முதல் சடங்கு 'ஞானஸ்தானம்.' குழந்தை பிறந்தவுடன் கொடுப்பது. ஞானஸ்தானம் கொடுப்பதற்குப் பெற்றோர் கிறிஸ்தவர்களாக இருக்க வேண்டும். ஞானஸ்தானத்திற்கு அடுத்துப் பத்து வயதிற்கு மேல் 'முதல் நன்மை', அடுத்து 'உறுதி பூசுதல்' என்ற சடங்கு நடைபெற வேண்டும். உறுதி பூசுதலுக்கு அடுத்து 'மெய்விசுவாசம்' (திருமணம்) அல்லது 'குருத்துவம்' (பாதிரியார்) இறக்கும் தருவாயில் 'நோயில் பூசுதல்' என்ற சடங்குடன் கிறிஸ்தவ வாழ்க்கை நிறைவடையும். ஆண், பெண் இருபாலருக்கும் இது பொதுவானது. ஒரு கிறிஸ்தவராக இந்தச் சடங்குகள் அந்த அந்தக் காலத்தில் நடைபெற வேண்டும். திருமணம் செய்தவர்கள் பாதிரியாராக முடியாது. பாதிரியார் ஆனவர்கள் திருமணம் செய்ய முடியாது என்ற கடுமையாகக் கடைப்பிடிக்க வேண்டும். ஆணும்

பெண்ணும் ஒரே கோயிலைச் சேர்ந்தவர்கள் என்றால் அந்தக் கோயில் (பங்கு) பாதிரியாருக்கு ஆண், பெண் இருவருக்குமான ஞானஸ்தானம் முதல் கொண்டு மற்றச் சடங்குகள் நடந்த பதிவுகள் அனைத்தும் அந்தப் பங்குக் கோயிலில் இருக்கும். ஆணோ, பெண்ணோ வேறு பங்குக் கோயிலைச் சேர்ந்தவர்களாக இருந்தால், அவர்கள் பங்குக் கோயிலிருந்து பாதிரியாரிடம் ஞானஸ்தானச் சான்றிதழும் திருமணத் தடையில்லாத சான்றிதழும் – அதாவது இவர் கிறிஸ்தவர்தான் இவருக்கு இதுவரை திருமணம் நடைபெறவில்லை – கடிதமும் வாங்கிக் கல்யாணம் நடக்கும் கோயில் பாதிரியாரிடம் கொடுக்க வேண்டும். பெற்றோரால் பேசி முடித்த பின்பு பாதிரியாரிடம் பேசி நாள் குறிக்க வேண்டும். அது குறைந்தது ஒரு மாதத்திற்கு மேல் கால அவகாசம் இருக்க வேண்டும். முடிவான பின்பு குறைந்தது மூன்று ஞாயிற்றுக் கிழமைகள் ஞாயிறு திருப்பலியில் அறிவிப்புச் செய்யப்படும். அதாவது இன்னார் மகள் இன்னாருக்கும், இன்னார் மகன் இன்னாருக்கும் இன்ன தேதியில் திருமணம் செய்ய பெற்றோரால் முடிவு செய்யப்பட்டுள்ளது. இதில் எவருக்கேனும் ஆட்சேபணை இருந்தால் பாதிரியாரிடம் தெரியப்படுத்தவும்; இந்த அறிவிப்பு மிக முக்கியமானது. இந்த அறிவிப்பு நடந்து கொண்டிருக்கும்போது மணமகள், மணமகன் இருவரும் மூன்று நாட்கள் திருமண முன்தயாரிப்பு வகுப்பிற்குச் சென்று சான்றிதழ் வாங்கிப் பாதிரியாரிடம் கொடுக்க வேண்டும். அந்த வகுப்பு விவாகரத்து ஆவதைத் தடுப்பதை முக்கியக் காரணமாகக் கொண்டு இல்லற வாழ்க்கை பற்றித் தேர்ந்த பயிற்சியாளரால் வகுப்பு எடுக்கப்படும். இந்த நடைமுறைகளில் ஏதாவது ஒன்றில் சிக்கல் இருந்தாலும் திருமணம் தள்ளிப்போகும், தடைப்படும். இதற்கான கால அவகாசம் குறைந்தது ஒரு மாதம் என்றாலும் தேவைப்படும். இந்த நடைமுறைகள் ஏதுமற்று ஒரு வாரத்தில் டெக்லா சிஸ்டர் ஆண்டனிக்குத் திருமணம் செய்துவைக்க ஏற்பாடு செய்தார்கள். மதங்கள் மனிதனுக்காகத்தானே; மனிதனுக்காக மதங்கள் பொதுவாக மாறும் தன்மையுடையதுதானே. ஆண்டனியும் ஸ்டெல்லாமேரியும் கிறிஸ்தவர்கள்தான் என்பதற்கு என்ன ஆதாரம். ஆதாரம் இல்லாமல் எப்படித் திருமணம் செய்ய முடியும்? பிரச்சினையான சூழலில் உடனடியாக இலங்கையில் அவர்கள் சார்ந்த பங்குக் கோயிலிருந்து கடிதம் பெற முடியுமா? ஞானஸ்தானச் சான்றிதழ் பெற முடியுமா? அவர்கள் அகதியாகப் பதிவு செய்யும்போதே ஆண்டனி ஸ்டெல்லாமேரி என்று பதிவு செய்துள்ளார்கள். பெயர்கள் இரண்டும் கிறிஸ்தவப் பெயர் ஞாயிறு திருப்பலிக்கு வருகிறார்கள். 'செபமாலை' சொல்கிறார்கள். 'நன்மை' (அப்பம்) எடுக்கிறார்கள். இவை

110 தொ. பத்தினாதன்

சரியாக நடந்திருக்கிறது. நடக்கிறது. ஆனால் இதனடிப்படையாக வைத்துத் திருமணம் செய்துவிட முடியுமா? இவர்களுக்கு இங்கு முகாமில் எவராவது சொந்தங்கள் இருக்கிறார்களா? அதுவுமில்லை. செல்விதான் ஸ்டெல்லா மேரிகூடப் பேசுவாள். கோயிலடியில் பார்த்தால் கதைப்பாள். மற்றபடி வேறு யாருடனும் அவர்கள் பேசிப் பழகுவதுமில்லை. ஸ்டெல்லாவுக்குக் குழந்தை கிடைத்தபோதுகூட செல்வி தான் முடிந்த உதவிகளைச் செய்தாள். திருமங்கலம் அரசு ஆஸ்பத்திரியில்கூட ஓரிரு நாட்கள் நின்றாள். செல்வியிடம் இந்தப் பிரச்சினை வரவும் செல்விதான் டெக்லா சிஸ்டரிடம் விசயத்தைக் கூற டெக்லா சிஸ்டர் தீவிரச் செயல்பாட்டில் இறங்கினார். டெக்லா சிஸ்டர் பங்குத் தந்தையுடன் பேசிவிட்டு வரும் வழியில் திருமங்கலத்தில் இரண்டு பத்துரூபாய் பத்திரம் வாங்கிக்கொண்டு முகாமிற்கு வந்தார். பிள்ளையின் பெயர், பிறந்த தேதி, பிறந்த இடம், தந்தை பெயர், தாய் பெயர், ஞானஸ்தானம் பெற்ற இடம், ஞானஸ்தானம் பெற்ற ஆண்டு ஆகியவற்றையும் குறிப்பிட்டு தற்போது உள்ள சூழ்நிலையில் மன்னாரிலிருந்து ஞானஸ்தானச் சான்றிதழ் எடுத்து வரமுடியாத சூழ்நிலையில் மேற்குறிப்பிட்ட விபரம் யாவும் உண்மை எனக் கீழ் ஒப்பமிட்ட யாவரும் திருமங்கலம் பங்குத்தந்தை முன்நிலையில் உறுதிகூறுகிறோம். பத்து ரூபா பத்திரத்தில் ஆண்டனி ஸ்டெல்லாமேரி தனித்தனியாக மேற்குறிப்பிட்ட விபரத்தை எழுதி செல்வியிடம் ஒரு கையொப்பமும் கோயில் தலைவரிடம் ஒப்பம் பெற்றுக்கொண்டார்.

ஆண்டனிக்கு வேட்டி சட்டை, ஸ்டெல்லாவுக்குச் சேலை முன்பு டெக்ஸா சிஸ்டர் வாங்கிக் கொடுத்திருந்தார்கள். கல்யாணத்தன்று இரண்டு மாலைகள் திருமங்கலத்தில் ஏற்பாடு செய்திருந்தார்கள். வெள்ளியில் இரண்டு மோதிரம் எல்லாம் டெக்லா சிஸ்டர் உபயம். கல்யாணத்தன்று செல்வி, முகாம் கோவில் தலைவர் இருவரும் சாட்சியாகக் கோயிலில் கையொப்பமிடச் சென்றிருந்தார்கள். பங்குத் தந்தை விஷேச அங்கியை அணிந்திருந்தார். சம்பிரதாயங்கள் சிலவற்றுடன் மோதிரம் மாற்றி மாலைமாற்றிச் சாட்சி ஒப்பத்துடன் திருமணம் அதிரடியாக ஒரே வாரத்தில் நிறைவுற்றது. இப்படிக் கல்யாணம் நடந்துகொண்டிருந்த வேளை, செல்வி கையிலிருந்த கல்யாணத் தம்பதியினரின் குழந்தை பாலுக்காக அழுதுகொண்டிருந்தது.

முகாம்களில் பொருளாதாரம் அரசு கொடுக்கும் உதவித்தொகையை வைத்தே இயங்கும். உதவித்தொகை கொடுத்ததும்தான் சீட்டுக்காசு கொடுப்பது, கடைகளில் கடனுக்கு வாங்கிய சாமானிலிருந்து மீன் வியாபாரி, காய்கறி

வியாபாரிவரை காசுப் பரிவாத்தனை நடைபெறும். கல்யாணம் போன்ற சுபநிகழ்ச்சிகளும் சம்பளத்தை (உதவித்தொகை) ஒட்டியே நடைபெறும். கல்யாணம் போன்ற சுப நிகழ்ச்சிகள் பத்தாம் தேதிகளுக்குள் நடத்தத் திட்டமிடுவார்கள். ஆனால் பதினைந்துக்கு மேல்தான் சம்பளம் கொடுப்பார்கள். இதனால் சுபநிகழ்ச்சியில் வரவேண்டிய மொய்ப்பணத்தில் மண் விழுந்துபோகும். சீராகச் சம்பளம் எந்த முகாமிலும் கொடுக்கப் படுவதில்லை. ஒன்றாம் தேதி சம்பளம், சிலவேளைகளில் இருவதாம் தேதியையும் தாண்டி செல்லும். "ஸ்டெல்லாவுக்கு ஒரு சேலை வாங்கிக் கொடுக்கலாம் என்று நினைத்திருந்தேன்." இந்தப் பாடையில போன ஆர்ஐ சம்பளம் போட்டால்தானே என்பது செல்வியின் புலம்பல். தாமதம் ஆக ஆக பலபேருடைய வாயிலும் ஆர்ஐ அடிபடுவது முகாம் வாழ்க்கையில் சாதாரணமானது; ஆர்ஐக்கும் அது சாதாரணமானது.

பகுதி 3

1

காலைப்பொழுது, சுறுசுறுப்பாகப் பரபரப்பாகக் காலைச் சூரியனின் கதிர்கள் கனலாகக் கக்க ஆரம்பிக்கின்றன. தங்களை அழகுபடுத்திக்கொண்டு ஆயிரத்தி ஐந்நூறு ரூபாய் சம்பளத்திற்கு வேலைக்குச் செல்லும் சில பெண்கள், அவர்களைத் தெருவோரத்தில் நின்று சினிமாப் பாட்டுப் பாடிக் கிண்டல் செய்யும் இளசுகள், கார்ப்பரேசன் பள்ளிக்குக் கால்நடையாகச் செல்லும் சிறுசுகள், கான்வென்ட் ஸ்கூலுக்குப் பள்ளிவாகனத்தில் செல்லும் பள்ளிக் குழந்தைகள். "என்னையா... இன்னைக்கும் வேலைக்கு போகலையா?" என்று ஒரு குரல். "வேலைத்தோது இல்ல" என்றது மறுகுரல். "அப்ப இன்னைக்கு வாள் எடுத்திட வேண்டியதுதான்."

"எதுக்கு?"

"அதான் நம்ம நெப்போலியன்கூடச் சண்டைபோட."

அமுதன் கருந்தாடி, கசங்கிய சட்டை, கந்தலான வேஸ்டியுடன் கடைக்குப் பீடி வாங்க சென்றபோது பார்த்தவையும் கேட்டவையும்.

காலைப் பொழுதின் பரபரப்புக்கு மத்தியில் கடைக்காரன் தாசுக்கும் ஜெயமக்காவுக்கும் சில்லரைச் சண்டை வார்த்தைகள் 'வத வத' என்று வந்து விழ ஓரமாக நின்றுவேடிக்கை பார்த்தான். வேடிக்கை பார்த்தானே தவிர அவன் மனநிலை சீரற்றுத் துண்டு துண்டாக அறுபட்டுக் கிடந்தது.

"எப்படி இருக்க?" என்ற வார்த்தை செவிவழி சென்று வரைமுறைப்படுத்த முடியாத மனநிலையை

உருவாக்கியது. நிமிர்ந்து பார்த்தான். பதிலேதும் சொல்லாமல் எங்கோ வெறித்துப் பார்த்துக்கொண்டு நின்றான். அதே செவ்வந்திதான். அவன் முன் ஏதோ ஒரு சோகம்.

ஒரு காலத்தில் அவனும் அவளும் ...

மறுபடியும் செவ்வந்தி, "என்ன அங்கயே பார்த்திட்டு இருக்கிங்க ..." என்றாள். அவன், "ஆமாம் இனிமேல் உன்னைப் பார்க்க முடியாது இல்லையா?" கல்யாணமான அவளை, கடைக்காரன் பார்க்க, கடைக்காரனை இவன் பார்க்க, இவனை அவள் பார்க்க கொஞ்ச நேரம் ஓடியது. மெதுவாக நகர்ந்து சென்றான். தெருவோரத்தில் வீசப்பட்ட கந்தலாடைமீது தெரு நாய் ஒன்று நிம்மதியாகத் தூங்கிக்கொண்டிருந்தது.

இப்படி ஒரு கனவு வந்து தொந்தரவு செய்யவும் அமுதன் திடுக்கிட்டு எழுந்தான். ஓலைக் கொட்டிலின் முகட்டையே பார்த்துக்கொண்டு கிடந்தவன், மறுபடியும் தூங்கிப் போனான். 'ஏய் பிராந்து ... ஒரு தேத்தண்ணி வச்சுத் தரமுடியல உன்னால ... ஏய் பைத்தியம் எனக்குத் தேத்தண்ணி வச்சுத் தர்றதவிட உனக்கு என்னடி பெரிய படிப்பு. பெரிய டீச்சரம்மா மாதிரி படிச்சுட்டு இருக்கிற. என்னத்த படிச்சு கிழிக்கப் போற?' இப்படி உன்ன நான் திட்டிவிட்டு, எனக்கு நீ தேநீர் வைத்துத் தரவில்லை என்று வந்த கோவத்தில் உன் கையில் பலமாகக் கிள்ளிவிட்டது ஞாபகமிருக்கா ...

'கையப் பாரு அந்த இடத்தில் சிவந்திருக்குது உண்மையில,' படிக்கிறத நிறுத்திட்டுப் பாரு ... நிஜமாலுமே நான் உன்னை கிள்ளிவிட்டேன் உனக்கு வலிக்கலியா? லூசு.' இப்படி உன்னைத் திட்டிவிட்டுக் கையில் கிள்ளியது உனக்குக் கோவம் வந்தது. 'சனியன் நாய் பேய் பிசாசு' எனத் திட்டிக்கொண்டே கையிலிருந்த புத்தகத்தை என்மேல் வீசி எறிந்தாய். நான் சற்று விலகவும் அது முத்தத்தில் போய் விழுந்தது. அப்பவும் நீ தேத்தண்ணி வைக்கப் போகவில்லை. நான் மறுபடியும் உன் கூந்தலைப் பிடித்து தலையில நங் என்று ஒரு குட்டுவைக்க, நீ உன் நகத்தால என் முகத்தில் பிறாண்டிவிட்டு 'ஓ' என்று உட்கார்ந்து அழுது கொண்டு இருக்கிறாய். நானாகப் போய் தேநீர் வைத்து உனக்கு எடுத்து வந்து கொடுத்துவிட்டு ... 'புரிகிறதா உனக்கு ... பொன்மாலைப் பொழுதில் – ஒரு பூவுடன் பேசுகிறேன். பனித்துளியைப் போன்று பளிச்சிடும் பருவமங்கையே, என் அருமைத் தங்கையே ... உன்னைப் பார்க்க முடியவில்லை. உன்னுடன் பேசமுடியவில்லை. இந்த உலகத்தில நான் வாழ்ந்து என்ன பயன்? உனக்காக ஊஞ்சல் கட்டி, உன்னை ஒய்யாரமாக உட்காரவைத்து ஆட்டிவிட்டேனா? என் தோளில் போட்டு

உன்னத் தூங்க வைத்தேனா? ஓடிப்பிடித்து ஒருநாளாவது உன்னுடன் விளையாடினேனா? சின்னதாய் சண்டையிட்டேனா? அல்லது உன்னை அடித்ததற்காக அம்மாவிடம் அடிவாங்கி முற்றத்து மண்ணில் முழங்காலில் இருந்தேனா? பாடம் சொல்லிக் கொடுத்தேனா? பள்ளிக்கூடம் கூட்டிச் சென்றேனா? முக்கா ரூபாய்க்கு உனக்கு மிட்டாய் வாங்கி கொடுத்தேனா? உன்னையே தெரியாத என்னை ஒன்றுமில்லாத உன் அண்ணன் என்கிறாயே. உன்னை நினைத்து என் உள் மனசு உருகுதடி என் அருமை தங்கையே. உன்னைச் சமாதானப்படுத்தினேன் ... நிஜமாகத்தான், நான் பொய் சொல்லல. ஆமா நானாகத் தேநீர் வைத்துக் குடித்துவிட்டுத்தான் உனக்குக் கடிதம் எழுதுகிறேன். நீ நகத்தால் என் முகத்தில் பிறாண்டியது எரியுதடி. அனா ஆவனாக்கூட சரியாக எழுதத் தெரியாத என்னைப்போய், என் மண்டைக்குள்ள நிறைய இருக்குது என்கிறியே. அன்புடன் ... நான் நலம். அதுபோல நீயும் நலமுடன் வாழ இயற்கை அருள் புரியட்டும். மேலும் உன் கடிதம் 23–08–07இல் என் கையில் கிடைத்தது. என் கடிதத்தை எதிர்பார்த்து எதிர்பார்த்துக் களைத்துப் போய்விட்டேன் என்று நீ எழுதியிருந்தது எனக்கு சற்று . . . ஏன் என்றால் எனக்கு என்ன வலி வந்தாலும் என் அறிவு தாங்கிக்கொள்ளும். உன் அறிவு தாங்குமா? நான் தனியாகச் சமைத்துச் சாப்பிடுகிறேன் என்றால், உனக்கு வலிக்குமில்லையா? ஆனா எனக்கு வலிக்கவில்லை. நான் நிம்மதியாக இருக்கிறேன். அது மட்டுமல்ல ... நான் கடிதம், இல்லை. கட்டுரை எழுதினால் அதை நீ மட்டும் படித்தால் போதும். ஆனால் மற்றவர்கள் படிக்கும்போது என்னைப் பைத்தியம் என்று நினைப்பார்கள் இல்லையா? அவர்கள்மேல் தவறில்லை. எல்லாம் போரின் விளையாட்டு என்று சொன்னால் எத்தனை பேர் நம்புவார்கள். அதனால் நீ கோவிச்சுக்கிட்டாலும் பரவாயில்லை என்பதால் கடிதம் எழுதவில்லை. சாரிடா செல்லம். ஏண்டி உனக்குக் கொழுப்பா ... அநியாயம் செய்கிறா? ஓ உனக்குத் தமிழ் புரியாதா? சிங்களத்திலயா சொல்லுவாங்க? லூசு நானும் தினம் தினம் சொன்னாலும் உன் காதில் ஏற மாட்டேன்கிறது. அது எல்லாம் உன் தப்பில்லடி. உன் வயசுக் கோளாறு. அதுதான் எது சொன்னாலும் உன் காதுல ஏறமாட்டேங்குது. ஒழுங்கா நான் சொல்றதக் கேளு. கேக்காவிட்டால் உன்ன மட்டும் வீட்டில் உள்ள எல்லா மூட்டைப்பூச்சியும் கடிக்கும். நீ தெருவில மிலாந்திட்டு போகச்ச கல்லு உன் காலில அடிச்சு இரத்தம் வரும். புரியுதா நான் சொல்றத ஒழுங்கா கேப்பியா? போடி முதல்ல பூக்கண்டுக்கு தண்ணி ஊத்திட்டு உட்காந்து படி என்ன புரியுதா? எங்க நான் படித்த எனக் கேட்டுருவேன் என்று தெரிந்த, ஏற்கெனவே படித்த பக்கத்த திறந்து வைத்துட்டு எதையாவத நினைச்சுட்டு உட்கார்ந்துக் கனவுகானாதப் புரியுதா? ஏமாத்தினாயெண்டு

வை நல்லா உதை விழும். திருப்பி வாங்கிக் கட்டாத. நீ என்னடா செய்ற? நீ வேணும்டா பூக்கண்டுக்குத் தண்ணி ஊத்து! என்று கேள்வி எல்லாம் என்னக் கேட்காத. நான்தான் உன் பள்ளிக்கூட உடுப்பெல்லாம் தோச்சுட்டு இருக்கிறேன். இப்பவாவது புரியுதா? எதுக்குடி நீ கப்பல்ல வர்ரா? இனிமேல் பிளைட்ல வா. அரை மணிநேரத்தில் வரலாம். என்ன . . . இது கடிதமா, கட்டுரையா, எதுமாதிரியும் இல்லாமல் துண்டுத் துண்டா இருக்கா ஒன்றும் புரியவில்லையா?

ஆமாம். எனக்கும்தான் ஒன்றும் புரியவில்லை. அது சரி. யாரு உனக்கு சமையல் கத்துக் கொடுத்தது. அநியாயத்திற்கு உனக்கு நல்லாவே சமைக்க வரவில்லை என்று நான் பொய் சொல்ல மாட்டேன். ஏதோ தெரியவில்லை, உன் கடிதத்தைப் பார்த்தால் மட்டும் எனக்கு அறிவு வேலை செய்ய மாட்டேன் என்கிறது. அறிவு வேலை செய்தால் துன்பம் இருக்காது. மாறாக இதயம் வேலை செய்தால்தான் வலிக்கும். சரி சரி இதெல்லாம் யாருக்கிட்டயும் காட்ட வேண்டாம். அந்த ஒரு கடிதம் மட்டும் யாராவது கேட்டாமட்டும் காண்பி என்ன... எனக்கு உப்புமா சமைக்கத் தெரியுமே . . . உனக்குத் தெரியுமா? உப்புமா என்பதே உனக்குத் தெரியாது. அப்புறம் எப்படி அது செய்யுறது உனக்குத் தெரியப் போவுது. அட மண்டு . . . உப்புமா மாவுல செய்யுறது இல்லடி ரவையில செய்யுறது. நான் எழுதியனுப்புற கடிதம். சாரி கட்டுரை . . . இல்ல இல்ல . . . சாரி ஏதோ எழுதுகிறேன். அவ்வளவுதான். அதெல்லாம் தொலைத்துவிடாதே. பத்திரமாக வைத்திரு அதெல்லாம் வரலாறு. ஒரு நாள் தேவைப்படும். நீ ஒழுங்கா நகம் வெட்டுறது இல்லையா? நகத்தில நிறைய அழுக்கு இருக்குது பாரு. என்னது ஸ்டைலா? இருக்கட்டும் இருக்கட்டும். என் தங்கைக்குத் தாலாட்டுப் பாடத் தனியாகக் கவிதை தரித்தேன். ஆனால் என் பேனா தடுமாறுகிறது. என் தங்கையைத் தூங்க வைக்கத் தலகாணி தைத்தேன். ஆனால் காத்துடன் கலந்துவிட்டது பஞ்சு. என் தங்கையின் காதுக்குக் கம்மல் வாங்கக் கடைக்குச் சென்றேன். ஆனால் கடை எல்லாம் இன்று விடுமுறையாம். கவலைப்படாதே என் தங்கையே விடுமுறையில் வீட்டுக்கு வா . . . உன்னை நிலாவுக்குச் சுற்றுலா அழைத்துச் செல்கிறேன்.

அமுதனுக்குத் தூக்கம் வருவதில்லை. தூக்கம் வந்தாலும் கனவு கனவாக வந்து அவனைத் தொந்தரவு செய்யும். அதனால சரியான தூக்கம் இல்லாமல் கன்னம் ஒட்டிக் கண்கள் உள்ளே சென்று மெலிந்து காணப்பட்டான்.

அமுதன் மென்மையான இளகிய உள்ளம் கொண்டவன், ஆனால் பயந்த சுபாவமுடையவன். வெளித் தோற்றத்திற்குப் பலரும் நல்ல பையன் என்று கூறினாலும் அவனுக்குள் உள்ளத்தில்

நிறைய மனக்குழப்பம் இருந்துகொண்டிருந்தது. காரணம் அவன் இலங்கையில் ஒரு போராட்டத்தில் சிக்கி அதிர்ஷ்டவசமாக உயிர்தப்பி தற்போது அம்மாவுடன் அகதிமுகாமில் வசிக்கிறான். அவனுக்கு ஒரு தங்கை இருந்தாள். அவள் போர்க்களத்தில் கொடூரமாகக் கொலை செய்யப்பட்டிருந்தாள்.

இரவுச் சாப்பாட்டுக்குப் பின், படுக்கையில் புரண்டு புரண்டு படுத்தான். தூக்கம் வரவில்லை. தலை சற்றுக் கனத்தது. எப்பவும் அவனைத் துன்புறுத்தும் எண்ணங்கள் அவனுக்குள்ளிருந்து எழுந்தன. அதாவது மரணம் . . . மறுபிறவி. நரகம், சொர்க்கம், ஆவி, பேய் இப்படியான எண்ணங்கள்.

அவன் தங்கையின் நினைவுகள் அவனை மேலும் தூங்கவிடாமல் தடுத்தன. ஏற்கெனவே மரணபயம் ஒரு பக்கம் பாடாய்ப் படுத்தப் புதிதாக வேறு ஒரு கதை. அதாவது, இந்த அகதி முகாம் பக்கத்தில் ஒரு பெரிய நெல் சேமிக்கும் குடோன். அதனருகில் ஒரு பெரிய புளியமரம். அந்தப் புளியமரத்தின் அடியில் பொதுக் கழிவறை. அந்த புளிய மரத்தில் யாரோ தூக்குப் போட்டு இறந்துவிட்டதாக ஒரு தகவல்.

புரண்டு புரண்டு படுத்தும் தூக்கம் வராமல் எழுந்து மணியைப் பார்த்தான். மணி இரவு பன்னிரண்டைக் கடந்து சென்றுகொண்டிருந்தது. அவன் எண்ணத்தில் ஐயோ இது பேய், பிசாசுங்க உலாவுற நேரமாச்சே . . . நான் எப்படி இப்ப என்னுடைய அவசரத்தைப் போக்குவது . . . இந்த வயசிலயும் சிறு பிள்ளைத்தனமா அம்மாவையா இதுக்கு கூட்டிக்கொண்டுச் செல்ல முடியும்? அம்மாவைப் பார்த்தான். அம்மா வயசான காலத்தில் நன்றாகத் தூங்கிக்கொண்டிருந்தா. வேறு வழியில்லை. இதற்கு மேலும் ஆத்திரத்தை அடக்கினாலும் மூத்திரத்தை அடக்க முடியாது. மெதுவாக எழுந்து கதவைத் திறந்தான். அம்மாவாசை இருட்டு கும்மென்று இருந்தது. அந்தப் பக்கம் மின்சார வசதியில்லாதது, மேலும் மோசமாய்ப் போய்விட்டது. கதவைத் திறந்தவன் இருட்டைக் கண்டு சற்று யோசித்தான. மணி வேறு பன்னிரண்டு. அந்த நேரம் பார்த்துப் புளியமரத்தில் தூக்குப் போட்டு இறந்தவருடைய ஞாபகம் மின்னல் மாதிரி வந்து வந்து போனது. சுற்றும் முற்றும் பார்த்தான். மயான அமைதி. தனியாகத்தான் வந்தோம். தனியாகத்தான் போக வேண்டும். வேறு வழியில்லை என்று மனசைத் தேற்றிக்கொண்டு மெதுவாக நடந்தான். இவன் நடக்கும் காலடி ஓசை தவிர வேறு சத்தம் எதுவுமில்லை. பக்கத்தில் சுடுகாட்டில் எரிந்துகொண்டிருந்தது, ஏதோ அபசகுணம்போல அவனுக்குத் தோன்றியது. மெதுவாகப் புளியமரத்தை நோக்கி நடந்தான். அவனுக்குள் ஆயிரம் ஆயிரம் எண்ணங்கள் மின்னல்போல் வந்துபோயின. நல்ல குளிர்ச்சியான

காற்று அடித்துக்கொண்டிருந்தாலும் அமுதனுக்குப் பயம் அதிகரிக்க அதிகரிக்க உடம்பு சூடாகி வியர்த்துக்கொண்டிருந்தது. புளியமரத்தை நெருங்கிவிட்டான். இருட்டில் கல்லில் கால் தட்டுப்பட்டுக் கீழே விழுந்தான். அந்த நேரம் பார்த்து அந்தப் புளியமரத்தில் ஏற்கெனவே இறந்தவன், தூக்குப் போடுவதற்குப் பயன்படுத்திய வெள்ளைச் சேலை, மரத்திலிருந்து இவனை நோக்கி வந்து இவனை முழுவதுமாகச் சுற்றிக்கொண்டது. இவனும் 'ஐயோ . . . காப்பாற்றுங்கள் காப்பாற்றுங்கள்' என்று சத்தமாகக் கத்துகிறான். எவரும் வரவில்லை. இவன் கத்துவது யாருக்கும் கேட்கவில்லை. இவனும் தப்பித்துக்கொள்வதற்காகப் போராடுகிறான். உருண்டு பிறண்டு சேலையிலிருந்து விடுபட முயற்சி செய்கிறான். ஆனால், அந்தச் சேலை அவனை விடுவதாக இல்லை. அவனுடைய தலை முதல் கால்வரை சுற்றிக்கொண்டது. எவ்வளவு கத்தியும் கூச்சலிட்டும் எந்தப் பிரயோசனமும் இல்லை.

கல் தட்டிக் கீழே விழும்போது அவனுடைய கை பக்கத்தில் இருந்த கொடிக்கம்பத்தில் பட்டு, அந்தக் கொடிக் கயிற்றில் காயப்போட்டிருந்த, சேலை அவன்மேல் விழுந்தது. அவன் பயத்தில் இறந்தவருடைய ஆவிதான் சேலை வடிவத்தில் தன்னைப் பிடித்துக்கொண்டதாக எண்ணி இறந்தே போனான்.

தொ. பத்தினாதன்

2

வரதன் குடும்பம் இலங்கைக்குப் போவதற்கு முன்பாக நடந்த சம்பவம்: தங்கராஜா அவர் பெயராக இருந்தாலும் அவரைத் தங்கம் என்றே சுருக்கமாக முகாமில் அழைப்பார்கள். முகாமில் மிகவும் தரமான மனிதர். எந்தச் சோலி சுரட்டுக்கும் போகாமல் ஒழுங்காகக் கூலி வேலைக்குப் போவார். ஆனால் ஞாயிற்றுக்கிழமையானால் அவருக்கு ஒரு பிரச்சினை வரும். அதுவும் எவரையும் தொந்தரவு செய்யாது.

ஒருநாள் ஞாயிற்றுக்கிழமை, பொழுது சாயும் நேரம் ஒரு குவாட்டர் வாங்கிவந்து வீட்டில் வைத்துச் சாப்பிட்டார் தங்கம். மனைவி, ஒரு பையன் அவ்வளவுதான் அவர் குடும்பம். அவர் வீட்டில் வைத்துத் தண்ணியடிக்க மனைவியின் அனுமதி உண்டு. அன்றும் அவ்வாறு நடந்தது.

“புண்டையாண்டி எவன்டா . . . வரதண்ணே மேல கை வச்சவன். அவர் எப்படிப்பட்ட மனிதர். அவர்மேல் கை வச்ச கைய உடைக்காமல் விடமாட்டேன். எவனாகயிருந்தாலும் எனக்குக் கவலையில்லை.” அம்மன் கோயிலடியிருந்த அவர் வீட்டிலிருந்து வரதன் கடையை நோக்கி வேகமாக தூசணத்தால் பேசிக்கொண்டே நடக்கிறார். கைலியை மடித்துக்கட்டியிருந்தவர், வரதன் கடைக்கு முன்னாடி போனதும், மடித்துக் கட்டியிருந்த கைலியை அவிழ்த்துவிட்டுப் பௌயமாக வரதனிடம் “அண்ணே உங்களை யாரும் அடித்தார்களா? எவன் என்று சொல்லுங்க நான் அவன்ன துலச்சுக் கட்டிவிடுறன் யாருண்ணே உங்கள

அடிச்சவன்." என்றார். வரதனுக்கு இது ஒன்றும் புதிதில்லை. இது ஞாயிற்றுக்கிழமை சாயங்காலமானால் நடக்கக்கூடிய சாதாரண நிகழ்வு. "தங்கமண்ணே . . . நீங்க வயசுல மூத்தவரு. நல்லவரு. என்னை யாரும் அடிக்கவில்லை. நீங்க வீட்டுக்குப் போய் சாப்பிட்டுட்டுப் படுத்துத் தூங்குங்க . . . நாளைக்கு வேலைக்குப் போகணும் இல்லையா?" வரதன் பதிந்து வைத்ததுபோல் எப்பவும் சொல்லும் வார்த்தை. "சரிண்ணே . . . சரிண்ணே . . . செய்யது பீடி ஒரு கட்டுக்கொடுங்க. கணக்கில் எழுதிக்கங்கண்ணே." வார்த்தைக்கு வார்த்தை 'அண்ணே . . . அண்ணே . . .' என்பார். வரதன் என்று பெயர்கூடச் சொல்லமாட்டார். "அண்ணே கணக்கில் எழுதிட்டீங்களா? மறந்திராம எழுதிக்கிடுங்க. நீங்க நல்லாயிருக்கணும் அண்ணே."

வந்த வேகத்தில் திரும்பி நடப்பார். வீட்டுக்கு வந்து குவாட்டரில் கொஞ்சம் குடிப்பார். மறுபடியும் "எந்தப் புண்டையாண்டிடா வரதண்ண மேல கைய வச்சது அவர் எப்படிப்பட்ட மனிதர் . . ." வார்த்தை மாறாமல், முதலில் கூறிய அதே வார்த்தையுடன் வரதன் கடைநோக்கி நடப்பார். அதே பவ்வியமாக "அண்ணே . . . உங்களை யாரும் அடித்தார்களா? எவன் என்று சொல்லுங்க நான் அவன . . ." வரதன் அவர் வசனத்தை ஆரம்பிப்பார். "தங்கமண்ணே . . . நீங்க வயசுல மூத்தவரு... நல்லவரு . . . எனக்குத் தெரியும். என்னையாரும் அடிக்கவில்லை . . ."

"சரிண்ணே . . . சரிண்ணே . . . மூணுமுட்டை வாங்கிட்டுவரச் சொன்னாண்ணே . . ." அவர் மூன்று முட்டையையும் பேப்பர்ல சுற்றிக் கொடுப்பார். இரண்டு தடவைக்கு மூணு தடவை "அண்ணே கணக்கில எழுதிக்கிடுங்க" என்று கிளம்பி விடுவார்.

இப்படி ஐந்து ஆறு தடவைகளுக்கு மேல் நடக்கும். மனுசன் வீட்டிற்கும் கடைக்கும் நடந்ததில் போதை இறங்கவும் வீட்டில் போய்ப் படுத்துக்கொள்வார். வேறு எந்தப் பிரச்சினையும் இருக்காது. காலை எழுந்ததும் எப்பவும்போலக் கூலி வேலைக்குக் கிளம்பிவிடுவார். தண்ணியடிச்சா தங்கமண்ணன் மாதிரித் தண்ணியடிக்கணும் என்று பொடியன்கள் கிண்டல் அடித்துக்கொள்வார்கள். ஆனால் அவர் மகன் எதிர்மாறானவன். எப்ப தண்ணியடிக்கிறானோ, அன்று முகாமைக் கூட்டாமல் விட மாட்டான்.

அவன் பெயர் சின்னவன். ஒருதடவை சம்பளம் கொடுக்கிற இடத்துக்கு எதிரில் நின்ற பெரிய மின்சாரக் கம்பத்திலிருந்து, குதித்துத் தற்கொலை செய்வற்காக ஏறிவிட்டான். அந்த மின்சாரக்

கம்பம், தென் தமிழத்திலிருந்து மதுரைக்கு மின்சாரம் வரும் பிரதான கம்பம். அதிக மின் அழுத்தமுடையது. போலிஸ் எல்லாம் வந்து பேசி அவனைக் கீழே இறக்குவது பெரும்பாடாய்ப் போனது. இறக்கி நாலு அடியும் போட்டார்கள். எல்லாம் போதை செய்கிற வேலை.

மற்றொரு நாள், போதையில் விசம் குடித்துவிட்டான். அப்போதும் திருமங்கலம் அரசு ஆஸ்பத்திரி போய்த் தப்பித்துக்கொண்டான். எல்லோரும் அரளி விதையை அரைச்சுக் குடிப்பார்கள். இவன் அரளி இலையை அரைத்துக் குடித்துவிட்டான். சின்னப் பொடியன். இருபது வயது இருக்கும். உயரம் குறைவான தோற்றம். சற்றுக் கூன் விழுந்து இருப்பான். தலைமுடி எந்த நாளும் அவனுக்குப் படியாது, நட்டமா நிக்கும். இந்தப் பொடியனின் சேட்டை உண்மையிலேயே பெரிய சேட்டை. ஒரு தடவை இப்படித்தான், நான் சாகப் போகிறேன் என்று கம்மாயில் போய்க் குதித்துவிட்டான். அதிலும் காப்பாற்றிவிட்டார்கள். தற்கொலைக்கு அவனுக்குக் காரணம் தேவையில்லை. தண்ணியடித்தால் அவனுக்குத் தற்கொலை எண்ணம் தானாகத் தொற்றிக்கொள்ளும். மற்றவர்கள் கவனத்தைத் தன் பக்கம் திருப்ப அப்படி செய்கிறானா . . . அல்லது அவனுக்கு ஏதும் மனநோய் உண்டா என்பது யாருக்கும் புரியவில்லை. இவன் இப்படி அநியாயம் செய்கிறான், போதையில் செத்து தொலைஞ்சிறப் போறான் . . . என்ற பயத்தில், புள்ளைப் பாசத்தில் தங்கம், அவனுக்குக் கல்யாணம் செய்துவைத்தார்.

புதுக்கோட்டை மாவட்டம் லேனா விளக்கு அகதிகள் முகாமைச் சேர்ந்த பெண்ணைப் பேசிக் கல்யாணம் முடித்து வைத்தார்கள். மாநிறமுடைய அழகான சின்ன பெண் அவள். தேவியென்று பெயர். பதினேழு வயதிருக்கும். பள்ளிக்கூடம் போகிற வயசு. சுட்டியான சுறுசுறுப்பான பெண். துரு துரு என்று குழந்தைத்தனத்துடன் வேடிக்கைப் பார்க்கும் அவளுடைய கண்கள், முகத்திற்கு எடுப்பாக இருக்கும். பூமாலையைக் குரங்கு கையில கொடுத்த மாதிரி என்று முகாமில் சிலர் அவன் கல்யாண நேரத்தில் பேசுவது பொருத்தமாக இருந்தது.

சின்னானைக் கல்யாணம் செய்ய ஒத்துக்கொண்டதற்கு அந்தப் பெண்ணின் குடும்பச் சூழ்நிலையும் ஒரு காரணமாக இருந்திருக்கலாம். அவள் வீட்டில் மூத்த பெண்பிள்ளை. அடுத்து ஒரு தங்கையும் தம்பியும். இவர்கள் மூன்று பிள்ளைகளும் தமிழ்நாடு அகதிமுகாமில் பிறந்தவர்கள். இவர்களுக்கு இலங்கைத் தீவு எந்தத் திசையில் இருக்கிறது என்றுகூடத் தெரியாது. இவர்களின் அப்பா அம்மாகூட அகதிமுகாமில் காதலித்து ஓடிப்போனவர்கள்தான்.

துரதிஷ்டவசமாக இவளுக்கு மட்டும் இவ்வாறு நேர்ந்துவிட்டது. இவளுடைய தம்பி பிறந்த இரு வருடத்தில் அம்மா வேறு ஒருத்தனுடன் ஓடிப்போய்விட்டாள். இவள்தான் தம்பியை வளர்த்தாள். அதனால் பள்ளிக்கூடப் படிப்புப் பாழாய்போனது. இவளுடைய அம்மா யாருடன் ஓடிப்போனாளோ, அவனுடைய மனைவிக்கு ஒரு குழந்தை இருந்தது. அவள் இவளுடைய அப்பாவுடன் இணைந்துகொண்டாள். அதாவது இவளுக்குச் சித்தியாக வந்துசேர்ந்தாள். முகாமில் இப்படியெல்லாம் நடப்பது ஒன்றும் ஆச்சரியமான விடயமில்லை. இதுபோல் நிறையப் பரிதாபக் கதைகள் நடக்கும்.

இந்தக் குடும்பச் சூழல் காரணமாகத்தான் சிறுவயதில் சின்னான் என்பவனிடம் வந்து மாட்டிக்கொண்டாள்.

கல்யாணமாகிச் சில மாதங்கள் தானுண்டு தன் வேலை உண்டு என்று பிரச்சினை எதுவும் செய்யாமலிருந்தான் சின்னான். முகாம் என்றால் எப்பவும் பிரச்சினைகள்தானே! ஞாயிற்றுக் கிழமையானால் ஏதாவது பிரச்சினை நடக்காமல் இருந்தால்தான் ஆச்சரியம். சின்னான், வரதன் கடைக்கு எதிர்த்தரப்பிலிருந்த இடத்தில் சிறு ஓலைக்கொட்டில் போட்டிருந்தான். ஒருநாள் ஞாயிற்றுக்கிழமை. அப்போது “யாராவது வாங்கப்பா . . . காப்பாத்துங்க . . . காப்பாத்துங்க . . .” என்ற பெருங் கூக்குரல் வரதன் கடைவரை கேட்டது. வரதன் மார்க்கெட்டுக்குப் போயிருந்ததால் சரோதான் கடையில் இருந்தாள். அபாயக் குரல் கேட்டுக் கடையை அப்படியே விட்டுவிட்டு சின்னான் வீட்டுக்கு ஓடினாள். ஓலைக்கொட்டில் முகட்டில் சேலையால் தூக்குப்போட்டு, சின்னான் தொங்கிக்கொண்டிருந்தாள். தேவி அவன் காலைப் பிடித்துத் தொங்கியதில், அவன் கழுத்து மேலும் மேலும் நெரிபட்டு நாக்கு வெளியே வந்திருந்தது. சரோ சென்று அவனைச் சேலைத் தூக்கிலிருந்து இறக்கினாள்.

ஆஸ்பத்திரிவரை போய் வந்தான். அதன்பின்பு அவன் தற்கொலைக்கு முயற்சிக்கவில்லை. ஆனால் வேறு பிரச்சினை ஆரம்பமானது.

தேவியை அடிக்க ஆரம்பித்தான். இப்படியே கல்யாணமாகி ஒரு வருடம் கடந்திருந்தது. குழந்தை இல்லை. கடையில் சாமான் வாங்குவதால் சரோவுடன் மட்டும் தேவிக்குப் பழக்கமிருந்தது. சின்னப் பெண், இந்த முகாமும் புதுசு என்பதால் மற்றவர்கள் எவருடனும் அதிகப் பழக்கம் ஏற்பட்டிருக்கவில்லை. சின்னான் வேலைக்குப் போய்விட்டால் சரோ வீட்டில் உட்கார்ந்து டிவி பார்ப்பாள். முகாமில் அவள் போவதற்கு, வேறு பழக்கமும் இல்லை. மாமியார் வீட்டிற்கு அவள் போக விரும்புவதில்லை.

ஒரு தடவை சின்னானுடைய அடி தாங்காமல் புதுக்கோட்டைக்கு ஓடிப்போய்விட்டாள். ஆனால் வீட்டில் சாதகமான மனநிலை இருக்கவில்லை. "ஏண்டி . . . நீ மட்டும் தான் கல்யாணம் கட்டியிருக்கிறியா . . . நாங்கள் எல்லாம் குடிகாரன்கள்கூடப் படுத்துப் புள்ளப் பெத்துக்கல? அடுத்து வயசுக்கு வந்தவள எங்க கரை சேர்க்கிறது?" இது சித்தியோட நச்சரிப்பு. தங்கமண்ணன் சின்னான் விடயத்தில் களைத்துப்போய் விட்டார். கொஞ்ச நாளைக்கு இப்படியே இருக்கட்டும் என்றுகூட நினைத்திருக்கலாம். தாய் சின்னானுக்குச் சாப்பாடு போட்டு வந்தாள். இடையில் ஒருதடவை சின்னான் புதுக்கோட்டை போய்வந்தான். ஆனாலும் தேவி வரவில்லை.

அழுதுகொண்டிருப்பதைத்தவிர வேறு எதுவும் தேவியால் செய்ய முடியவில்லை. ஒருநாள் சித்தியே அவளைக் கூட்டிக் கொண்டுவந்து சின்னானுடன் விட்டுவிட்டு சென்றாள்.

ஒருமாதம் சென்றிருக்கும். ஒரு ஞாயிற்றுக்கிழமை காலை பதினொருமணிபோல, சின்னான் வரதனிடம் ஒரு பிளாஸ்டிக் டம்ளரும், வாட்டர் பாக்கட்டும், மிக்சர் பொட்டலமும் வாங்கிச் சென்றான். அவன் போன பின்னாடி தேவி வந்தாள். "அண்ணே இரண்டு வாழைப்பழம் கொடுங்க." என்றாள். வரதன் சிரித்துக் கொண்டே "காலையிலயே சின்னான் ஆரம்பிச்சுட்டான். நீ புதுக்கோட்டைக்குப் போகத் தயாராக இரு"

"இல்லண்ணா இனிமே அப்படியெல்லாம் நடக்காது" என்று குழந்தைத்தனமாகச் சொல்லிவிட்டுப் போனாள். சாயங்காலம் நாலு மணியிருக்கும். வரதனுடைய கடையருகில் நின்ற வேப்பமரத்தடியில் கிடந்த கல்லில் கன்னத்தில் கை ஊன்றியபடி அவள் சோகமாக உட்கார்ந்திருந்தாள். சரோ கடையில் இருந்தாள். வரதன் வீட்டிற்குள் தூங்கிக்கொண்டிருந்தான். காலை மூனு மணிக்கு மார்க்கெட் போனால் சாயங்காலம் சற்று ஓய்வெடுப்பது அவனுடைய வழக்கம். சரோ கேட்டாள், "ஏன் தேவி சோகமாக உட்கார்ந்திருக்கிறாய் . . ." இப்படி ஆறுதலாக ஒரு வார்த்தை கேட்க ஒரு இரத்த உறவுகளும் அவளுக்கு இருக்கவில்லை. தேவியால் பதில் சொல்ல முடியவில்லை. வாயைத் திறந்தால் அழுதுவிடுவோமோ என்பதால் பேசாமலிருந்தாள். ஆனால் அவள் கண்கள் குளமாகிப் போனதை சரோ கவனித்தாள். கிட்ட வந்த சரோ, "ஏன் தேவி? உன்னை அடிச்சானா?" என்றாள். அதற்கும் பதில் இல்லை. கண்களிலிருந்து நீர் வடிந்துகொண்டிருந்தது. போட்டிருந்த நைட்டி நெஞ்சுப்பகுதியில் கிழிந்திருந்தது. அதனை ஒரு கையால் மறைத்தபடி உட்கார்ந்திருந்தாள். சரோவுக்கு ஏதோ நடந்துவிட்டது என்பது புரிந்தது. "அவன் இப்ப எங்க தேவி?"

அந்தரம் 123

“எங்கயோ போயிட்டாரு ... வரும்போது வீட்டில் இருக்கக் கூடாது என்று சொல்லிட்டுப் போயிட்டாருக்கா” என்று வெடித்து அழ ஆரம்பித்தாள். “நான் எங்கக்கா போவேன் . . . ஊருக்குப் போனாலும் சித்தி வரவேணாம் என்கிறாங்க.” அழுகையைக் கட்டுப்படுத்த முடியாது குழந்தை போல ஏங்கி ஏங்கி அழ ஆரம்பித்தாள்.

கடைக்குச் சாமான் வாங்க ஆட்கள் வரவும் சரோ கடைக்குள் போனாள். அந்த நேரத்தில் எங்கிருந்தோ வந்த சின்னான், “கடைத் தெருவில என்னடி செய்யுற ?” தேவியின் கையைத் திருகி வயித்தில் ஓங்கிக் காலால் ஒரு உதைவிட்டான். பொத் என்று கடை முன்னாடி ‘அம்மா ...’ என்ற அலறலுடன் விழுந்தாள். பக்கத்தில் கிடந்த மண் வெட்டியை எடுத்து அவளை அடிக்க ஓங்கிய நேரம் பார்த்து, அலறல் சத்தம் கேட்டு ஓடிவந்த வரதன் அவனிடமிருந்த மண் வெட்டியைப் பறித்துக் கன்னத்தில் ஒரு அறை விட்டான். சரோ ஓடிப்போய் அவளைத் தூக்கினாள். கையைத் திருகியதில் அவள் முழங்கை பிசகிப் போய்விட்டது. தேவி மயங்கிப் போனாள். அப்போது தேவி மூன்று மாதம் கர்ப்பிணியாக இருந்தாள் என்று வரதனிடம் சரோ கூறினாள்.

3

முகாமில் ஒரு கதை பரவியது. அது வதந்தியா அல்லது உண்மையா என்பது உறுதியாகத் தெரியவில்லை. கந்தசாமி மூலமாகத்தான் அந்தக் கதை பரவியிருக்க வேணும். அவர்தான் வருவாய்த்துறை அதிகாரிக்கும், 'கியூ' பிரிவுக்கும் வால்பிடிக்கிறவர். அகதிகளை மிரட்டித் தன் காரியம் சாதிக்கிறவர். வட்டிக்கும் பணம் கொடுப்பவர். வேலைக்குப் போகாதவர். அகதிகள் மத்தியில் சலசலப்பு ஏற்பட்டுவிட்டது. "இத்தனை ஆண்டு, இங்கு வாழ்ந்து பழக்கப்பட்டாச்சு. இனிமேல் எப்படி இன்னொரு இடத்தில் போய் வாழ முடியும்?" இந்த முகாமில் ஒற்றுமை என்பது எப்போது இல்லை. எந்த ஒரு பொதுக் காரியத்திற்கும் ஒன்றுசேர மாட்டார்கள். இப்போது அவர்கள் அனைவருக்குமான பொதுப்பிரச்சினை ஒன்று உருவாகிவிட்டது. இங்கு மூன்று பிரிவாக விளையாட்டுக் குழுக்கள் இருந்தன. அதற்குள் போட்டிகளும் நடக்கும். அதைவிடச் சண்டைகள்தான் அதிகமாக நடக்கும். தவிர்க்க முடியாத காரணத்தால் இந்த விளையாட்டுக் குழுக்கள் ஒன்றுகூடிக் கதைத்தார்கள். "திடீரென்று அரசாங்கம் முகாமை மாத்துவது என்றால் எப்படி?" வீட்டுவசதி வாரியக் குடியிருப்பு, முகாமைச் சுற்றி வந்துள்ளது. அதனால் அரசு இந்த முகாமை வேறு இடத்திற்கு மாற்றப்போவதாகத் தகவல் வருகிறது. திருவாதவூரில் ஓலைவீடுகள் கட்டுகிறார்கள். அங்கு, பக்கத்தில் சமத்துவபுரம் இருக்கிறது. ஓலைவீடுகளில் இந்த முகாமைக் கொண்டுபோய்ப் போடப்போகிறார்களாம்."

"ஏற்கனவே பெரியார் நகரில் இருந்தச் சிறிய முகாமை அங்குதான் போட்டிருக்கிறார்கள். மலையடிவாரத்தில் வெட்டவெளியாகப் பெரிய இடம் கிடக்கிறது." "இங்கே மட்டும் என்ன? பொட்டலாக, வெட்டவெளியாக இருந்த இடத்தில் தான் அகதிகளைக் கொண்டுவந்து போட்டார்கள்.

இப்ப, மரம் தளைகளை வச்சு இருக்கிறம். மறுபடியும் ஒரு பொட்டல் காட்டிலா?"

"புள்ளைகள் எல்லாம் பக்கத்தில் பள்ளிக்கூடங்களுக்கு போகுதுகள். அதை எப்படி இடையில் நிறுத்துவது? ஆமி அடிக்கிறான் என்று இலங்கையில் பாதிப்பேர் படிப்பு போச்சுது. டீசி இல்ல, மார்க்சீட்டு இல்லன்னு பாதிப்பேர் படிக்கல. கெஞ்சிக் கதறி நாலாவது படிச்சுட்டு இருந்தப் புள்ளைகள ஒண்ணாவதுல விட்டு புதுசாப் பள்ளிக்கூடம் சேத்தம். அதேபோல் மறுபடியும் இதே நிலைதானா?"

"இங்கு போக்குவரத்துக்கு, அவசரத்துக்கு ஆஸ்பத்திரிக்கு வழியிருக்கிறது. அங்கு அப்படியில்லை." இப்படி ஆளாளுக்குப் பேச்சுக்கள் தாறுமாறாக வந்தன. "அட இப்பதானப்பா நான் வீடு கட்டினேன். இந்த ஓலைக்கொட்டில் கட்டுவதற்கே எனக்கு ஏழாயிரம் செலவாச்சு. எப்படி நான் உடனே போக முடியும்?" ஒரு விளையாட்டுக் குழுவின் தலைவர் முருகானந்தம், வயதில் மூத்தவர், "சரி இப்படியே பேசிட்டே போனால் எப்படி? நாம் எல்லோரும் ஒரு மனுவை எழுதி குடும்பத் தலைவர் அனைவரும் கையெழுத்துப் போட்டு எங்களை முகாமைவிட்டு மாத்த வேண்டாம். நாங்கள் இங்கேயே வாழ்றோம் என்று எழுதுவோம். பிறகு நடக்கிறதப் பார்ப்போம்" என்றார். "முதலில் நாம் இங்கிருந்து போறதுக்கு விருப்பமில்லை என்பதை தெரிவிக்க வேணும். அதுதான் சரியாக இருக்கும். வீண்வாதம் வேண்டாம்" என்று முற்றுப்புள்ளி வைத்தார். அதுபோல மனு எழுதி எல்லோரும் கையெழுத்துப் போட்டு அனுப்பினார்கள். அது முதல்வர் பார்வைக்குப் போச்சுதா, போகலியா? எதுவும் தெரியவில்லை. ஆனால் முகாம் மாற்றப்படவில்லை!

இப்படிப்பட்ட இந்த அகதிகள் முகாம், 1990களில் அமைக்கப்படும்போது, பத்து மின்கம்பங்கள் அமைக்கப்பட்டு பத்துத் தெருவிளக்குகள் மட்டுமேயிருந்தன. பதினைந்து வருடங்களுக்கு மேலாக ஓலை வீடுகளுக்குக் கரண்டு கிடையாது. கொஞ்ச நாளில், அகதிகள், மெதுமெதுவாகத் தெருவிளக்குக் கம்பத்திலிருந்து கொக்கி போட்டு, கரண்டு திருடி வீடுகளுக்குப் பயன்படுத்த ஆரம்பித்தார்கள்.

அது தெருவிளக்கடியில் இருந்த வீடுகளுக்குப் பெரும்பாலும் வாய்ப்பாக அமைந்தது. அரசும் பெருசாகக் கண்டுகொள்ளவில்லை. டிவி கொஞ்சம் கொஞ்சமாக முகாமிற்குள் எட்டிப்பார்த்தது. இது தெருவிளக்கிலிருந்து சற்றுத் தள்ளிக் குடியிருந்தவர்களுக்குப் பொறுக்கவில்லை. அவர்களும் கொக்கிபோட்டு கரண்ட் திருட ஆரம்பித்தார்கள். தூரமாக இருப்பதால் கரண்ட் மிகவும்

குறைவாக வந்தது மட்டுமல்லாமல் அங்கு இடப்பிரச்சினையும் வர ஆரம்பித்தது.

திருட்டு கரண்ட் எடுக்க முடியாதவர்கள் வருவாய்துறைக்கும், மாவட்ட ஆட்சியருக்கும் மொட்டைக் கடுதாசி எழுத ஆரம்பித்தார்கள். அரசு ஒருநாள் 'ரெய்டு பண்ணி' சிலர் மேல் வழக்குப் பதிவு செய்து தண்டம் கட்டச் செய்துவிட்டது. மொத்தமாக யாருக்கும் கரண்டில்லை.

இவ்வாறு திருட்டுக் கரண்டு எடுத்து டி.வி பார்த்துச் சுகம் கண்ட பெரியதம்பியால் சும்மாயிருக்க முடியவில்லை. பெரியதம்பி முகாம் வரும்போது, போட்ட சட்டைக்கு மறுசட்டையில்லாமல்தான் இருந்தான். அவன் ஏச்சுப்பிழைக்கக் கூடியவன் என்று முகாமிற்குள் ஒரு பேச்சு இருக்கு. எப்படியோ தன்னுடைய மகனை வெளிநாடு அனுப்பியதால் இப்ப அவன்தான் முகாமில் வசதியானவன். ஆகவே அவன் ஒரு காரியம் செய்தான். சிறிய ஜெனரேட்டர் ஒன்றை வாங்கி அவனுடைய தேவைக்குப் பயன்படுத்தினான். அது பக்கத்து வீட்டுக்கும் தேவையாயிருந்தது. அவர்களிடம் மாதாமாதம் காசு வாங்கிக்கொண்டு மாலை 6மணி முதல் 10 வரையும் கரண்ட் கொடுத்தான். பலரும் அவனிடம் கரண்ட் கேட்டார்கள். சற்றுப் பெரிய ஜெனரேட்டர் வாங்கிக் கிட்டத்தட்ட 100 வீடுகளுக்கு கரண்ட் கொடுத்தான். நல்ல வருமானமும் அவனுக்குக் கிடைத்தது. என்றாலும் அது அதிக நாட்கள் அவனுக்குப் பலன் தரவில்லை.

பதினைந்து வருடங்களுக்குப் பின்பு முகாமிற்கு கரண்ட் வழங்க அரசு முன்வந்தது. வசதியிருந்தால், பணம் செலுத்தி மீட்டர் பொருத்தி கரண்ட் இழுத்துக்கொள்ள அனுமதியளித்தது. அவ்வாறு வாங்க வசதியில்லாதவர்களுக்கு, வீட்டுக்கு ஒரு குண்டு பல்பு இலவச கரண்ட் அரசு வழங்கியது. மளமளவென்று முகாம் முழுவதும் கரண்டு பரவியது. அதே வேகத்தில் டி.வி. பெட்டியும் பரவியது. கிரிக்கெட்டில் தீவிரமாக ஈடுபாடு கொண்ட பெரியதம்பி மாதிரியான சிலரால்தான் இன்று உச்சப்பட்டி அகதி முகாமிற்கு கரண்ட் வந்தது என்ற பேச்சும் இருக்கிறது. இவர்களால் கிரிக்கெட் பார்க்காமல் இருக்க முடியாது. ஆரம்பத்தில் பக்கத்துக் கிராமத்தில் உள்ள தெரிந்தவர்கள் வீட்டில் போய்ப் பார்த்தவர்கள், பின்பு திருட்டுக் கரண்டில் பார்த்தார்கள். அதன் தொடர்ச்சிதான் முகாமிற்கு இன்று முறையான கரண்டு.

பெரியதம்பியின் கரண்ட் விக்கிற தொழில் முடிவுக்கு வந்ததும் கேபிள் டி.வி ஆரம்பித்தான். முகாமிற்குள் கேபிள் டிவியைக் கொண்டுவந்த பெருமையும் அவனையே சேரும். முகாமில் முதல் ரிவிஎஸ் 50 பெருமையும் அவனுக்குத்தான்.

4

மதுரை பெரியார் பஸ் ஸ்டாண்டிலிருந்து பத்துக் கிலோமீட்டர் தொலைவில் இருக்கு பெரியார் நகர் முகாம். பெரியார் நகர் என்பதால் அது சமத்துவபுரம் என்று கொள்ளத் தேவையில்லை. குடிசைமாற்று வாரியத்தால் வரிசை வரிசையாகக் கட்டப்பட்ட சிமெண்ட் வீடுகள். அவற்றைப் பார்த்தாலே காண்ட்ராக்ட் எடுத்தவர்களின் நேர்மை புரியும். வீடுகள், ஆங்காங்கு இடிந்தும் சரிந்தும் ... சில வீடுகள் பயனற்றும் ... வேறு ரகசியத் தேவைகளுக்குத் தோதாகவும் அமைந்திருந்தன.

இங்கு ஏற்கெனவே வாழ்ந்தவர்கள் யார் என்றால் சாராயம் காய்ச்சியவர்கள், சாராயம் வித்தவர்கள், கஞ்சா வித்தவர்கள், ரிக்சா ஓட்டுபவர்கள், அதிகபட்ச வசதியானவர்கள் என்றால் ஆட்டோ ஓட்டுபவர்கள். இவர்கள்தான் இங்கு குடியிருந்தவங்க.

முகாமைச் சுற்றி முள்ளு மரத்தால் சூழப்பட்டு நடுக்கடலில் ஒரு தீவுபோல் அது காட்சியளித்தது. இங்கு 10சி என்ற பஸ் ஒரு மணி நேரத்திற்கு ஒரு தடவை பெரியார் பஸ் ஸ்டான்டிலிருந்து வரும். கடைசி பஸ் நைட்டு பத்துமணிக்கு. அவ்வளவுதான். பெரியார் நகரிலிருந்து இரண்டு கிலோமீட்டர் தொலைவில் சேர்மத்தாய் வாசன் காலேஜ் ஒன்று அமைந்திருந்தது. அதுவும் நடுக்கடலில் ஒரு தீவுபோலத்தான். எந்தப் பக்கம் திரும்பினாலும் முள்ளு மரத்தைத் தவிர வேறு எதுவும் கண்ணில் படாது. பெரியார் நகரில் மூன்று பஸ் ஸ்டாப்புகள். அவ்வளவுதான் அந்த ஊர். அங்கு வாழ்ந்த மக்களுடன் 1990களில், 80 அகதிக் குடும்பங்கள் குடியமர்த்தப்பட்டார்கள். இல்லை! தற்காலிகமாகத் தங்கவைக்கப்பட்டார்கள். மூன்றாவது பஸ் ஸ்டாப்பு மூலையில், ஒரு சாய்ப்பு

இறக்கி, அதில் ஒரு டீக்கடை இருந்தது. அதுதான் அங்குள்ள டீக்கடைகளிலேயே பெரியது. அதற்கு எதிரில் முள்ளு மரத்தடியில், இடிந்து விழுந்த வீடொன்றின் நீண்ட சிமெண்ட் கல் ஒன்று போடப்பட்டிருந்தது. வேலை வெட்டிக்குப் போகாத ஒரு கூட்டம் எப்பவும் அதில் உட்கார்ந்து அரட்டையடிக்கும், அல்லது கறுப்புக் காந்தன் வீட்டில் சீட்டு விளையாடும். கறுப்புக் காந்தன் என்ற பேர் எப்படி வந்தது? அதுவொன்றும் பெரிய கதையில்லை. காந்தன் கறுப்பு. அவ்வளவுதான். ஆரம்பத்தில் வேறு ஒரு காந்தனும் அங்கு இருந்ததால், அடையாளத்திற்காகக் கறுப்புக் காந்தன் என்று கூப்பிட ஆரம்பித்து அதுவே தற்போதும் தொடர்கிறது. அவன் கறுப்பாக இருந்தாலும் நல்ல வாட்டசாட்டமாக ஐந்தடி ஒன்பது இஞ்சி உயரத்தில் அழகாக இருந்தான்.

இலங்கையில் வீடுவாசல், மாடுகன்று எல்லாவற்றையும் பார்த்துக்கொள்ள ஓர் ஆள் வேணும் என்பதால் அவனுடைய அப்பாவை இலங்கையில் விட்டுவிட்டு அவனும் அம்மாவும், ஒரு தம்பி தங்கையோடு குடும்பமாக அகதியாக வந்திருந்தார்கள். கறுப்புக் காந்தன் பின்னாடி எப்பவும், நான்கு ஐந்து பேர் இருப்பார்கள். அவர்களுக்குத் தோதாக ஒரு வீடும் இருந்தது. கறுப்புக் காந்தனின் நண்பரொருவர் அந்த வீட்டை விட்டுவிட்டு இலங்கைக்குப் போய்விட்டார். அதை இவர்கள் அபகரித்துக் கொண்டார்கள். கஞ்சா குடிப்பதிலிருந்து பலானப் பலான வேலைகளுக்கு அந்த வீடு மிகவும் தேவையாக இருந்தது. கஞ்சா, பெண்கள் இரண்டும் அங்கு இலகுவாகக் கிடைத்தன. இவர்கள் சண்டை போடும் ரவுடிகள் கிடையாது. இவர்களுடைய சிந்தனையும் தேவையும் வேறு மாதிரியிருந்தது. ஆனாலும் சந்தர்ப்பம், சூழல் இதுபோல் அமைந்துவிட்டது.

ஒருநாள் இப்படித்தான் முள்மரத்தடிக் கல்லில் உட்கார்ந்து பேசிக்கொண்டிருந்தார்கள். வழமையாகப் பேசிக்கொள்ளும் விடயங்கள்தான் . . . 'இவள இவன் போட்டான், இவள் அவன்ட ஆள், அவளையும் அவனையும் இடிந்த வீட்டில் பார்த்தேன், இன்றைக்கு யாரு வயசுக்கு வந்திருக்கிறது, எவன் எவளக் காதலித்தான், தள்ளிட்டு போனான், எவள் மாசமாக இருக்கிறாள் . . .' இந்தக் கதைகள்தான். அப்படித்தான் அன்றும் பேசிக் கொண்டிருக்கும்போது ரூபன், கறுப்புக் காந்தனைப் பார்த்து ஒரு கேள்வி கேட்டான். "மச்சீ . . . நீ ஏண்டா எப்பவும் புள்ள பெத்தவள் கிட்டேயே போற?"

"அட போடா . . . கல்யாணம் கட்டாதவகிட்ட போனா நாளைக்கு அவ கர்ப்பமாகிக் கண்ணக் கசக்கிட்டு வந்து கட்டிக்க என்பாள். ஊர்கூடிக் கட்டி வச்சிரும். எதுக்கு வில்லங்கம். இதுன்னா அப்பப்ப தேவைக்குப் போயிட்டு வந்திடலாம். ரிஸ்க் இல்லடா."

இப்படிப் பேசிக்கொண்டிருக்கும்போது ரேசன் கடையிலிருந்து பெண்கள் சத்தம் கேட்கவும் கறுப்புக் காந்தன் கூட்டம் ரேசன் கடைக்கு ஓடியது. தள்ளு முள்ளுப்பட்டு ரேசன் கடைக்குள்ளிருந்த மேனேஜர் சட்டையை பிடித்திழுத்து, படிக்கல்லால் அவன் மண்டையையும் உடைத்துவிட்டார்கள். கறுப்புக் காந்தன்தான் மண்டையை உடைத்தான். போலீஸ் வந்தது. கியூ ப்ராஞ்சு, கறுப்புக் காந்தனைக் கூட்டிக்கொண்டு போய் அவனியாபுரம் போலீஸ் ஸ்டேசனில் வழக்குப் பதிவுசெய்து சிறையில் அடைத்தது. பதினைந்து நாட்களில் ஜாமீனில் வெளியே வந்தான். ஆனால் முகாமிற்கு வரப் பயம். அடி வாங்கியவன் ஊர்க்காரன். அவன் வெட்டிப் போடுவான். கொஞ்சக் காலமாக மறைந்தே திரிந்தான்.

இந்தச் சூழலில் இலங்கையில் அப்பாவுக்கு உடம்பு முடியாமற் போனது. அவனுடைய குடும்பம் ஊருக்குப் போக வேண்டிய கட்டாயம். கறுப்புக் காந்தனுக்கு நீதிமன்றத்தில் வழக்கு இருப்பதால் வழக்கை முடித்து, ஊருக்கு வரும்படி கூறிவிட்டு அம்மாவும் சகோதரங்களும் இலங்கைக்குப் போனார்கள். பெரியார் நகர் முகாமிற்குத் திரும்பிப் போக முடியாத கறுப்புக் காந்தனுக்கு ரவி என்ற நண்பன் உச்சப்பட்டி அகதிகள் முகாமில் இருந்தான். அவன் மூலமாக அகதிப் பதிவை ரவி குடும்பத்துடன் சேர்த்துப் பதிந்துகொண்டு உச்சப்பட்டி முகாமிற்கு வந்தான். ரவியின் வயதான அம்மா அவனுக்கும் ஆக்கிப் போட்டாள். கறுப்புக் காந்தன் தான் பெரிய ரவுடியாகவும், ரேசன் கடைக்காரனை வெட்டிப்போட்டு வந்ததாகவும், இந்த முகாமில் பிரகடனப்படுத்திக்கொண்டான். ஆனால் பெரியார் நகர் ரேசன் கடைக்காரன் கேஸ், வெறும் அடிதடிக் கேஸாகப் பதிவு செய்யப்பட்டு நீதிமன்றத்தில் தண்டம் கட்டியதோடு சரியாகிப்போனது.

இந்தக் கதையின் திருப்பமாகவும், பெரியதம்பிக்கு எதிராகவும் அமைந்த விடயம் என்னவென்றால் ரவி வீட்டிற்குப் பக்கத்து வீடு சாந்தியோட வீடு. இது சாந்திக்கும், கறுப்புக் காந்தனுக்கும் வசதியாகப் போனது. கறுப்புக் காந்தன் பெரிய ரவுடி என்று முகாம் முழுவதும் கதை பரவியிருந்ததால், பெரிய தம்பி சாந்தி வீட்டுப்பக்கம் வருவது குறைந்துவிட்டது. கறுப்புக் காந்தனுடைய வரவு அதிகரித்தது. இந்த விவகாரம் ரவியின் தாய் காதுக்குப் போகவும் கறுப்புக் காந்தன் சாந்தி வீட்டிற்குப் பின்னாலேயே ஒரு ஓலைக் கொட்டிலைப் போட்டுக்கொண்டான். ‘கள்ளக்காதல்’, ‘கள்ள உறவு’ என்று மறைமுகமாக இருந்துவந்த முகாமில், சாந்தியை, தான் வைத்திருப்பதாக கறுப்புக் காந்தன் முகாம் முழுவதும் பிரகடனப்படுத்திக்கொண்டான்.

5

ரூபன் ஒரு பெரிய கோழித்திருடன். எந்தக் கோழிக் கூட்டுக்குள்ளேயும் புகுந்து சத்தம் வராமல் கோழி திருடும் வித்தையைக் கற்றுவைத்திருந்தான். மெதுவாகக் கோழிக் கூட்டுக்குள் சத்தம் வராமல் சென்றால் கோழிகள் கூட்டின் ஒரு பக்கமாக நகரும். நாம் பிடிக்கப்போகும் கோழியின் முதுகில் மெல்லத் தடவ வேண்டும். கோழி சத்தம் போடாது. தடவும்போது அப்படியே அதனுடைய இறக்கை இரண்டுக்கும் கீழாக மெதுவாகக் கையைக் கொண்டு செல்ல வேண்டும். அது கோழிக்குச் சுகமாயிருக்கும். லேசாக இறக்கையை மேலே தூக்கும். நண்டு பிடிப்பதுபோல் நான்கு விரல்களை ஒருபக்க இறக்கைக்குள்ளும் கட்டைவிரலை மறுபக்க இறக்கைக்குள்ளும் விட்டு லேசாகத் தடவ வேண்டும். அப்படியேத் தடவித் தடவிக் கழுத்துக்குக் கிட்ட வரையும் வர வேண்டும். மறுகையை கால் இரண்டுக்கும் கிட்டவாகத் தயாராக வைத்திருக்க வேண்டும். இறக்கை இரண்டிற்கும் அடியில் தடவிக்கொண்டிருக்கும் கை அப்படியே கழுத்தோடு சேர்த்து அமுத்திப் பிடிக்கும்போது மறுகை கால் இரண்டையும் பிடிக்க வேணும். இது இரண்டும் ஒரே நேரத்தில் நடக்க வேண்டும். அப்படியே அமுக்கிவிட்டோம் என்றால் கோழி கத்தவும் முடியாது. காலால், இறக்கையால் அடிக்கவும் முடியாது. எந்தச் சத்தமும் வராது. மற்றக் கோழிகளுக்கும் எந்தச் சத்தமும் கேட்காது.

இந்த வித்தையை ரூபன் எவனுக்கும் சொல்லமாட்டான். அவன் தன் அண்ணனுடைய குடும்பத்துடன் அகதியாக வந்தவன். வேலைக்குப் போகமாட்டான். அதனாலேயே அண்ணி அவனுக்குச் சாப்பாடு கொடுக்கமாட்டா. இவன் அண்ணனுக்கும் அண்ணிக்கும் சண்டைய மூட்டிவிட்டுட்டு, கறுப்புக் காந்தன் வீட்டுக்கு வந்துருவான். கறுப்புக் காந்தனும் ரூபனும் ஒரே

பள்ளிக்கூடத்தில் படிச்சவங்க. இரண்டு பேருக்கும் நட்பிருந்தது. கறுப்புக் காந்தனுக்கு, சாப்பாட்டுக்கும் படுக்கைக்கும் ஒன்றும் குறைவில்லை.எல்லாம்சாந்தி உபயம்.அவன்வெளிப்படையாகவே சாந்தியுடன் இருந்ததால், சாந்திக்கு மற்றவர்களின் தொந்தரவு எதுவும் இருக்கவில்லை. சாந்தி பிள்ளைகளில் மூத்தது வயதுக்கு வந்தது. அடுத்ததும் 'அந்தா இந்தா' என்று இருந்தது. தன் குடும்பத்திற்கு அவனால் பாதுகாப்பு என்று நினைத்து சாந்தி அவனை வைத்துக்கொண்டாள். கறுப்பு, சாந்திக் கிட்டச் சீட்டுக்கட்டி அந்தச் சீட்டுக்காசு எடுத்து வட்டிக்குக் கொடுத்து வட்டிக்காசில் சீட்டுக் கட்டிக்கொண்டிருந்தான். எல்லாமே சாந்தியின் ஏற்பாடு. ஆனால் ரூபனுக்குப் பீடி வாங்கக்கூடக் காசு இல்லை. இதில் கஞ்சா அடிக்க வேறு கற்றிருந்தான். இதற்கு அப்ப அப்ப கறுப்புத்தான் காசு கொடுப்பான். அதனாலேயே ரூபன் கறுப்புக்கு வால்பிடித்துக் கொண்டு திரிந்தான். கறுப்பு, சாந்திக்கிட்ட படுக்கிற நேரம் தவிர்த்து ரூபன் அவன் கூடவே சுத்திக்கிட்டு வெட்டிக் கதை பேசிக்கிட்டுத் திரிவான்.

ரூபனின் அண்ணனுக்குத் தனது குடும்பத்துக்கே சம்பாதிப்பது கஷ்டம். இதில் இரண்டு பிள்ளைகள் வேறு. அவனால் ரூபனைக் கட்டுப்படுத்த முடியவில்லை. ரூபனும் அண்ணனுடைய சொல்லைக் கேட்பதில்லை.

வாரம் ஒருதடவையாவது முகாமில் ஒரு கோழி காணாமல் போய்க்கொண்டிருந்தது. கோழி பிடித்தால் முகாமிற்குப் பின்பக்கம் உள்ள கம்மாய்க்குள் சென்றுவிடுவார்கள்.இரவானால் முகாம் மக்கள் யாரும் அந்தப் பக்கமாக வெளிக்கு இருக்கக்கூட வரமாட்டார்கள். காரணம் கம்மாயின் நடுப்பகுதிக்குள் கிறிஸ்தவ அகதிகளின் சுடுகாடு இருந்தது. காட்டுப்பகுதியில் இந்து அகதிகளின் சுடுகாடு இருந்தது. இந்த இரண்டுமே அரசு ஒதுக்கியவை அல்ல. அகதிகள் தாமாக அங்கே புதைக்கவும் எரிக்கவும் பழகிக்கொண்டார்கள்.

இங்கு வைத்துக் கோழியைச் சுத்தப்படுத்திவிட்டுக் கறுப்பு வீட்டில் சமையல் நடக்கும். உப்பு, புளி, மற்றச் சாமான்கள் சாந்தி வீட்டிலிருந்து வரும். மண்ணெண்ணெய் அடுப்பும், பாத்திரமும் கறுப்புவிடம் இருந்தது.என்றாலும் இந்த வாழ்க்கை அதிக நாட்கள் நீடிக்கவில்லை. கஞ்சா கதிர்வேல் என்று ஒருத்தர் முகாமில் இருந்தார். அவருக்குக் காது கேட்காது. ஒரு காலை இழுத்து இழுத்து நடப்பார்.இலங்கையில் இராணுவம் அடிச்சதில் இப்படி ஆகிவிட்டது. அவரிடம் லேடீஸ் சைக்கிள் ஒன்று இருந்தது. கேண்ட் பாரில் ஒரு மஞ்சத் துணிப்பை சுத்தியிருக்கும். அதற்குள் கஞ்சா இருக்கும். அவருடைய மனைவி இங்கு முகாமில்தான் இறந்துபோனார். ஒரு பையன் இருந்தான். அவன் பெயர்

தொ. பத்தினாதன்

ராஜன். கஞ்சா கதிர்வேலை போலீஸோ கியூ ப்ராஞ்சோ எதுவும் செய்வதில்லை. ஆரம்பத்தில் தொந்தரவுசெய்து பார்த்தார்கள். பிறகு விட்டுவிட்டார்கள். இவரிடம் கஞ்சா வாங்கப் போய்தான் ராஜனுக்கும் ரூபனுக்கும் பழக்கம் ஏற்பட்டது. நாளடைவில் கஞ்சா கதிர்வேல் இறந்துபோனார். முகாமில் கஞ்சா விற்க யாருமில்லை. பக்கத்துக் கிராமமான புளியங்குளத்துக்குத்தான் கஞ்சா வாங்கப் போக வேண்டும். அங்கு கடன் தரமாட்டார்கள். இப்படியான சூழ்நிலையில் ஒருநாள் ரூபன் ராஜனைத் தெருவில் எதேச்சையாகச் சந்தித்தான். "என்ன ராஜன் . . . வேலைக்குப் போகவில்லையா?"

"எங்க ஒழுங்கா வேலையிருக்கிறது? இரண்டு நாள் வேலையிருந்தால் நாலுநாள் வேலையில்லாமல் போயிருது. அதுவும் மழைக்காலம் வந்தால் பெயிண்ட் அடிக்கிற வேலையே இருக்கமாட்டேங்கிறது என்ன செய்ய?"

அவன் யதார்த்தமாக இவ்வாறு பேசியதை ரூபன் பிடித்துக்கொண்டான். "மழைக்காலமானால் பெயிண்ட் அடிக்கிற வேலை இருக்காது. அதுமட்டுமில்ல . . . தொடர்ந்து பெயிண்ட் அடிக்கிற வேலைக்குப் போனால், நீ சீக்கிரம் செத்துப் போயிருவே. அந்தப் பெயிண்ட் வாடைக்கு, சைனஸ் பிரச்சினை வரும். தூசிக்கு நிறைய வியாதிங்க வரும். அது உனக்கு சரிவராது."

"அதையும் விட்டால் இங்க வேற என்ன . . . கொத்தனார் வேலை, ஆசாரி வேலைதான் செய்யப் போகணும். அது நமக்குத் தெரியாத வேலை. சம்பளம் அதிகம் தர மாட்டாங்க."

"ராஜன் கூலிவேலைக்கு எல்லாம் போய் நாலுகாசு பார்க்க முடியுமா?"

"நாம என்ன படிச்சா இருக்கிறம் உத்தியோகம் பாக்க?"

"படிச்சிருந்தா மட்டும் அகதிக்கு கவர்மெண்ட் வேலையா கொடுப்பாங்க. தனியார்லகூட வேலை தரமாட்டாங்க. அகதிகளை நம்ப மாட்டாங்க. இங்குள்ள அரசியல்வாதிங்க பேசுறது வேற, நடைமுறை வேற. ஒரு காலத்தில் அதாவது 83ல இருந்த மரியாதை, அனுதாபம் எல்லாம் இப்ப இல்ல. மேடையில வாய்கிழியப் பேசுவானுங்க. நடைமுறை வேறுமாதிரி இருக்கு. இங்க படிச்சப் பொடியனே பெயிண்ட் அடிக்கத்தானே போறான் . . ." ரூபன் பத்திரிகைகளில் படிச்சதை வச்சுக் கூட்டிச்கழிச்சு ராஜனிடம் அள்ளிவிட்டான். "ஏதாவது வேலை செய்யணும் . . . இல்லையா? அரசாங்கம் கொடுக்கிற சம்பளம் ரேசன் எல்லாம் இங்க வாழ்றதுக்குப் போதாது. ஆஸ்பத்திரிக்கே மாசம் மாசம் செலவு செய்ய வேண்டியிருக்கிறது." "ஆமாம் நீ பெயிண்ட் அடிக்கப்போய் அந்தச் சம்பளத்த வாங்கி நேரா

ஆஸ்பத்திரிக்குத்தான் போகணும். பேசாமல நீ உன் அப்பா செய்த வேலையைச் செய். அதுதான் நாலுகாசு கையில இருக்கும்." "கியூ ப்ராஞ்சுக்காரன் விட்டிருவானா?"

"உன் அப்பாவ என்ன செய்தாங்க.?"

"அவர் உடம்பு முடியாதவர் என்பதால விட்டிருக்கலாம்."

"அட நீ என்ன தமிழ்நாட்டப் புரியாமல் இருக்கிறாய். கியூ ப்ராஞ்சுக்காரனுக்குக் காசக் கொடு. அவன் வாயடச்சு நிப்பான். உன்னய சார் என்றுகூடக் கூப்பிடுவான். காசு என்றால் இங்க கருவாடு கூடத் துள்ளிக் குதிக்கும்." இப்படிப் பேசிப் பேசி ரூபன் ராஜனை உசுப்பேத்தினான்.

நாளடைவில் ரூபன் நினைத்தது நடந்தது. ராஜன் கஞ்சா விற்க ஆரம்பித்துவிட்டான். கஞ்சா கதிர்வேல் போய் இன்று கஞ்சா ராஜன் ஆகி நிக்கிறது. காசு கொடுக்காமல் தொடர்ந்து கஞ்சா வாங்கியதில் ராஜனுக்கும் ரூபனுக்கும் வாய்ச் சண்டை கைச்சண்டையாகி ரூபனை ராஜன் அடித்துவிட்டான். ரூபன் அதை கறுப்புக்கிட்ட சொன்னான். "நான் ஒரு பெரிய ரவுடி. எனது நண்பனை அடிப்பதா. எவன் அடித்தது வா கேப்போம்" என்று கறுப்புவும் ரூபனும் போய் மறுபடியும் தள்ளுமுள்ளுப்பட, எதிர்பாராதவிதமாக கறுப்பு வயித்தில் ஒரு தடித்த அடி விழுந்துவிட்டது. கொஞ்சம் வலுவான அடி. வயித்துக்குள் இரத்தம் கண்டிவிட்டது. போலீஸ் கேஸ்! மறுபடியும் கோட்டு, கேஸ் என்றாகி ராஜன் கோர்ட்டில் தண்டம் கட்டியதுடன் முடிந்துபோனது. கறுப்புக்கு வயிற்றில் சிறு அறுவைக் சிகிச்சை செய்யும்படியாகிவிட்டது. ரூபனை திருமங்கலம் போலீஸ் ஸ்டேசனில் வைத்து வெளுத்து அனுப்பினார்கள். சும்மாவே திருமங்கலம் போலீஸ் ஸ்டேசனில் அகதி முகாம் கேஸ் என்றாலே நாய் மாதிரித்தான் பேசுவார்கள்.

கறுப்பு அநியாய வட்டிக்கு வாங்கிய காசெல்லாம் ஆஸ்பத்திரிக்குச் செலவாகியது. பெரிய ரவுடி என்ற பிம்பம் கொஞ்சம் கொஞ்சமாகக் கரைய ஆரம்பித்தது.

சாந்தி 'தன் வீட்டில் ஒரு ரவுடி வைத்திருக்கிறேன்' என்று சொல்லி வட்டிக் காசை முன்புபோல் வசூல் செய்ய முடியவில்லை. எல்லாமே தொய்வு நிலைக்குப் போனது. முன்பு பிள்ளைகள் எல்லாம் பள்ளிக்கூடம் போனபிறகு, கறுப்புவும் சாந்தியும் தியேட்டர் தியேட்டராகச் சுத்திய காட்சிகள் எல்லாம் தற்போது மாறின. சில மாதங்கள் இப்படியே சென்றது.

ரூபன் முகாமை விட்டு ஓடிவிட்டான். அவன் எங்கே என்று யாருக்கும் தெரியவில்லை.

சாந்தி எப்பவும் ஆதாயம் இல்லாமல் எந்தக் காரியமும் செய்யமாட்டாள். வருடங்கள் கடந்தது. பிள்ளைகள் எல்லாம் பெரிதாகிவிட்டார்கள். அவர்களுக்கு, சாந்திக்கும் கறுப்புக்கும் உள்ள உறவு தெரியும். தெரிந்தாலும் என்ன செய்வது? அது பிடித்தாலும் பிடிக்காவிட்டாலும் என்ன செய்ய முடியும்?

இப்படியிருக்கையில் பத்தாவது படித்துக்கொண்டிருந்த சசி, முகாமில் ஒரு பொடியனைக் காதலிச்சாள். இது சாந்திக்குத் தெரியவர அவள் கறுப்புக்குச் சொல்ல, அவன் போய் சசியை அடிக்க, அவள் கோவிச்சுக்கிட்டு வீட்டுக்கு வரமாட்டேன் என்று பெரியதம்பி வீட்டில் போய் இருந்துக்கிட்டாள். தன்னை அடித்த அவனைப் பழிவாங்க வேண்டுமென்பதைத் தவிர சசிக்கு வேறு நோக்கங்கள் இருக்கவில்லை.

ஏற்கெனவே கறுப்பு தனது வாய்ப்பைத் தட்டிப் பறித்தவன். தான் சாந்தியுடன் உறவுகொள்ளத் தடையாக இருந்தவன் என்று அவனைப் பழிவாங்கக் காத்திருந்த பெரியதம்பிக்கு இது வசதியாகப் போனது. சசியை உசுப்பிவிட்டு மகளிர் காவல் நிலையத்தில் ஒரு மனு எழுதிக் கொடுக்கவைத்தான். அதாவது 'கறுப்பு என்னுடைய அம்மாவுடன் உடலுறவுகொள்வது மட்டுமின்றி என்னையும் உடலுறவுக்குத் தொந்தரவு செய்கிறான். என்னால் வீட்டில் இருக்க முடியவில்லை. அதனால் அவன்மீது நடவடிக்கை எடுக்கவும்' என்று சசி கேஸ் கொடுத்தாள்.

மறுபடியும் கறுப்புக்குப் போதாத காலம் தொடங்கியது. கொஞ்ச நாளில் சாந்தியின் மனநிலையிலும் மாற்றம் தெரிய ஆரம்பித்தது. 'நாளை கறுப்பு தன் பிள்ளைகளில் கை வைத்தால் என்ன செய்வது.. எனவே இதுதான் சாட்டு. அவனை இத்துடன் அனுப்பிவிடலாம்' என்று நினைத்து அவள் காய் நகர்த்த ஆரம்பித்தாள்.

கறுப்புக்குச் சிக்கல் கூடுதலாகிக்கொண்டு போனது. முதல் தகவல் அறிக்கை பதிவு செய்யாமல் இதை ஒரு கட்டப் பஞ்சாயத்துப்போல மகளிர் காவல் நிலையம் பேச்சுவார்த்தை நடத்திக்கொண்டிருந்தது. முகாம் முழுவதும் 'கறுப்பு, சாந்தியை மட்டுமல்ல, பிள்ளைகள் மேலயும் கை வைக்க ஆரம்பித்துவிட்டான்' என்று வாய்க்கு வந்தபடியெல்லாம் பேச ஆரம்பித்துவிட்டார்கள். பெரியதம்பி சொல்லைக் கேட்டு சசி செய்த வேலை இன்று அவர்களுக்கே அவமானமாக வந்து நின்றது.

கறுப்புக்குப் பெரிய அவமானமாகிவிட்டது. சாந்தி குடும்பம் ஏற்கெனவே அவமானப்பட்டதுதான். அவர்களுக்கு இது ஒன்றும் புதிதாகத் தெரியவில்லை. 'இனிமேல் சாந்தி வீட்டிற்குள் போவதில்லை என்றும், தன்னால் இனிமேல் சாந்தி குடும்பத்திற்கு

அந்தரம்

எந்தப் பிரச்சினையும் வராது' என்றும் கறுப்பு மகளிர் காவல் நிலையத்தில் எழுதிக் கொடுத்துவிட்டு வந்தான்.

ஆனால் பிரச்சினை அத்துடன் முடிந்துவிடவில்லை. அவன் அதற்குப் பிறகும் சாந்தியை மிரட்டி அவளை அவனுடைய வீட்டிற்கு வரவழைத்தான். வாய்ப்புக் கிடைக்கும்போதெல்லாம் சாந்தி கறுப்பு வீட்டில்தான் இருந்தாள். அவளுக்கும் வேறு வழி தெரியவில்லை. என்றாலும் அவர்களுக்கிடையில் பிரச்சினை பல வடிவங்களில் வர ஆரம்பித்தது. மனரீதியாக விரிசல் எப்படியோ வெளிப்பட்டுக்கொண்டிருந்தது. வாய்ச் சண்டையில் தொடங்கியது, போகப்போகக் கறுப்பு, சாந்தியை அடிக்க ஆரம்பித்தான். முடிந்தவரை சமாளித்து, பிரச்சினையைப் பெரிதாக்காமல், அவனைக் கழற்றி விடலாம் என்றுதான் முயற்சித்தாள். ஆனால் கறுப்பு நிஜமாகவே பிள்ளைகள் மேல் கை வைக்க ஆரம்பித்தான். அப்படிச் செய்து சாந்தியைப் பழிதீர்க்க, தொந்தரவு செய்ய பிளாக்மெயில் பண்ண ஆரம்பித்தான்.

சாந்தி நிம்மதியிழந்தாள். அழுது பார்த்தாள். கொஞ்சிப் பார்த்தாள். கெஞ்சிப் பார்த்தாள். எதுவும் கறுப்பிடம் பலிக்கவில்லை. வெகுண்டெழுந்த சாந்தி முகாமில் நாலு பேரிடம் ரகசியமாகச் சொல்லி நீதி கேட்க ஆரம்பித்தாள். ஆனால் முகாம் சனம் அவளுக்கு உதவிக்கு வரவில்லை. அந்தக் குடும்பத்தையே ஒதுக்க ஆரம்பித்தார்கள். "உனக்கு என்னதாண்டா வேணும் என்னிடம்..." என்று இயலாமையில் கறுப்பின் காலில் விழுந்தாள். "காசு கொடு. உன்னை விட்டு விலகி விடுகிறேன். நான் ஊருக்குப் போகப்போகிறேன். எனக்குக் காசு வேணும். போலீஸ் ஸ்டேசன் போனால் உன்னைக் கொல்லாமல் விடமாட்டேன்."

சாந்தி பேசிப் பார்த்தாள். "இரண்டு பெண்பிள்ளைகள் இருக்கிறது. புருசனில்லை. அதுகள நான்தான் கரைசேர்க்கணும். அவ்வளவு காசும் என்னிடம் இல்லை."

"எனக்குத் தெரியும். உன்னிடம் எவ்வளவு காசு இருக்கிறதென்று. என்னை ஏமாத்த நினைத்தால் சும்மாவிட மாட்டேன்." அவனைக் கண்டாலே நடுங்க ஆரம்பித்துவிட்டாள் சாந்தி.

ஆனால்பிள்ளைகளுக்குஇதுபெரிதாகத்தெரிந்திருக்கவில்லை. சாந்தியிடம் முடிந்தவரை வறுகிக்கொண்டு கள்ளத்தோணியில் இலங்கை சென்றுவிட்டான் கறுப்பு.

சிறுகச் சிறுகச் சேர்த்துவைத்த காசெல்லாத்தையும் அவன் பிடிங்கிக் கொண்டுபோன பின்பு சாந்திக்குப் பள்ளிக்கூடப் பிரச்சினைகளைச் சமாளிப்பது பெரும் சவாலாகத்தான் இருந்தது.

ஆனாலும் அவள் இரண்டு பெண்களையும் கல்லூரிவரை படிக்க வைக்கத் தவறவில்லை. அவளுடைய உடல்நிலையும் முன்புபோல் இருக்கவில்லை. வயதும் ஆகிக்கொண்டிருந்தது. அடிக்கடி ஆஸ்பத்திரி போனாள். இப்படியாக வாழ்க்கை நகர்ந்து கொண்டிருந்தது. இந்தச் சூழ்நிலையில் வீட்டில் குமர் ஒருத்தி வயித்த தள்ளிக்கொண்டு வாழாவெட்டியாக வந்திருக்கிறாள். மகன், இரண்டு நாள் வேலைக்குப் போனால் மீதி நாள் முகாமைச் சுற்றித் திரிகிறான். முகாமில் வயதுக்கு வந்த ஆறு மாத்திலேயே பெண்கள் கல்யாணம் செய்த கதையும் உண்டு. ஆனால் சாந்தியின் மூத்த மகள் சரோவை யாரும் காதலிப்பதாகவும் இல்லை; அதற்கான சூழ்நிலையுமில்லை. முகாமில் சாந்தி குடும்பத்திற்கு நல்ல பெயர் இருக்கவில்லை. அதுமட்டுமல்ல கறுப்புக் காந்தன், தாயை மட்டுமல்ல மகளையும் வைத்திருந்தான் என்ற கதை முகாம் முழுதும் பரவியிருந்தது. எவனும் சரோவைக் காதலிக்கத் தயாராக இல்லை. வேண்டுமானால் படுக்க முயற்சி செய்திருக்கிறார்கள். சரோ இதுபற்றித் தாயிடம் சொல்லி அழுதிருக்கிறாள்.

சாந்திக்கு இன்னும் ஒரு பிரச்சினையிருந்தது.

முகாமில் ஒரு சில குடும்பங்கள் தவிர்த்துப் பெரும்பாலும் எல்லோருமே கடன்காரர்களாக இருந்தார்கள். சீட்டுக் கட்டுவார்கள். அந்தச் சீட்டைக் காண்பித்து யாரிடமாவது கடன் வாங்கியிருப்பார்கள். பிறகு கடன் சுமை தாங்காமல் முகாமை விட்டு வேறு முகாமிற்கும், கள்ளத்தோணியில் இரவோடு இரவாக இலங்கைக்கும் சென்றார்கள்.

சாந்தி வட்டிக்காசு வாங்குவதற்கு எத்தனை தந்திரங்களைக் கையாண்டாலும் சிலர் அவளை ஏமாற்றவே செய்வார்கள். வட்டிக்குக் கொடுப்பதும், அதனை வாங்குவதற்குப் போராடுவதும், இனிமேல் உனக்குத் தரமாட்டேன் என்பதும், ஆத்திர அவசரத்திற்கு அவளிடம் போய்க் கெஞ்சுவதும் தொடர்கதையாக நடந்துகொண்டிருந்தது. சாந்தியிடம் வட்டிக்கு வாங்கினால் முன்ன பின்ன என்றாலும் திருப்பிக் கொடுக்கலாம். முகாமிற்குள் வரும் ஊர்க்காரனிடம் வாங்கினால் சாட்டுச் சொல்ல முடியாது என்பதால் சனங்களும் சாந்தியைத்தான் திரும்பத் திரும்பத் தொந்தரவு செய்வார்கள்.

சாந்தி 'நாயே... பேயே...' என்று பேசினாலும் கஷ்டப்பட்டதுகள் அவளிடம்தான் போய் நிக்குங்கள்.

6

உச்சப்பட்டி முகாமில் மேட்டுப் பகுதியில் நான்கு குடும்பங்களுக்கு, பிள்ளையார் கோயில் நிர்வாகத்துடன் பிணக்கு ஏற்பட்டது. அதனால், நாலு குடும்பமும் சேர்ந்து மேட்டில் அதுவும் தங்கள் வீட்டிற்குப் பக்கத்திலேயே அம்மன் கோயில் கட்ட முடிவுசெய்து கூடிப்பேசினார்கள். சாமி வீட்டு முற்றத்தில் கூடுகை ஆரம்பமானது. வேலு கூறினான். "பிள்ளையார் கோயிலைவிடச் சிறப்பாக நாம அம்மன் கோயில் கட்ட வேணும். நம்மாலும் முடியும் என்று அவர்களுக்குச் செய்துகாட்டனும்." மூர்த்தி குறுக்கிட்டு "மாமா . . . அந்தளவுக்குப் பெரிசாகக் கோயில் கட்ட நிறையக் காசு வேணும். பிள்ளையார் கோயிலுக்கு முகாமிலிருந்து வெளிநாடுபோன ரூபன் காசு அனுப்பிறான். முரளி அனுப்புறான். அதனால அவங்கள கூத்தியார்குண்டுவரை என்ன . . . மதுரை வரை டியூப்லைட் கட்டுவாங்க. செலவும் செய்வாங்க. நம்மால அப்படி செய்யமுடியுமா?" வேலுவின் வாய் அடைத்துப் போனது. வேலுவுடைய மருமகன்தான் ராஜா. "நீ சொல்லுறதிலும் உண்மையிருக்கிறது. ஆனால் நம்ம வசதிக்கு நம்மளுக்கு என்று ஒரு கோயில் வேணும் இல்லையா? அதப்பத்தி நாம யோசிக்கணும்" என்றான் சாமி. "நாம முதல்ல சின்னதாக ஓலைக்கொட்டில் போட்டு சிறிய பீடம்கட்டிக் கோயிலை ஆரம்பிப்போம். அப்புறம் அதில வர்ற வருமானத்தை வச்சு நமக்குச் சப்போட்டான மக்களிடமும் வசூல் பண்ணி, கொஞ்சம் கொஞ்சமாகப் பெரிதாக

தொ. பத்தினாதன்

வளர்த்தெடுக்கலாம். இதுதான் இப்போதைக்குச் செய்யக்கூடியது" என்றான் ராஜா.

அப்படித்தான் அம்மன் கோயில் ஆரம்பமானது. ராஜா கொத்தனார் என்பதால் அவனே பீடம் அமைத்தான். வேலு பூசாரியாக இருந்துவந்தார். கொஞ்சம் கொஞ்சமாகக் கோயில் பெருத்தாலும் எப்பவும் குறை வேலையிலேயே கோயில் காணப்பட்டது. மண்டபம் பாதியில் நின்றது.

பெரிதாக்கப்பட்ட பீடம் பூச்சுப் பூசாமல் கிடந்தது. வருடா வருடம் பிள்ளையார் கோயில் திருவிழாமாதிரி இல்லாவிட்டாலும், ஏதோ திருவிழா நடந்தது. நாளடைவில் அது மேட்டுப்பகுதிக்கான கோயிலாக ஆனது.

மக்கள் அவ்வப்போது கோயிலுக்கு வர ஆரம்பித்தார்கள். மூணான்டிபட்டித்தோப்பூரில் உள்ள சிலரும் வர ஆரம்பித்தார்கள். வருடாந்திரத் திருவிழாவில் பூக்குழி இறங்குவது எல்லாம் நடந்தேறிக்கொண்டிருந்த சூழலில் பத்து வருடங்களுக்கு மேலாகப் பூசாரியாக இருந்த வேலு ஒருநாள் மாரடைப்பால் இறந்துபோனார்.

மருமகன் ராஜா பூசாரியானார். அங்குதான் பிரச்சினை ஆரம்பமானது. கஞ்சாக்குடிக்கியின் காலில் விழுவதா என்ற கேள்வி வலுவாக மேட்டுப்பகுதியில் எழுந்தது. பிள்ளையார் கோயில் நிர்வாகத்துடன் இவர்களுக்குப் பிணக்கு வந்ததன் முக்கிய காரணமே பிள்ளையார் கோயில் பூசாரியை மாத்த வேணும், அவன் கையால் திருநீறு வாங்க முடியாது என்பதுதான். ஆனால் அதை வெளிப்படையாகப் பேச பயந்ததால் இவர்களே தனியாகக் கோயில் கட்டிப் பூசாரியாவும் இருந்தார்கள். இப்படிக் கோயில் கட்டியதன் ரகசியம் இப்போதான் வெளியே வர ஆரம்பித்திருக்கிறது. "ஏன்டா பிள்ளையார் கோவில்ல நளப்பயல் பூசாரியா இருக்கிறான், அவன் கையால் திருநீறு வாங்கக் கூடாது என்றுதான் அம்மன் கோயிலே கட்டினம். இப்ப அம்மன் கோயில் நிர்வாகத்தைக் கீழ்சாதிக்காரன்களிடம் கொடுப்பதா, நடக்கவே நடக்காது எத்தனை தலை உருண்டாலும் நடக்காது." இது வேலுவேட தம்பி சாமியோட வாதம்.

"அந்த கீழ்சாதிக்காரன் அனுப்புற காசுலதான் கோயில் கட்டினாங்க. திருவிழாவெல்லாம் கொண்டாடுறாங்க. அந்தக் காசுமட்டும் நல்லாயிருக்கா? கோயில்லபோய் சாதி எல்லாம் பேசாதிங்க. நாம சேர்ந்து திருவிழாவைச் சிறப்பாகச் செய்வோம்" இது அப்புக்குட்டி.

“ஒன்னும் நீங்க மயிரப் புடுங்க வேணாம். இத்தனை வருசமாகத் திருவிழா கொண்டாடாமலா இருந்தது ? நாங்கதானே கொண்டாடினம். அதுபோல இந்த வருடம் கொண்டாடுறம். உங்கள எல்லாம் கோயிலுக்கு வர வேண்டாம் என்றா சொல்றம் இல்லையே” இப்படி ராஜா முழங்க “இல்ல ராஜா . . . நீ பேசுறது நல்லாயில்லை. முன்பு இருந்த சூழ்நிலை வேறு. அப்ப பூசாரியாக உன்னோட மாமா இருந்தார். அது வேற. இப்ப சூழ்நிலை வேற. கோயிலுக்கெண்டு ஒரு நிர்வாகக் குழுவை முடிவு செய்வோம். அந்த நிர்வாகக் குழுக் கோயில் திருவிழாவ நடத்தட்டும். இதுல உங்களுக்கு என்ன பிரச்சினை ?” ரமேஷ் இப்படி பேச, “அப்ப கோயில் பூசாரி யாரு ?” என்று ராஜா கேட்டார். “பூசாரியாக நீயே இரு. அதுல எங்களுக்கு பிரச்சினையில்ல.”

ராஜா அமைதியானான். ஆனால் அப்புக்குட்டி அதற்கு மறுப்புத் தெரிவிக்க அதையே அவருடன் சேர்ந்த மற்ற நண்பர்களும் ஆமோதிக்க, சாமி குறுக்கிட்டு “ஒரு மண்ணாங்கட்டியும் வேணாம். எப்பவும்போல நாங்களே நடத்துறம். இதுல வேற பேச்சுக்கே இடமில்லை” என்று உறுதியாகக் கூறிவிட்டார்.

இந்தக் கட்டிடத்தைக் கட்டுவதற்கே நீண்ட இழுபறிக்குப் பின்புதான் சாமி ஒத்துக்கிட்டார். இப்ப அவருடைய முடிவையும் உறுதியாகக் கூறிவிட்டதால் எதிர்த்தாப்பில் இருப்பவர்களால் மேற்கொண்டு பேச வாய்ப்பில்லாமல் போய்விட்டது. முடிவில்லாமலே முதல் சந்திப்பு முடிந்தது. அப்புவும் ரமேஷும் நண்பர்களும் கூடி, அடுத்து என்ன செய்வது என்று யோசித்தார்கள். “அவர்கள் நாம குறஞ்ச சாதிக்காரன் என்றுதான்டா நம்மள கோயில்ல சேர்க்க மாட்டேங்கிறாங்க. அதால அவங்ககிட்ட நேரடியாக பேசுறது முடியாத காரியம். நாம கியூ ப்ராஞ்சுக்காரன்கிட்ட சொல்லலாம்” என்றார் காந்தன்.

“அதுமட்டுமில்லை காந்தா . . . முன்னாடியவிட இப்ப கோயில்ல தினமும் வருமானம் வருது. அதாலதான் ராஜா வேலைக்குப் போகாமல் கஞ்சாக் குடிச்சுட்டுத் திரியிறான். அவன் அந்த வருமானத்தை இழக்க விரும்பல. நிர்வாகம் என்று வந்தால் அவனால் வருமானத்திற்கு ஒன்றும் செய்ய முடியாது.”

“சரி அப்ப சாமிக்கு என்ன பிரச்சினை ?”

“சாமிக்குச் சாதிப் பிரச்சினை.”

“அப்புறம் எப்படி இரண்டுபேரும் ஒத்துவருவாங்க ?”

கியூ ப்ராஞ்சுக்காரனிடம் கட்டப் பஞ்சாயத்து போச்சுது. அவன் பேசியதை சாமியும் ராஜாவும் கேட்கவில்லை. கியூ ப்ராஞ்சுக்காரனே போலிஸ் ஸ்டேசனுக்கும் இந்தப் பிரச்சினையை

எடுத்துச் சென்றான். அங்கு ஒரு வழியாகப் பிரச்சினை தீர்ந்த மாதிரியிருந்தது. அதாவது சாமியும் ராஜாவும் இந்தப் பக்கம். அப்புவும் காந்தனும் அந்தப் பக்கம் என்று நாலுபேர் கொண்ட நிர்வாகக் குழு உருவாக்கப்பட்டு ராஜா பூசாரியாகவும், காந்தன் செயலாளராகவும் கணக்கு வழக்கு எல்லாம் காந்தன் பார்த்துக் கொள்வதாகவும் முடிவு செய்யப்பட்டது. ஆனால் இது இரண்டு நாட்கள்கூட நீடிக்கவில்லை. சாமியிடம் தகவல் சொல்லிவிட்டு, காந்தன் கூட்டம் பிட்நோட்டிஸ் அடித்து முகாமில் காசு வசூல்பண்ண ஆரம்பித்தது. ராஜா துள்ள ஆரம்பித்தான். "அது எப்படி . . . எங்கள கேட்காமல் நீங்கள் காசு வசூல்செய்ய முடியும்? கணக்கு வழக்கு நீங்க பார்த்தாலும் காசும் கணக்கு நோட்டும் கோயில்ல தானிருக்கணும். கோயில் சாவி, பூசாரியான என்னிடம்தான் இருக்கணும்." அம்மன், காளிதேவி உருவம் எடுத்தமாதிரி ராஜா குதிக்க ஆரம்பிக்கவும் வசூல் நின்றுபோனது. வசூலித்ததையும் திரும்பிக் கொடுத்துவிட்டார்கள். 'காசுக் கணக்குநோட்டு கோயில்லதான் இருக்கணும்' என்கிறபோது அவர்கள் நோக்கம் என்ன என்று காந்தன் கூட்டத்திற்குத் தெளிவாகப் புரிந்துவிட்டது. இவர்கள் ஒத்துவரமாட்டார்கள் என்று திருமங்கலம் தாசில்தாரிடம் மனுக்கொடுத்தார்கள். பேச்சுவார்த்தை ஆரம்பமானது. தாசில்தார், போலிஸ்காரர்கள் எல்லாம் முகாமிற்கு வந்து பேசினார்கள். எந்த முடிவுக்கும் சாமி பக்கத்திலிருந்து யாரும் இறங்கி வரவேயில்லை. மாறி மாறிப் பேசியும் முடிவு வரவில்லை. சாமி பக்கத்தில் கறுப்பு ராணியும் ஏட்டுப் பாண்டியும் இருக்கிறார்கள் என்று காந்தன் கூட்டத்துக்குப் புரிந்துதான் தாசில்தாரிடம் போனார்கள். தாசில்தார் முடிவாகக் கூறினார். "நீங்கள் இருபிரிவாரும் ஒரு முடிவுக்கு வரும்வரை கோயில் பூட்டப்பட்டுச் சீல் வைக்கப்பட்டிருக்கும். நீங்கள் ஒன்று சேர்ந்து ஒரு முடிவுக்கு வந்தால் மட்டுமே கோயில் திறக்கப்படும்"

கோயிலைப் பூட்டிச் சீல்வைத்துச் சாவியை அதிகாரிகள் எடுத்துக்கொண்டார்கள். நாலு குடும்பத்தைச் சேர்ந்தவர்களும் கூட்டமாக நின்று அடுத்து என்ன செய்வது என்று பேசிக்கொண்டிருந்தார்கள். மேட்டுப்பகுதி மக்களுடைய ஆதரவு காந்தன் பக்கம் இருந்தாலும், எவராலும் எதுவும் செய்ய முடியாத நிலையில் அவர்களும் ஆங்காங்கு நின்று பேசிக்கொண்டிருந்தார்கள். ராஜாவோட பொண்டாட்டி நிர்மலா, ஆவேசம் வந்தவளாகத் தள்ளிநின்று பேசிக்கொண்டிருந்த காந்தனின் சட்டையைப் பிடித்து இழுத்து "ஏண்டா கீழ் சாதி நாய்களா . . ." என்று கத்தவும் ஒரே கலவரமாகிப் போய்விட்டது. மேட்டுப்பகுதிப் பெண்கள் ஒன்றுசேர்ந்து நிர்மலாவை அடித்தார்கள். அவளுடைய அக்காவும் அடிபாட்டில் சேர்ந்துகொள்ளச் சொற்ப நேரத்தில் எல்லாம்

நடந்துமுடிந்துவிட்டன. பார்த்துக்கொண்டிருந்த சனங்கள் வந்து அவர்களை விலக்கியபோது நிர்மலாவின் மூக்கிலிருந்து இரத்தம் வடிந்துகொண்டிருந்தது. அவளுடைய சட்டை கிழிந்து தொங்கியது. யாரோ, ஒரு துவாய்த் துண்டைப் போட்டு அவளுடைய உடம்பை மறைத்தார்கள். ராணி 108க்கு போன் பண்ணினாள். அக்காவையும் தங்கையையும் ஆஸ்பத்திரிக்குக் கொண்டு சென்றார்கள். காந்தன் கூட்டம் ஆஸ்டின்பட்டி போலிஸில் புகார் மனுக் கொடுத்தார்கள். ஏட்டு பாண்டி அதை வாங்கி வைத்துவிட்டு அனுப்பிவிட்டார். நிர்மலா பக்கமிருந்தும் புகார் மனு போனது அதில் நிர்மலாவை யாரெல்லாம் அடித்தார்களோ அவர்களுடைய புருசன்மார்களின் பெயர்கள் தெளிவாக எழுதப்பட்டிருந்தன.

அடுத்த நாள் அமைதியாக விடிந்தது. போலிஸ், தங்கள் பக்கம் பாயும் என்று காந்தன் கூட்டம், இரவு முகாமில் தூங்காமல் கவுஸிங் போடில் போய்த் தங்கினார்கள். எந்த அசம்பாவிதமும் நடக்கவில்லை. பத்திரிகைகளில் இதுபற்றிய செய்தி வந்திருந்தது. மறுநாள் விடியக்காலை மூன்று மணியளவில் போலிஸ் வந்தது. மொத்தம் பதினாறு பேரையும் அள்ளிக்கொண்டுபோய் திருமங்கலம் துணைச்சிறையில் அடைத்தது. பதினைந்து நாட்கள் கழித்து அவர்கள் ஜாமீனில் வெளியே வந்தார்கள். இந்த மொத்த ஆட்டத்திற்குப் பின்னாலும் ராணியும் ஏட்டுப் பாண்டியும் கச்சிதமாகத் திட்டங்களைத் தீட்டியிருந்தார்கள்.

“என்ன காந்தா அடுத்து என்ன செய்வதாக உத்தேசம்?”

“முதல்ல வேலைக்குப் போகணும். ஒருமாசமாக வேலை வெட்டிய விட்டுட்டு திரிஞ்சதில ஜெயிலுக்குப் போனதும் கடனாளியானதும்தான் மிச்சம். காலையில சாந்தியக்கா வட்டிக்காசு கேட்டு வீட்டுக்கு வந்துட்டா. போங்கப்பா பிழைப்பு கெட்டது.”

விரக்தியான வார்த்தைகள்தான் வந்தன காந்தனின் வாயிலிருந்து.

7

காசு வாங்கும்போது கந்தசாமியின் முகத்திலிருந்த பூரிப்புக் கண்ட குமாருக்கு எரிச்சலாயிருந்தது ‘இவனெல்லாம் எப்படி சாவான்?’ என்று நினைத்தான்.

ஏற்கெனவே குமாருக்கும் கந்தசாமிக்கும் சம்பளம் கொடுக்கிற இடத்தில் உரசல் ஒன்று ஏற்பட்டிருந்தது. அன்றைக்கு கந்தசாமியைப் பார்த்து “ஏண்டா . . . நீ அதிகாரி மாதிரிப் பேசுற. நீயும் அகதிதானே. ஊருக்கு வந்து சேரமாட்ட பாரு” (அது புலிகள் இருந்த காலம்.) என்று குமார் கூறிவிட்டான். சம்பளம் எடுக்க வந்த அவ்வளவு சனங்களின் மத்தியிலும் அப்படிப் பேசியது கந்தசாமிக்குப் பெருத்த அவமானமாகப் போய்விட்டது. அப்படி வீராப்பாக அன்று பேசிவிட்டு இன்றைக்குக் குமார் இவன் கிட்டத்தான் வந்து நிக்கறான். ‘இந்த அதிகாரிங்க ஒழுங்கா அவங்க வேலையப் பார்த்தா நான் ஏன் இந்த நாய்கிட்ட எல்லாம் பல்லகாட்ட வேணும்’ என்று நினைத்துக்கொண்டான். முருகாயி போய்விட்டாள். இன்னும் இரண்டு பேர் ஏதோ வேலைக்காக வெளியே காத்திருந்தார்கள்.

குமார், கந்தசாமியின் முன்னால் சென்று நின்றான். கந்தசாமி எதுவும் கேட்காமல் தினப்பத்திரிகையைப் படித்துக்கொண்டிருந்தான். குமாருடைய பொறுமையைச் சுனாமி வந்து அடித்துப்போய்விட்டது. சார் என்றும் கூறாமல் அண்ணே என்றும் கூறாமல் கையில் எழுதி வைத்திருந்த மனுவை மேசைமேல் வைத்தான். அப்பவும் அவர் கண்டுகொள்ளவில்லை. இவன் காசு தரமாட்டான். ஆ ஊ என்றால் நியாயம் பேசுவான். பக்கத்துக் கிராமத்தில் உள்ள அரசியல்வாதியுடன் நெருங்கிய உறவு வைத்திருக்கிறான். வில்லங்கம் பிடித்தவன் என்பது கந்தசாமிக்குத் தெரியும்.

ஆனாலும் தன்னுடைய அதிகாரம் என்னவென்று அவனுக்குக் காட்ட வேணாமா? "நான் கூடல்நகர் முகாம் போக அனுமதி வேணும்" என்று மொட்டையாக குமார் கூறினான். கந்தசாமி அலட்சியமாக அந்த மனுவை எடுத்துப் பார்த்தான். "நீ எதற்காக கூடல்நகர் போகிறாய் என்று மனுவில் கூறவில்லையே . . ." என்றான்.

"என்னுடைய சொந்த விசயமாகப் போகிறேன்."

"சொந்த வேலை என்றால், என்ன வேலை என்று அரசுக்குச் சொல்லணும் இல்லையா?"

"நான் கல்யாணம் கட்டிய மனைவி அங்க இருக்கிறா. அவகிட்ட படுக்கப் போறேன்."

கந்தசாமி எதுவும் பேசவில்லை. இதற்குமேல் பேசினால் குமார் அடித்தாலும் அடிப்பான் என்று அவனுக்குத் தெரியும். அதனால் "நீ ஆர்ஐக்கிட்டபோய் அனுமதி வாங்கிக்கொள்" என்று மனுவைத் திருப்பிக் கொடுத்துவிட்டான்.

குமார் தான் எழுதிய மனுவை, சுக்கு நூறாகக் கிழித்து வீசிவிட்டு கூடல்நகர் முகாமுக்குச் சென்றுவிட்டான். ஒரே மாவட்டத்தில் உள்ள முகாமுக்கே அனுமதியா?

இரண்டு நாட்களாக அவன் முகாமில் இல்லை என்று கந்தசாமிக்குத் தெரிந்துவிட்டது. தன்னை மீறி ஆர் ஐ அனுமதியும் கொடுத்திருக்க மாட்டார். ஆகவே அவன் அனுமதியில்லாமல்தான் கூடல்நகர் முகாம் போய்விட்டான் என்பது உறுதியாகிவிட்டது. குமார் மேல ஏற்கெனவே கியூ ப்ராஞ்சுக்காரனுக்கும் ஒரு கண்ணிருந்தது. அவன் வெளியே உள்ள அரசியல்வாதிகளுடன் உறவு வைத்துக்கொண்டு அவர்களுடைய அரசியல் கூட்டங்களுக்குப் போவது, முகாமிற்குள் பக்கத்து ஊர் அரசியல்வாதிகளைக் கூட்டிக்கொண்டு வருவது, அதுவும் விடுதலைப் புலிகளுக்கு ஆதரவான அரசியல் கட்சிகளுடன் நெருக்கமாயிருப்பது...இவையெல்லாம் கியூப்ராஞ்சுக்காரன்களை உறுத்தின. அவர்களுக்கும் வேலை வேணுமே . . .

முகாமில் சூனா எந்திரிச்சவன் எல்லாம் கல்யாணம் செய்துகொள்கிறான். இப்படி குஞ்சுகுருமான் எல்லாம் கல்யாணம் செய்துகொண்டால் கியூ ப்ராஞ்சுக்காரனுக்குப் பெருத்த சந்தோசம். கல்யாணம் கட்டாமலிருந்தால் போச்சு. அவனுக்கு வியாதியா? வேற பிரச்சினையா என்றெல்லாம் யோசிக்கமாட்டார்கள். அவன் புரட்சி பேசுகிறானா? இயக்கத்துக்கு வேலை செய்கிறானா? கடத்தல் செய்கிறானா? இப்படியேதான் யோசிப்பார்கள். முன்பு ஒருநாள் மாரிக்குமார் என்ற கியூ ப்ராஞ்சுக்காரன் நேராகவே குமாரிடம் கேட்டான்.

“ஏன் குமாரு . . . நீ இன்னும் கல்யாணம் செய்யாமலிருக்கிறாய். பொண்ணு பார்க்கட்டுமா?” இப்படிப் பேசும்போது நண்பனைப் போல, உனக்காக உயிரையும் கொடுப்பேன் என்ற வாக்கில் பேசுவார்கள்.

முகாம் சனங்களை இப்படி ஏமாத்திவிடலாம். ஆனால் குமாரை ஏமாத்த முடியாது. குமார் சிரித்துக்கொண்டே சொன்னான். “பொண்ணு பாருங்க சார் ... உங்க சொந்தக்காரப் பொண்ணாயிருந்தாலும் பரவாயில்லை. கல்யாணம் செய்து கொள்கிறேன்.”

கந்தசாமி கூடல்நகருக்குப் போகும் கியூ ப்ராஞ்சுக்காரனிடம் குமார் அனுமதியில்லாமல் கூடல்நகர் முகாமில் இருக்கிறான் என்று போட்டுக் கொடுத்துவிட்டான். கியூ ப்ராஞ்சுக்காரன் குமாரைப் பிடித்துக் காவல் நிலையத்தில் வைத்து வெளு வெளு என்று வெளுத்து அனுப்பினான். குமாருக்கு கந்தசாமியால்தான் இது நடந்தது என்று தெரிந்துவிட்டது. எப்படியென்றால் கியூ ப்ராஞ்சுக்காரன் அடிக்கும்போது “ஏண்டா முகாமில புரட்சி செய்றீங்களோ . . . திமிரா நடக்கறியாமே. அவ்வளவு தைரியமா போச்சா ... செங்கல்பட்டுச் சிறப்பு முகாம் ஞாபகம் இருக்குதானே . . . டவுசர கழட்டித் தொங்கவிட்டிருவோம். கந்தசாமிய மிரட்ற அளவுக்குத் தைரியமோ?” என்று சொல்லிச் சொல்லி அடித்திருக்கிறான். கந்தசாமியைப் பழிவாங்க வேணும் என்று திட்டம் போட்டான் குமார். குமாரோட பூர்வீகம் மதுரைக்குப் பக்கமுள்ள மேலூர்ல ஒரு கிராமம். அவன் தாத்தா காலத்தில இலங்கையில் தேயிலைத் தோட்டத்தில் வேலைக்குப் போனவர்கள் இனக்கலவரங்களால் இடம்பெயர்ந்து கிளிநொச்சியில் குடியேறினார்கள். அங்கிருந்துதான் குமார் தமிழகத்திற்கு அகதியாக வந்திருந்தான். அவனுடைய அண்ணன் புலிகள் இயக்கத்தில் முக்கியப் பொறுப்பில் இருக்கிறானாம்.

அவன் கிராமத்தில் உள்ள இரண்டு பங்காளிகளுக்குச் சாராயத்தை வாங்கி ஊத்திவிட்டு, குமார் விசயத்தைச் சொல்லியிருக்கிறான். கூடவே திட்டமும் தீட்டிக் கொடுத்து கந்தசாமியை அடையாளமும் காட்டிவிட்டான். பொழுது சாய்கிற நேரம், இரண்டு பேரும் உச்சப்பட்டி முகாம் முன்பகுதி வழியாக முகாமிற்குள் வர, புறக்காவல் நிலையக் கொட்டிலுக்குள் கந்தசாமி மட்டும் உட்கார்ந்திருந்தவன் இவர்களைப் பார்த்ததும், “நீங்க யாரு? எதற்கு முகாமிற்குள் வருகிறீர்கள்?” என்று அதிகாரத் தோரணையில் கேட்டான். போதையிலிருந்தவர்கள் அவனைப் போட்டுத் தாக்கிவிட்டார்கள். வெளிக்காயம் எதுவுமில்லை. ரத்தமில்லை. சத்தமும் இல்லை. மூன்று நாட்கள் கந்தசாமி

ஆஸ்பத்திரியில் கிடந்தான். கொஞ்சக் காலம் ஒழுங்காக இருந்தான். ஒருநாள் திடீரென்று இறந்து போனான்.

குமார் கல்யாணம் செய்து மூன்று மாதங்களாக மனைவியுடன் உச்சப்பட்டியில்தான் வாழ்ந்தான். பிறகு கூடல்நகர் முகாமில் உள்ள அம்மா வீட்டிற்கு மனைவி போய்விட்டாள். அவர்களுக்குள் எந்தப் பெரிய சண்டையும் வந்ததாகவும் தகவல் இல்லை. குமார் தீவிர விடுதலைப்புலி ஆதரவாளன். புலிகளை யார் குற்றம் சொன்னாலும் அவர்களோடு வாய்த் தர்க்கத்தில் ஈடுபடுவான்.

டாபர் தொண்டு நிறுவனத்தை அவனுக்குச் சுத்தமாகப் பிடிக்காது. அவர்களிடம் கடன் வாங்கிச் சுயஉதவிக் குழு ஆரம்பித்ததற்கு சாந்தியுடன்கூடத் தர்க்கம் செய்தான். ஆனால் தனிப்பட்ட முறையில் சாந்திமேல் நல்ல மரியாதையிருந்தது. சாந்தி வீட்டிற்கு அருகில்தான் அவர்களுடைய வீடும் இருந்தது. குமாருக்கு அம்மா அப்பா இரண்டு பேருமே இருந்தார்கள். ஒரு தங்கச்சியுமிருந்தது. அவள் கல்லூரியில் படித்துகொண்டிருந்தாள். குமாருடைய மனைவி அவளுடைய அம்மா வீட்டிற்குப் போனதுக்கான உண்மையான காரணம் என்னவென்று தெரியாமலேயே அவரவர் கற்பனையில் பேசிக்கொண்டிருந்தார்கள். அவன் மனைவியைப் பார்க்கப் போன இடத்தில்தான் கியூ ப்ராஞ்சு பிடித்து அடித்து விரட்டிவிட்டார்கள். குமாரை கியூ ப்ராஞ்சு அடித்து நொறுக்கி ஒரு மாதம் கடந்திருக்கும்.

ஒருநாள் நடுச்சாமத்தில் ஒரு வாகனம் வந்து முகாமின் புறக்காவல் நிலையத்தில் நின்றது. இரண்டு கியூ ப்ராஞ்சு அதிகாரிகள், தூங்கிக்கொண்டிருந்த குமாரை எழுப்பி விசாரணைக்கென்று கூட்டிச் சென்றார்கள். இப்படித்தான் தேவி புருசனையும் இன்னும் ஒரு பொடியனையும் பிடித்துச் சென்றார்கள். கொண்டுபோய்ச் செங்கல்பட்டில் ஆறு வருசம் அடைத்து வைத்திருந்தார்கள். அது திருட்டுக் கேசு. ஆனால் குமாரின்மேல் திருட்டுக் கேஸ் இல்லை. யாரைக் கேட்டாலும் அவன் நல்ல பொடியன் என்றுதான் சொல்வார்கள். அவன் தப்பு செய்தான் என்று கூறினாலும் சனங்கள் நம்பாது. எல்லோருக்கும் உதவி செய்வான். பொது வேலைகள் என்றால் முன்நின்று செய்வான். நல்ல பொடியன்தான். அவனை கியூ ப்ராஞ்சுக்காரர்கள் இரவோடு இரவாகக் கூட்டிட்டுப்போய்ச் செங்கல்பட்டில் அடைத்துவிட்டார்கள். காரணம் மட்டும் மர்மமாகவேயிருந்தது.

முகாமில் உள்ள அகதிகள் மட்டுமல்ல, வெளியே வாடகை வீட்டில் வாழ்பவர்களும் அசையும், அசையாச் சொத்துக்களை,

146 தொ. பத்திநாதன்

தமிழ்நாட்டில் வாங்கக் கூடாது. வீடு, நிலம், வாகனம், விலை கூடிய நகைகூட வாங்கக் கூடாது. இது அகதிகளுக்கான அரசு ஆணை. ஆனால் சட்டமல்ல. இந்தியாவில் அகதிகளுக்கான சட்டம் என்ற ஒன்று இல்லை. சம்பந்தப்பட்ட மாநிலங்கள் அவர்களுடைய நிர்வாக வசதியைப் பொறுத்து இப்படியான ஆணைகளைப் பிறப்பித்துக்கொள்ளலாம். 1983ஆம் ஆண்டு ஜூலையில் நடைபெற்ற இலங்கைக் கலவரத்திலிருந்து அகதிகள் இன்றுவரை தமிழ்நாட்டுக்கு வந்துகொண்டிருக்கிறார்கள். 1983ஆம் ஆண்டுகளில் வந்தவர்களுக்கு எம்ஜிஆர் நல்ல கருணை உள்ளத்துடன் நடந்துகொண்டார் என்று ஏற்கெனவே வந்த அகதிகள் சொல்கிறார்கள்.

பதிவு அட்டையுடன் டெல்லிவரை ரயிலில் இலவசமாகப் பயணம் செய்ய முடியுமாம். முருகானந்தத்தோட அம்மா அதைச் சொல்லுவாங்க. அவங்க மூன்று தடவை அகதியாக வந்தவங்களாம். அதன்பின்பு 1990களில் இரண்டாம் கட்ட ஈழப்போர் ஆரம்பமாகவும், கிட்டத்தட்ட ஒன்றறை லட்சம் பேர் அகதிகளாகத் தமிழகத்திற்கு வந்தார்கள். 1991இல் ராஜீவ்காந்தி கொலைக்குப் பிறகு ஜெயலலிதா ஆட்சிக்கு வந்ததும்தான் அகதிகளுக்கு வினை ஆரம்பமானது. எந்தக் குற்றச்சாட்டுகளும் இல்லாமல் சந்தேகத்தின்பேரில் யாரை வேண்டுமானாலும் கைது செய்து அடைத்தார்கள். கட்டுப்பாடுகள் ஒவ்வொன்றாக உருவாக்கப்பட்டன. ஆள் கணக்கெடுப்புத் தணிக்கை நடைமுறைக்கு வந்தது. முக்கிய அமைச்சர்கள், ஜனாதிபதி ஆகியோர் தமிழ்நாட்டுக்கு வருகிறார்கள் என்றால் மூன்று நாளைக்கு அகதிகள் முகாமை விட்டு வெளியேறக் கூடாது. வேலைக்கும், ஆஸ்பத்திரிக்கும்கூடப் போகக் கூடாது. வேறு முகாமில் உள்ள உறவினரைப் பார்க்கப் போக வேண்டுமானால் அனுமதி வாங்க வேண்டும். நமது வீட்டிற்கு உறவினர்கள் வந்தாலும் அனுமதி வாங்கித்தான் வர வேண்டும். வந்தவர்கள் உறவு முறை விபரமும் கியூ ப்ராஞ்சுக்கு அறிவிக்க வேண்டும். வேலைக்குச் செல்வதென்றால் முகாமில் உள்ள பதிவுப் புத்தகத்தில், வேலை பார்க்கும் இடம், நேரம் எல்லாம் பதிவு செய்து கையொப்பமிட வேண்டும். காலை 8 மணிக்குப்போனால் மாலை 6 மணிக்குள் முகாம் திரும்ப வேண்டும். வல்லான் வகுத்தது வாய்க்கால் என்பதுபோல் அங்குவரும் அதிகாரியின் மனநிலை என்னவோ அப்படித்தான் நடக்கும்.

அதிகாரிகள் இல்லாத நேரத்தில் குமார் அரசியல்வாதிகளை முகாமிற்குள் கூட்டிவந்தால் கியூப்ராஞ்சுக்காரனுக்குத் தெரியாதா என்ன? ஆனால் எந்தச் சட்டத்தின்கீழ் கைது செய்வது? முகாம் கட்டுப்பாட்டை மீறுபவர்களை எப்படித் தண்டிப்பது? குமாரின் கதையும் ஒருநாள் வெளிவந்தது. குமார் முகாமில் அகதிப் பதிவு

இருக்கத் தக்கதாக அவனுடைய பூர்வீக ஊரிலும் ரேசன் கார்டு பதிந்து எடுத்திருந்தானாம். பூர்வீக ஊரில்தான் அவனுடைய அப்பாவின் பரம்பரைச் சொத்து இருந்தது. அதனைப் பிரிக்கும்போது குமாருடைய பெயரில்தான் பதிவு செய்தார்கள். ரேசன் கார்டு இல்லாமல் காணி பத்திரப் பதிவு அலுவலகத்தில் பதிவு செய்யமாட்டார்கள் என்பதால் அங்கும் ஒரு ரேசன் கார்டு பதிய வேண்டியிருந்தது. அது கடவுச்சீட்டுச் சட்டத்தின் கீழ்த் தண்டனைக்குரிய குற்றமாம்.

இப்ப, குமார் மனைவி விட்டுட்டுப் போனதன் காரணத்தையும் சொல்லியே ஆக வேண்டும். அவன் தீவிரமான புலி ஆதரவாளன். 2009இல் கடைசி யுத்தத்தின்போது மிகுந்த வேதனைக்கு உள்ளானான். அந்தச் சண்டையின் குறுந்தகடுகளை நிறையப் பார்த்துள்ளான். அதில் ஆடையில்லாமல் சுட்டுக் கொல்லப்பட்ட பெண்கள் படம், அவனை மிகுந்த வேதனைக்கு உள்ளாக்கியதில் அவனால் மனைவியுடன் உடலுறவில் ஈடுபட முடியவில்லை. அவன் செங்கல்பட்டிலிருந்து வெளியே வந்து உளவியல் மருத்துவரிடம் சிகிச்சை பெறும்வரை எவருக்கும் இந்தத் தகவல் தெரியாது. இப்பவும் பெற்றோருக்கும் மனைவிக்கு மட்டுமே இந்த ரகசியம் தெரிந்திருக்கிறது.

கந்தசாமியின் இறப்புக்குப் பிறகு வந்தவன்தான் முருகானந்தம். இவன் உடல் உழைப்புக்குத் தகுதியில்லாதவன். ஏச்சுப் பிழைப்பு நடத்துபவன். சரியான தெத்தன். முருகானந்தத்தை, தெத்தன் என்றுதான் முகாம் சனம் பேசும். அவனுடைய குடும்பம் 1983ஆம் ஆண்டு அகதியாக வந்தார்கள். அப்போது திருநகரிலிருந்து சற்றுத் தள்ளியுள்ள பர்மா காலனியில் பர்மா அகதிகளுக்காகக் கட்டிய வீடுகளில் ஐம்பது குடும்பங்கள்வரை குடியமர்த்தப்பட்டார்கள். முருகானந்தம் சின்னப் பொடியன். அப்போது அப்பா இருந்தார்.

பிறகு திரும்பி இலங்கைக்குச் சென்றுவிட்டு 1990களில் மறுபடியும் அகதியாக வந்து பவானி சாகர் முகாமில் கொஞ்சக் காலம் வாழ்ந்தார்கள். திரும்பவும் இலங்கைக்குப் போய்விட்டு 2005இல் மறுபடியும் வந்தார்கள்.

முருகானந்தத்தின் அப்பா அப்போது இலங்கையில் இறந்துவிட்டார். இவனுடைய தம்பி ஒருவன் லண்டனில் இருந்தான். தங்கைக்காரி திருநகரில் ஊர்க்காரன் ஒருவனைத் திருமணம் செய்து வாழ்கிறது. இவனும் அம்மாவும் முகாமில். இவனுக்கு இரண்டு குழந்தைகள் உண்டு.

இப்படி ஏச்சுப்பிழப்பு நடத்தியே முகாமில் வண்டியை ஓட்டினான்.

தொ. பத்தினாதன்

திருநகர் 8வது ஸ்டாபில்தான் கியூ ப்ராஞ்சு அலுவலகம் இருந்தது. முகாமிலிருந்து எவனாவது தகவல் சொன்னால், அடுத்த பத்தாவது நிமிடத்தில் கியூ ப்ராஞ்சுக்காரன் கேம்பில் நிற்பான்.

முகாமிலிருந்து மூணு கிலோமீட்டர் தொலைவில் கியூ ப்ராஞ்சு ஆபிஸ் இருந்தது, இந்த முகாமிற்குப் பெரும் பிரச்சினைதான். தொண்டு நிறுவனமாக இருந்தாலும் முகாமிற்குள் வருவதற்கு வாய்மொழியான உத்தரவு கியூ ப்ராஞ்சிடமிருந்து கிடைக்க வேணும்.

முகாமில் மாணவர் மன்றம் கூடுவதாக இருந்தாலும் முன்கூட்டியே தகவல் தெரிவித்து கியூ ப்ராஞ்சிடமிருந்து அனுமதி பெற வேண்டும்.

இப்படிப்பட்ட இந்த முகாமில், 2008 கடைசியில் இலங்கையில் பிரச்சினை உச்சத்திலிருந்த நேரம், இங்கு முகாமில் ஒருநாள் உண்ணாவிரதம் இருக்க அனுமதி வேணும் என்றால் கியூ ப்ராஞ்சுக்காரன் கொடுப்பானா என்ன? குமார்தான் இதற்குச் சூத்திரதாரி. ஆனால் அவன் நேரடியாகக் களத்தில் இறங்கவில்லை. அவனுக்குத் தெரியும், கியூ ப்ராஞ்சுக்காரன் தொந்தரவு செய்வான் என்று.

ஆனாலும் இலங்கையிலிருந்து வரும் செய்திகளைக் கேட்கும்போது மனசு பொறுக்கவில்லை. பெண்கள் சுயஉதவிக் குழுக்களின் தலைவிகள் ஒவ்வொருவரிடமும் உண்ணாவிரதம் இருப்பதுபற்றிப் பேசினான்.

'தமிழ்நாட்டில் உள்ள 108 அகதிகள் முகாம்களில் நமது முகாம் முன்னோடியாக இருக்க வேணும். அதனால் நாம் முதலில் ஆரம்பிக்க வேணும்' என்று கூறினான். சுயஉதவிக் குழுத் தலைவிகள் நான்கைந்துபேர் சேர்ந்து ஒருநாள் 'அடையாள உண்ணாவிரதமிருக்க' அனுமதி கோரி மனு எழுதி, கியூ ப்ராஞ்சு ஆபிஸில் கொடுத்தார்கள்.

"ஏம்மா இங்க இருந்து போராடணும்னு நினைக்கிற . . . நீங்க உங்க ஊருல இருந்து பிரபாகரனுடன் சேர்ந்து போராடி யிருக்கணும். இங்க எதுக்குமா வந்தீங்க?" என்று எகத்தாளமாகக் கேட்ட கியூ ப்ராஞ்சு மூர்த்தியின் பார்வை, இவர்களைக் கூனிக்குறுகச் செய்தது. "ஆமா . . . ஊரில இருந்திருந்தால் போராட்டத்தில் கலந்திருப்பம். எங்க கெட்டநேரம் உன் முன்னாடி கையக்கட்டி நிக்கிறேன்" செல்வி சொல்ல வாய் எடுத்தவள் வார்த்தைகளை அடக்கிக்கொண்டாள்.

மூர்த்தி தொடர்ந்தார். "இன்னைக்கு உண்ணாவிரதம் என்பீங்க, நாளைக்கு ஆர்ப்பாட்டம் என்பீங்க, மறுநாள் மறியல்

அந்தரம்

போராட்டம் என்பீங்க, பஸ்ச மறிப்பீங்க, ரயில மறிப்பீங்க அதுல நாலு நாய்ங்க கல்லக் கொண்டு எறிவாங்க. நாங்கப் பாத்துட்டு சும்மா இருக்கணுமா?"

செல்விக்குப் பொறுக்கவில்லை, உள்ளுக்குள்ள ஒரு பயம் இருந்தாலும் "சேர், அங்க எங்க உறவுகள் சாகிறார்கள். அவர்களுக்காக எங்கட உணர்வுகளை வெளிப்படுத்த உண்ணாவிரதம் மட்டும்தானே இருக்கப்போறம்."

"ஆமா உங்க உணர்வுகள எல்லாம் கதவச் சாத்திட்டு வீட்டுக்குள்ள வச்சுக்கங்க. தெருவில காட்டாதீங்க. அசிங்கமாக தெரியும்" என்று இரட்டை அர்த்தத்தில் பேசினார் மூர்த்தி. அதற்குமேல் அவரிடம் பேசிப் பிரயேசனம் இல்லை என்பது புரிந்துவிட்டது. திரும்பிவரும்போது "அவன் காங்கிரஸ்காரனாக இருப்பான்போலக் கிடக்குது ... அதுதான் பிரபாகரன அவ்வளவு நக்கலாகப் பேசுறான்" என்றாள் சசி. வங்காலைக்காரி செல்விக்கு அதுவரை அடக்கிவைத்திருந்த ஆத்திரம் நெருப்பாக வாயிலிருந்து வந்தது. "ஆமாண்டி . . . அந்த மூர்த்தி நாய் பிரபாகரனோட மயிருக்குக்கூட வரமாட்டான்."

அவர்கள், கலெக்டர் ஆபிஸ், தாலுகா ஆபிஸ் என்று மாறி மாறி அலைந்துகொண்டிருந்தார்கள். ஆனால் புதுக்கோட்டை மாவட்டம் லேனா விளக்கு அகதிகள் முகாமில் ஒருநாள் உண்ணாவிரதப் போராட்டம் நடந்தாகச் செய்தித் தாள்களிலும், தொலைக்காட்சிச் செய்திகளிலும் தகவல் வந்தது.

உண்ணாவிரதப் பந்தலிலிருந்து யாராவது ஒண்ணுக்கு இருக்கப் போவதாக இருந்தாலும் கியூ ப்ராஞ்சுக்காரன் ஒருத்தனைக் கூட்டிக்கொண்டுதான் போக வேண்டும் என்ற அளவுக்கான கடுமையான கட்டுப்பாட்டுடன்தான் அனுமதி அளிக்கப்பட்டது. முகாம் புறக்காவல் நிலையத்திற்கு எதிரில் சாய்வான பந்தல் போடப்பட்டிருந்தது. தெருவில் பிளக்ஸ் பேனர் வைக்க அனுமதிக்கப்படவில்லை. பந்தல் அருகிலயே நான்கைந்து பேனர்கள் வைத்திருந்தார்கள். தார்ப்பாய்தான் அங்கு தரைக்கு விரிக்கப்பட்டிருந்தது.

அன்று முகாமில் எவரும் வெளியே செல்லவில்லை. காலை எட்டு மணிக்கே வீடுகளில் உள்ள பிளாஸ்டிக் கதிரைகளுடனும் பாய்களுடனும் வரத் தொடங்கிவிட்டார்கள்.

காலையிலயே கூத்தியார்குண்டில் பத்து இருபது போலிஸ் துப்பாக்கியுடன் நின்றுகொண்டிருந்தது. உண்ணாவிரதப் பந்தலடியிலும் அப்படித்தான் நின்றார்கள். நிகழ்விற்கு வந்தவர்கள் அனைவரையும் ஒரு போலிஸ்காரர் வீடியோ படம் பிடித்துக்கொண்டிருந்தார். பந்தல் நிறைந்து

வழிந்துகொண்டிருந்தது. அன்றுதான் அகதிகளின் ஒற்றுமையை கியூ ப்ராஞ்சுக்காரன் பார்த்திருப்பான்.

சுயஉதவிக் குழுத் தலைவி மேகலை ஆரம்ப உரை நிகழ்த்தினார். தொடர்ந்து சிறுவர்களும் பெரியவர்களும் கவிதைகள், உரைகளை நிகழ்த்தினார்கள்.

குமார் மைக்குக்கிட்ட போகவும் ஆங்கங்கு நின்று பேசியபடியிருந்த கியூ ப்ராஞ்சுக்காரர்களின் கவனம் அவன் மேல் திரும்பியது. "இந்தியாவிடமிருந்து இலங்கைக்கு வந்த அகிம்சைப் போராட்டம் தோற்றதன் விளைவுதான், ஆயுதப் போராட்டத்திற்கு வழிவகுத்தது. ஆனால் இங்கு இன்னும் அகிம்சைப் போராட்டம் நடக்கிறது. இது நாளைக்கு என்னவாகும்?" என்ற கேள்வியுடன் தன்னுடைய நீண்ட உரையை நிறைவு செய்தான். கியூ ப்ராஞ்சுக்காரனுக்கு நெருக்கமான மோகன், அதிகாரிகளையும் அரசையும் புகழ்ந்து பேசினான்.

ஆனால் மறந்தும் யாரும் தமிழக, இந்திய அரசுக்கு எதிராக ஒரு வார்த்தைகூடப் பேசவில்லை. போராட்டம் இவ்வாறு போய்க்கொண்டிருந்த நேரம், திடீர் சலசலப்பு ஏற்பட்டது. போராட்டத்திற்கு ஒழுங்கு செய்த சுயஉதவிக் குழு பெண்களுக்கு அடிவயிறு கலங்கியது. அவர்கள் யாரையும் அழைக்கவில்லைத்தான், ஆனாலும் நடந்துவிட்டது. இது குமாருடைய ஏற்பாடு என்பது பலருக்கும் தெரிந்திருந்தாலும் பதற்றமாகவேயிருந்தது.

மைக்கில் அறிவிப்பவர் எல்லோரையும் அமைதியாக உட்காரும்படி கேட்டுக்கொண்டிருந்தார். ஆனாலும், மக்கள் என்னதான் நடக்கிறது என்று வேடிக்கைப் பார்ப்பதிலேயே குறியாக இருந்தார்கள் .

குமார் அவ்விடத்தில் நின்றானே தவிர எதுவும் பேசவில்லை. அங்கே காரில் வந்து இறங்கியவரை, கியூ ப்ராஞ்சு உண்ணாவிரதப் பந்தலுக்குக் கிட்டவே அனுமதிக்கவில்லை. ரோட்டில் காரைவிட்டு இறங்கி வரும்போதே மறித்துக்கொண்டனர். 'அமைதியாக நடந்துகொண்டிருக்கும் இந்த உண்ணாவிரதப் போராட்டத்திற்கு என்னால் எந்த பிரச்சினையும் வேண்டாம்' என்று கூறிவிட்டு வந்த காரிலேயே ஏறிப்போய்விட்டார் அந்தப் புலி ஆதரவு அரசியல் கட்சிப் பொறுப்பாளர்.

உண்ணாவிரதப் பந்தலில் தனது பதினான்கு வயதுப் பெண்பிள்ளையைப் போரில் பறி கொடுத்துவிட்டு அகதியாக வந்த மேரியின் அழுகை எல்லோர் கண்களிலும் கண்ணீரை வரவழைத்துவிட்டது. அந்தக் கண்ணீரின் உப்புக் கரிப்பு இன்னும் பிசுபிசுத்துக்கொண்டுதான் இருக்கிறது.

8

முகாம் அன்று பரபரப்பாகக் காணப் பட்டது. வேலைக்குப் போகிறவர்கள் போய்க் கொண்டிருந்தார்கள். சுயஉதவிக் குழுக்கள் மறுவாழ்வுத்துறை ஆணையரிடம் என்னென்ன கோரிக்கைகளை வைக்க வேண்டும் என்று விவாதித்துக்கொண்டிருந்தார்கள். ஆணையரிடம் மனுக் கொடுத்தால் சீக்கிரமாகப் பதிவு வந்துவிடும் என்று நம்பி, பதிவு இல்லாதவர்கள் மனு எழுதிக் கொண்டார்கள். சசிக்கு இப்பொழுது அவளுடைய மகளுக்கும் சேர்த்துப் பதிவு எடுக்க வேண்டியிருந்தது.

புறக்காவல் கொட்டிலடியில் ஒரு மேசையும் இரண்டு பிளாஸ்டிக் கதிரைகளும் போடப்பட்டிருந்தன. மேசை மேல் அகதிகளுக்கு கொடுத்த கோ-ஆப்டெக்ஸ் போர்வை போர்த்தப்பட்டிருந்தது. இந்த ஏற்பாடுகள் முருகானந்தத்தின் உபயம். திருமங்கலம் காவல் நிலையத்திலிருந்து ஒரு காவல் வண்டி வந்து நின்றது. அதில் இரண்டு காவலர்களும் இருந்தார்கள். எப்பவும் இரண்டு காவலர்களுக்கு முகாமில் பணி உண்டு. முன்பு சத்தியராஜ் என்றொரு ஏட்டு இருந்தார். மிக நியாயமான மனிதர். அவர் பார்ப்பதற்கு, நடிகர் சத்தியராஜ் மாதிரி இருந்ததால் சத்தியராஜ் ஏட்டு ஆகிப்போனார். அவருடைய பெயரும் யாருக்கும் தெரியாது. அவர் ஒரு நல்ல காரியம் செய்வார். எப்பவும் தன்னோடு பச்சைப் பனைமட்டை வைத்திருப்பார். முகாமிற்குள் குடிச்சுட்டு வந்து கலாட்டா செய்யிறது, கள்ளக்காதல் ... இந்த மாதிரி எந்தப் பிரச்சினையும் திருமங்கலம் காவல் நிலையத்திற்குப் போகாது. சத்தியராஜ் பச்ச

தொ. பத்தினாதன்

மட்டைக்கு அவ்வளவு பயமும் மரியாதையுமிருந்தது. அவர் எப்பவும் முகாமில் இருந்தார். அவர் போனதும் ஒரு வயதான காவலர் இரவில் மட்டும் வந்து படுப்பார். இப்ப சில வருடங்களாக எவருமில்லை. ஆனால் இன்று வந்திருக்கிறார்கள்.

கூட்டம் கொஞ்சம் கொஞ்சமாக மரத்தடியில் கூட ஆரம்பித்தது. சுயஉதவிக் குழுக்கள் தங்களை அடையாளப்படுத்திக் கொள்ள ஒரே மாதிரி சேலை அணிந்துகொண்டிருந்தார்கள். சசி தனக்கும் மகளுக்கும் சேர்த்து அம்மாவுடன் பதிவிற்கு மனு எழுதி வைத்திருந்தாள். அம்மாவுடன் சமாதானம் என்பதைவிட அம்மா வீட்டில் சசி இருக்கிறாள். அவ்வளவுதான். அதற்கு முழுப் பங்களிப்பும் செல்வியோடது. குமாரும் அந்த இளைஞர்கள் மத்தியில் நின்றுகொண்டிருந்தான். எல்லோரும் மறுவாழ்வுத்துறை ஆணையருக்காகக் காத்திருந்தார்கள். மணி பதினொன்றைத் தாண்டியிருந்தது. சாந்தன் குறும்புத்தனமாக குமாரைப் பார்த்துக் கேட்டான், "ஏண்டா குமாரு . . . உங்க தலைவர் ஆட்சிக்கு வந்தால் அகதிகளுக்கெல்லாம் காங்கிரிட் வீடு கட்டித்தருவீங்க இல்ல." குமார் பதில் கூறும் முன்பாக ரூபன் கூறினான். "காங்கிரிட் வீடு மட்டுமல்ல, குளிர்சாதன வசதியும் செய்து தருவார் தலைவர்." பின்னாடி இருந்து ரவி தடித்த குரலில், "ஏன்டா . . . தொப்புள்கொடி உறவு என்று சொல்லிச் சொல்லியே நல்லா உங்களுக்கு எல்லாம் வாயில வக்கிறாங்களே அது போதாதா?" குமார் இப்படி ஒரு தீவிரமான குரலை எதிர்பார்க்கவில்லை. ஆனால் இந்தக் கதைகள் எதுவும் குமார் கேட்பதில்லை. முன்னாடி நின்றுகொண்டிருந்த சின்னப் பொடியன் சில்வா கூறினான். "அண்ணே . . . தலைவர் ஆட்சிக்கு வந்தால் தனித்தமிழ் ஈழமே கிடைச்சிடும். நாம ஈழத்துக்குப் போயிடலாம். பின்ன எதுக்கு இங்க நமக்கு கான்கிரிட் வீடு."

இவர்கள் இப்படி பேசிக்கொண்டிருக்கும்போது ஒரு பொடியன் இவர்கள் நின்ற இடத்திற்கு வந்தான். இளவயதுப் பொடியன். தோளில் ஒரு கறுப்புப் பை தொங்கிக்கொண்டிருந்தது. அதனுள் புகைப்படக் கருவி தெரிந்தது. அவன் ஒரு செய்தியாளன் என்பது இலகுவாகப் புரிந்தது. அவன் கேட்டான். "ஆணையர் எப்ப வருவார்?"

"அவருக்காகத்தான் நாங்களும் காத்துக்கொண்டிருக்கிறோம். இப்படி வருவதாகச் சொல்வார்கள், சிலவேளை வராமலும் போய்விடுவார்கள். வந்தால்தானே உண்மை" என்று குமார் கூறினான். அந்தப் பொடியன் அதுக்குமேல் எதுவும் பேசவில்லை. கூட்டம் சற்று அமைதியாக இருந்தது. இவை அனைத்தையும் கியூ ப்ராஞ்சு மாரிக்குமார் தூரத்தில் நின்று கவனித்துக்கொண்டிருந்தான். அவன் வேலையும் அதுதானே.

குமார் கேட்டான், "நீங்கள் பத்திரிகை ரிப்போட்டரா?"

"ஆமாம்."

"எந்தப் பத்திரிகை?"

"தினச்சந்திரன்."

"நீங்க எங்க பிரச்சினைகளைப் பற்றியெல்லாம் உங்க பத்திரிகையில எழுதமாட்டீங்களா?"

"நீங்க சொன்னாத்தானே தெரியும்" என்றான் பத்திரிகைக்காரப் பொடியன்.

"இதுபோல் தமிழ்நாட்டுல 107 முகாம் இருக்கிறது. இது எதுலயும் அடிப்படை வசதிகளே கிடையாது. திறந்தவெளி சிறைச்சாலைபோல் எங்கள இந்த அரசு நடத்துகிறது. இந்த முகாமில குடிநீர் இல்ல. மின்சாரம் இல்லை. இருக்க வீடு இல்லை. ஓலைக்கொட்டில் ஒழுகுது. ஒரு ரேசன் கடைகூட இல்லை. தொண்டு நிறுவனம் கட்டிக்கொடுத்த பாலர் பாடசாலையில் பல வருடமாக ரேசன் கடை நடக்குது. ஏன் உங்க அரசாங்கத்துக்கிட்ட காசு இல்லையா?" இப்படி குமார் பேசிக்கொண்டிருக்கும்போது பின்னாடி இருந்து ரவி தடித்த குரலில் "ஏம்பா நீ இதெல்லாம் சொல்லிட்டு இருக்கிறாய். இது எல்லாம் மெத்தப் படிச்ச அதிகாரிங்களுக்குத் தெரியாதா? நீ என்ன சொன்னாலும் எந்தப் பத்திரிகையிலயும் அகதிகள் வாழ்வாதாரப் பிரச்சினை பற்றி எழுதமாட்டாங்க. அகதிகள் எல்லாம் தீவிரவாதிகள், கடத்தல்காரர்கள், சமூக விரோதிகள் இந்தியாவோட பொது அமைதியை இறையாண்மையைக் கெடுக்க வந்தவர்கள், ஆயுதம் கடத்துறாங்க, போதைப்பொருள் கடத்துறாங்க, விபச்சாரம் செய்றாங்க, அப்படித்தான் எழுதுவார்கள். அப்படித்தானே நம்பள பொதுவெளியில பத்திரிகைகள் எல்லாம் காட்டிட்டு வர்றாங்க. தம்பி எழுதிக் கொடுத்தாலும் பத்திரிகையில போடமாட்டாங்கப்பா?"

அந்தநேரம் பார்த்து கியூ ப்ராஞ்சு மாரிக்குமார் அந்த இடத்துக்கு வந்தான். "என்ன குமார் நல்லாயிருக்கிறியா?" என்ற நக்கலான, திமிரான ஒரு குரல் அவனிடமிருந்து வந்தது. குமார் வாய் திறக்கவேயில்லை. பயம் என்பதைவிட எதையாவது பேசித் தேவையில்லாமல் மாட்டிக்கொள்ளக் கூடாது என்ற முன் ஜாக்கிரதை.

மாரிக்குமார் அந்தச் செய்தியாளரைக் கூட்டிக்கொண்டு தள்ளிப்போய் நின்று பேசிக்கொண்டிருந்தான்.

சற்றுநேரத்தில்சரசரஎன்றுஇரண்டுமூன்று அரசுவாகனங்கள் வந்து நின்றன. ஆணையர் ஒரு வாகனத்திலிருந்து இறங்கினார். மதுரை மாவட்ட ஆட்சியர் அலுவலகத்திலிருந்து சிறப்பு அகதிகள் தாசில்தாரும் சில அதிகாரிகளும் வந்திறங்கினார்கள். திருமங்கலம் தாசில்தார், ஆர்ஐ போன்றோரும் வந்திருந்தனர். சனங்கள் மனு கொடுப்பதற்காகத் தள்ளுமுள்ளுப் பட்டார்கள். கியூ ப்ராஞ்சு மாரிக்குமார் வந்து ஒரு சத்தம் வைத்தான். எல்லோரையும் உட்காரச் சொன்னான். பெண்கள் எல்லாம் மேசைக்கு முன்பாக மண்தரையில் உட்கார்ந்திருந்தார்கள். அகதிகளாக வைத்து உருவாக்கிய அந்த சிறிய மரத்தடி நிழல், அதிகாரிகளுக்கு மட்டுமே போதுமானதாக இருந்தது. அகதிகள் எல்லாம் மத்தியான வெயிலில் மண் தரையில் உட்கார்ந்திருந்தார்கள். குசுகுசு என்ற பேச்சுக்களும் சிறு ஆரவாரமும் அடங்காமலிருந்தது. மாரிக்குமார் மறுபடியும் ஒரு அதட்டல் சத்தம் போட்டதும் அமைதியானார்கள்.

ஆணையரும் திருமங்கலம் தாசில்தார் கலைச்செல்வியும் மட்டும் கதிரையில் உட்கார்ந்துகொண்டார்கள்.

முன்புஇருந்தஆணையர்மிகநல்லவர்.மனிதாபிமானத்துடன் அகதிகளை அணுகியவர். அவருக்கு அரசு, சட்டமெல்லாம் இரண்டாவதாகத்தான் இருந்தது. இப்போது பார்த்தாலும் சனங்க அந்த ஆணையரைக் கை எடுத்துக் கும்பிடுவாங்க. அவர் ஆணையராக இருந்த காலம்தான் அகதிகளுக்குப் பொற்காலம். அவர் ஓய்வு பெற்ற பின்பு புதுசா வந்திருக்கும் ஆணையர் இவர். வடஇந்தியர். தமிழ் கொஞ்சம் பேசத் தெரியும். தாசில்தாருடன் கொஞ்ச நேரம் பேசிக்கொண்டிருந்தார். ஆர்ஐ அவ்வப்போது ஏதோ நோட்டைத் திறந்து காண்பித்தார். பத்திரிகைக்காரன் போட்டோ எடுத்துக்கொண்டான். இரண்டு கலர் போத்தல்களை முருகானந்தம் மேசைமீது வைத்தான். அதை யாரும் தொடவில்லை. கடைசியில் அவனும் மாரிக்குமாரும் குடிப்பார்கள்.

தாசில்தார் அம்மா ஆர்ஐயைக் கூப்பிட்டு மனுக்கள் எல்லாத்தையும் வாங்கிக்கச் சொன்னாங்க. அவர் மனுக்களைப் பெற்றுக்கொண்டார். தாசில்தார் அம்மா கியூ ப்ராஞ்சு மாரிக்குமாரைக் கூப்பிட்டு ஏதோ கேட்டாங்க. மாரிக்குமார் மேலதிகாரிக்குக் காட்டும் அடக்கத்துடன் ஏதோ பதில் கூறினான்.

அரை மணிநேரம் கடந்துவிட்டது. மக்கள் முகாம் பிரச்சினைகளான குடிநீர், மின்சாரம், வீடு போன்ற விசயங்களை ஆணையரிடம் கூறுவதற்கு ஆவலுடன் இருந்தார்கள். முன்பு இருந்த ஆணையர் கற்பூரசுந்தரபாண்டியன் என்றால்

ஒவ்வொருத்தர் குறையையும் பொறுமையாகக் கேட்பார். ஆர்ஐ, கியூ ப்ராஞ்சுக்காரர்களை ஆங்கிலத்தில் திட்டுவார். பத்து வருடங்களுக்குப் பின்பு அவர் வந்த பிறகுதான் முகாமிற்கு மின்சாரம் வந்தது. குடிநீர்க் குழாய் வந்தது. அதுல இப்ப தண்ணீர் வரல. மின்சார கம்பி இருக்கு, ஆனா 6 மணிக்கு மேல மின்விளக்கு எரியாது. மிகக் குறைந்த மின்சாரம்தான் வருது. இதை எல்லாம் கூறக் காத்திருந்த மக்களுக்குப் பெருத்த ஏமாற்றம்.

தாசில்தார் அம்மா பேசினாங்க. அதாவது பரவலாகத் தமிழ்நாட்டுல எல்லா முகாம்களிலும் பதிவு நீக்கப்பட்டவர்கள் நிறைய இருக்கிறார்கள். அவர்கள் எல்லோரையும் மண்டபம் முகாக்கு அனுப்பிப் பதிவு மீளப்பெற ஏற்பாடு செய்யப்பட்டிருக்கிறது. அதன் அறிவிப்பு விரைவில் வரும். நீங்க உங்க ஆர்ஐ கிட்டயும், கியூ ப்ராஞ்சுகிட்டயும் கடிதம் வாங்கிக் கொண்டுபோய் மண்டபத்தில் உள்ள சிறப்பு ஆட்சியரிடம் பதிவு பெறலாம் என்றார். அவர் கூறி முடிக்கவும் ஆணையரும் எந்திரிச்சிட்டார்.

சுயஉதவிக் குழுத் தலைவி நிர்மலா எந்திரிச்சு, “ஐயா ஒரு நிமிடம் . . .” என்றாள். ஆணையர் அதனை எதிர்பார்க்கவில்லை “என்ன ?” என்பதுபோல அலட்சியப் பார்வையுடன் நின்றார்.

“ஐயா . . . நாங்க இங்க வந்து பல வருடங்கள் ஆகிவிட்டது. நீங்க கட்டிக் கொடுத்த ஓலைக் கொட்டிலுக்குப் பின்பு நாங்களே மூன்று நான்கு தடவை ஓலைக் கொட்டில் போட்டுக்கொண்டோம். அப்ப சிறுபிள்ளைகளாக இருந்தவர்கள் எல்லாம் பெரியவர்களாகிக் கல்யாணம் செய்து குழந்தைகள்வரை ஆகிவிட்டது. புதிதாகக் கல்யாணம் செய்தவர்களுக்குத் தனியாக ரேசன் கார்டும் அவர்கள் குடியிருக்க வீட்டிற்கும் ஏற்பாடு செய்து தர வேண்டும்” நிர்மலா சொல்லி முடிக்கும் முன்பாகவே முகத்தைக் கடுகடுப்பாக வைத்திருந்த ஆணையர் “உங்களுக்கெல்லாம் முதலில் குடும்பக் கட்டுப்பாடு செய்யணும்” என்றார்.

மறுநாள் ‘அகதிகளுக்கான மறுவாழ்வுத்துறை ஆணையர் மதுரை மாவட்டத்தில் உள்ள முகாம்களில் ஆய்வு’ என்று சிறிதாக இரண்டு பிரபல தினப்பத்திரிகையின் ஒரு மூலையில் செய்தி வந்திருந்தது.

9

மண்டபம் முகாம் வரலாற்றுச் சிறப்புமிக்கது. பிரிட்டிஷ்காரர்கள், தமிழ்நாட்டிலிருந்து கூலிகளை, இலங்கையில் தேயிலைத் தோட்டங்களிற்கு அனுப்புவதற்காக, ஒரு தற்காலிகத் தங்குமிடமாக அதைக் கட்டியிருந்தார்கள். அவர்கள் என்ன நினைத்துக் கட்டினார்களோ, மண்டபத்தில் வாழ்ந்தவர்கள், ஒருநாளும் நிம்மதியாக வாழ்ந்ததில்லை. வரலாற்றுச் சிறப்பு என்றா சொன்னேன்? அது வரலாற்றுத் தரித்திரம் பிடித்த இடம்.

மண்டபம் வழியாகத் தமிழ்நாட்டுக்கு வந்து வெளிநாட்டுக்குப் போனவர்கள், வேண்டுமானால் நன்றாக இருக்கலாம். இலங்கை தீவிற்கு மிக அருகில் உள்ளதால் கடத்தல்கள், மாற்று இயக்கத்தினரின் மறைமுகப் பழிவாங்கல்கள் போன்ற பல திரைமறைவு வரலாறுகளும் மண்டபத்திற்கு உண்டு. அங்குள்ள ஓங்கி வளர்ந்த மரங்களும் மணல் மேடுகளுமே அனைத்திற்கும் மௌன சாட்சி. அங்கே ஓயாது கரையேகும் அலைகளும்கூட அகதிகளின் வாழ்க்கைக்கு ஒப்பானது.

2007ஆம் ஆண்டின் ஆரம்பத்தில் அகதி முகாம்களில் பதிவில்லாமல் யாரும் இருக்க முடியாது. பதிவு தேவைப்படுபவர்கள், மண்டபத்திற்குச் சென்று பதிவு பெற்றுக் கொள்ளலாம் என்ற ஆணை வந்தது. நானூறு குடும்பங்கள் உள்ள உச்சப்பட்டி அகதிகள் முகாமில் நூற்றுக் கணக்கானவர்களுக்கு முறையான பதிவு இல்லை. பலருக்கு ஏற்கெனவே இருந்த பதிவுகளைத்

துண்டித்துவிட்டார்கள். விடுதியில் தங்கி நின்று படித்த மாணவர்கள், தணிக்கை நாளில் சமூகம் தராதவர்கள் என்று பலருடைய பதிவுகள் நீக்கப்பட்டிருந்தன. கியூ ப்ராஞ்சுக்காரரை எதிர்த்துக் கேள்வி கேட்ட ஒருசிலருக்கும் இவ்வாறு நடந்திருந்தது.

பதிவை நீக்குவதில் காட்டுகிற அவசரத்தையும் ஆர்வத்தையும் மறுபதிவு செய்வதில் அதிகாரிகள் காண்பிப்பதில்லை. முகாம்களில் கல்யாணம் செய்து குழந்தைபெற்று, குழந்தை பள்ளிக்கூடம் போகுமளவுக்கு வளர்ந்த பின்பும் கூட, தாய்க்கோ தகப்பனுக்கோ பெற்ற பிள்ளைக்கோ பதிவு வழங்கப்படாத சந்தர்ப்பங்களும் இருந்தன. வேறு முகாமிலிருந்த ஒரு பெண், உச்சப்பட்டி முகாமில் ஒருத்தரைத் திருமணம் செய்திருந்தால், அந்த ஜோடியைத் தனிக்குடும்பமாக அங்கீகரித்துக் குடும்பப் பதிவு வழங்கமாட்டார்கள். சார்பு நபர்களாக மட்டுமே பதிவு செய்வார்கள். அதாவது கணவர் குடும்பத்தின் சார்பு நபர்.

அன்றைக்கு முகாம் பரபரப்பாக இருந்தது. பதிவில்லாதவர்கள், மண்டபம் சென்று பதிவு பெறலாம் என்ற அறிவிப்பு 'எடுப்பு முருகானந்தம்' மூலமாக வந்துசேர்ந்தது. முகாமில் பதிவில்லாதவர்களின் தகவல் மனுக்கள் அவனுடைய கையிலேயே இருந்தது. உச்சப்பட்டியிலிருந்து மண்டபம் முகாம் போவதாக இருந்தால் அவ்வளவு பேருக்கும் இரண்டு பேருந்துகளாவது தேவைப்படும். ஆனால் அரசுப் பேருந்துகள் ஏற்பாடு செய்யப்படவில்லை. அகதிகள் தங்களுடைய செலவிலேயே போகவேண்டுமென்று முருகானந்தம் சொன்னான்.

சனங்கள் குடும்பம் குடும்பமாகவும் தனித்தனியாகவும் புறப்பட்டார்கள். இவ்வளவு பேருக்கும் பதிவு கொடுக்க இரண்டு நாட்கள் ஆகலாம் என்று அவர்கள் பேசிக்கொண்டார்கள். அதற்கு ஏற்றமாதிரித் துணிமணியும் பணமும் எடுத்துக்கொண்டார்கள். மதுரையிலிருந்து மூன்று மணிநேரத்திற்கும் மேலான பயணம். முருகானந்தமும் சனங்களுடன் வந்திருந்தான்.

சனங்களில் ஒருவர்தான் அவனுக்கும் சேர்த்துப் பேருந்துச் சீட்டு எடுத்தார். சசியும் பிள்ளையும் கூட்டத்தோடு கூட்டமாகப் புறப்பட்டார்கள். சசியின் பிள்ளை சற்று வளர்ந்திருந்தது.

மண்டபம் முகாம், முன்பக்கம் இராமேஸ்வரத்திற்கான பிரதான சாலையையும் பின்புறம் கடலையும் கொண்ட நிலப்பகுதி. எம்ஜிஆர் ஆட்சிக் காலத்திற்குப் பிறகு அங்கே பெரிதாகப் புனர்நிர்மானப் பணிகள் நடந்ததில்லை.

கருணாநிதி ஆட்சியில் ஒருதடவை, முகாம்புனரமைப்பிற்காகப் பதினைந்து லட்சம் ரூபாய் ஒதுக்கப்பட்டுள்ளது என்று கொட்டை

எழுத்தில் பத்திரிகைளில் செய்தி வந்தது. அவ்வளவுதான். அந்தப் பதினைந்து லட்சம் அங்கிருக்கும் வேலைகளுக்கு, மிக மிகச் சொற்பமானது. அதுகூட யார் பாக்கெட்டுக்குப் போயிருக்கும் என்பது கருணாநிதிக்குத் தெரியுமோ என்னவோ ...

ஆங்காங்கு முட்புதர்களும், இடிந்து கொட்டிய பாதிக் கட்டிடங்களும் அலங்கோலமாகக் காட்சியளித்தன.

பிரதான வாயிலில் எப்பவும் துப்பாக்கி ஏந்திய காவலர் இருப்பார். அந்தத் துப்பாக்கி எப்பவும் தெருவில் செல்பவர்களைப் பார்த்துக்கொண்டிருக்கும். எடுப்பு முருகானந்தம் தலைமையில் உச்சப்பட்டி அகதிகள் பேருந்திலிருந்து இறங்கி முகாமை நோக்கிச் சென்றுகொண்டிருந்தார்கள். வாயில் காவலர், சனங்கள் கிட்ட வரும் முன்னரே கையைக் காட்டித் தள்ளி நிற்கச் சொன்னார். முருகானந்தம் கிட்டப்போய் ஏதோ கூறினான். காவலர் வலது பக்கமாகக் கையைக் காட்டினான். அது துணை ஆட்சியர் அலுவலகம். நிரந்தரமாக அங்கேயே செயல்படுகிறது.

தமிழ்நாட்டின் மற்ற முகாம்களிலிருந்தும் ஆயிரக்கணக் கானவர்கள் வந்திருந்ததால் திருவிழாப்போலச் சனக்கூட்டம்.

சாயங்காலப் பொழுதாகியிருந்தது. இவ்வளவு அகதிகள் பதிவில்லாமல் இருப்பார்கள் என்று அரசு எதிர்பார்க்கவில்லை. அதனாலேயே எந்த முன் ஏற்பாடுகளும் செய்யவில்லை. அலுவலகம் பரபரப்பாகச் செயல்பட்டுக்கொண்டிருந்தது. வளாகத்தில் நின்ற மரத்தடிகளில் அகதிகள் கூட்டம் கூட்டமாக நின்றார்கள். முருகானந்தம் அவன் வைத்திருந்த ஆவணங்களை அலுவலகத்தில் ஒப்படைத்த பின்பு, திரும்பிவந்து ‘ஒவ்வொருவரையும் கூப்பிடுவார்கள்’ என்று சொன்னான்.

நேரம் ஆகிக்கொண்டிருந்தது. யாரும் யாரையும் கூப்பிடவில்லை. கடைத் தெருப்பக்கம் போகவும் பயமாயிருந்தது. அந்த நேரம் கூப்பிட்டு, ஆள் இல்லை என்றால் மறுபடியும் வரும்போது வாய்க்கு வந்தபடி அதிகாரிகள் திட்டுவார்கள். உச்சப்பட்டி அகதிகளுக்கு முன்னரே வந்தவர்களுக்கு, கியூ ப்ராஞ்சு விசாரணைகள் நடந்துகொண்டிருந்தன. மரத்தடியில் கதிரையைப் போட்டு உட்கார்ந்து ஒவ்வொருத்தராகக் கூப்பிட்டு விசாரித்து அறிக்கை தயாரித்துக்கொண்டிருந்தார்கள். இரவு எட்டு மணிவரை அலுவலகம் செயல்பட்டது.

அகதிகளை முகாமிற்குள் செல்ல அனுமதிக்கவில்லை. இரவு உணவைக் கடைகளில் வாங்கிச் சாப்பிட்டார்கள். அலுவலகம் பூட்டிய பின்பு அலுவலக விறாந்தையிலும் மணல் மேட்டிலும்

ஈரமாக இருந்த தரையிலும் துண்டை விரித்துக்கொண்டு இரவுப் பொழுதைக் கழித்தார்கள்.

அகதிகளாக 1990களில் வந்தபோதும் இப்படித்தான் நடந்தது. ஒருநாள் இரண்டுநாள் இதுபோல மணல்மேட்டில் பொழுதைக் கழிக்க வேண்டியிருந்தது.

மறுநாள், உச்சப்பட்டி அகதிகளைப் பதிவு செய்யத் தொடங்கினார்கள். சனங்களுக்கு, கியூ ப்ராஞ்சுக்காரர்களைக் கண்டால் சிங்கள ஆமிக்காரனைப் பார்த்த மாதிரிப் பயம். 'என்ன கேள்வி கேட்டுத் துவச்சு எடுப்பானோ ...'

ஆனால் எதிர்பார்த்த மாதிரி எதுவும் பெரிதாக விசாரணை எல்லாம் நடைபெறவில்லை. அதற்குப் பிறகு முகாமிற்குள் இரண்டு வீடுகள் ஒதுக்கப்பட்டன. வீடு என்பது பத்துக்குப் பத்து ஒரு அறை, பின்பு சமையல்கட்டு, முன்பக்கம் சிறிய விறாந்தை. அவ்வளவுதான். அவரவர் பைகளை வைத்தாலே அறை நிறைந்துவிடும். அறையைக் காண்பித்ததும் நுழைந்த பெண்கள், பாம்பு பாம்பு என்று கத்திக்கொண்டு தலைதெறிக்க ஓடிவந்தார்கள். பலவருடங்கள் யாரும் குடியிருக்காமல் பாழடைந்த வீடு அது. சுற்றும் முட்புதர் மண்டிப்போய் இருந்தது. வீட்டின் கூரைகளில் பெரிய ஓட்டைகள். தரையில் எலிப்பொந்துகள். எலிகளைப் பிடிக்கவே பாம்பு வந்துள்ளது.

பக்கத்திலிருந்த அகதிகளிடம் மண்வெட்டியும் விளக்குமாறும் வாங்கி எலிப்பொந்துகளையெல்லாம் மண்ணைப்போட்டு அடைத்துச் சுத்தப்படுத்திக்கொண்டார்கள். சிறுபிள்ளைகள் உள்ள தாய்மாரும் அவர்களின் பிள்ளைகளும் வீட்டிற்குள் உறங்கினார்கள்; மற்றவர்கள், பெண்கள் உட்பட, வெளியே முற்றத்தில் படுத்துறங்கினார்கள். பாயும் போர்வையும் வழங்கப்பட்டன. மூன்று வேளையும் சோறும் சாம்பாரும் வழங்கப்பட்டது. மறுநாள் காலையில் எல்லோரையும் வரிசையாக நிற்கவைத்து ஒவ்வொருத்தர் பெயராகக் கூப்பிட்டார்கள். போட்டோ எடுத்துக்கொண்டார்கள். அப்போது ஒரு சிலேட்டில் அவர்களுக்கு ஒதுக்கப்பட்ட இலக்கத்தைப் பெரிதாக எழுதி நெஞ்சுக்கு நேராகப் பிடித்துக் கொள்ள வேண்டும். அந்தப் போட்டோவைப் பார்த்தால் சிறைக் கைதி மாதிரியே தெரியும். போட்டோக்காரர் சின்னம்மாள் என்ற பெயரைக் கூப்பிட்டார். சின்னம்மாவைக் காணவில்லை. சத்தமாகக் கூப்பிட்டார்கள். மரத்தடியில் உட்கார்ந்திருந்த சின்னம்மா அரக்கப் பரக்க ஓடிவந்தாள். "எங்கம்மா உன் மகன்?" என்று போட்டோக்காரர் கேட்டார். "சார் ... அவன் கடைக்குப் போயிருக்கிறான்" என்று பதில் கூறும் முன்பாகவே "ஏம்மா ... எல்லாரும் இங்க

தொ. பத்தினாதன்

இருக்கிறாங்க. உன் பையனுக்கு மட்டும் என்னம்மா கடைக்கு? சிகரெட்டு குடிக்கப் போய்விட்டானா?" என்று அதட்டலாகக் கேட்கவும் சின்னம்மாவுக்கு முகம் சிறுத்துப் போய்விட்டது.

சின்னம்மாவோட மூத்த பொடியன் வெளிநாட்டில். சின்னம்மாவோட அடுத்த பொடியனும் சின்னம்மாவும் மட்டும்தான் முகாமில் இருந்தாங்க. சின்னம்மாவுக்குப் புருசன் இல்லை. ஆமிக்காரன் சுட்டுட்டான். சின்னம்மாவோட தம்பியின் உதவியால்தான் மூத்தமகன் வெளிநாடு போனான். சின்னவன் மதுரையில் மன்னர் திருமலை நாயக்கர் கல்லூரியில் பிஎஸ்சி படித்தான். படித்து முடித்ததும், தாயும் மகனும் வெளிநாடு போறதுக்காகச் சென்னைக்குப் போய் ஒரு மாதம் நின்றதில் பதிவு துண்டிக்கப்பட்டுவிட்டது.

சின்னம்மாவுக்குப் பரபரப்பும் பயமும் தொற்றிக்கொண்டது. 'சனியன் புடிச்சவன்...எங்க தொலைஞ்சான்?' எல்லார்கிட்டயும் கேட்டாச்சு. எல்லோரும் தெரியல என்கிறார்கள். தெருவைப் பார்த்துக்கொண்டு உட்கார்ந்திருக்கிறாள். கூட்டம் வேறு குறைந்துகொண்டு வந்தது. சின்னம்மாவுக்கு என்ன செய்வது என்று ஒன்றும் புரியவில்லை. கடைத் தெருப்பக்கம் போய்ப் பார்க்கலாம் என்று எழுந்து ஒத்தயடி மண்பாதை வழியாக நடந்து சென்றுகொண்டிருந்தாள். எதிர்தாப்பில மகன் வந்துகொண்டிருந்தான். "ஏண்டா மூதேவி உனக்குத் தெரியாதா இன்னைக்குப் போட்டோ எடுக்கிறாங்க என்று? இதவிட உனக்கு என்னடா முக்கியமான வேலை" என்று பரபரத்தாள்.

அவன் எதுவும் பேசவில்லை. "உன்னாலதான் நான் இந்த அதிகாரிங்ககிட்டயெல்லாம் பேச்சு வாங்கிறேன். இப்ப போட்டோ பிடிக்கிறவன்கூட என்னைப் பேசுறான். எனக்குப் பேச்சு வாங்கித் தர்றதுக்காத்தான் என் வயித்துல வந்து பொறந்தியா?"

"ஏம்மா கத்துற ... சும்மா வாம்மா."

"போட்டோ எடுக்கிறதவிட அப்படி என்னடா ஒனக்கு முக்கியமான வேலை?"

"ராமேஸ்வரம் போனேன்."

"ஏண்டா முகாமில் உள்ள பிள்ளையார் கோவிலுக்குக்கூட ஒருநாள் நீ போனதுஇல்லை.முகாமில உள்ள கோயில்ல உனக்குச் சாமி இல்லை. ராமேஸ்வரம் கோயில்லதான் உனக்குச் சாமி இருக்கோ?"

"நான் கோயிலுக்குப் போகல."

"அப்ப எங்க போன? சொல்லுடா."

"நான் அப்துல் கலாம் வீட்டப் பார்க்கப் போனேன்."

"யார் அவரு உன் வாத்தியாரா? அத்தன சனங்க முன்னாடி என் மானமே போச்சு. அப்துல் கலாமாம் பெரிய அப்துல் கலாம்" என்று சின்னம்மா திட்டிக்கொண்டே போட்டோ எடுக்கும் இடத்துக்கு வேகமாக வந்துசேர்ந்தாள்.

o o o

மண்டபம் முகாமின் முகப்பு வாயிலில் கூண்டுக்கள் இயந்திரத் துப்பாக்கியுடன் ஒரு காவலர் இருப்பார். அதற்கு முன்பு ஒரு காவலாளி இருப்பார். இந்தக் காவலாளித் தொந்தரவு பெரிய தொந்தரவாக இருந்தது. அதிகாரிகளுக்கும் மேலானவர் என்பது அவர் நினைப்பு. சும்மா அந்த வழியாகப் போகிறவர்கள், வருபவர்களை மிரட்டுவது, காசு கேட்பது கொஞ்சம் தாமதமாக வந்தால் உள்ளே செல்ல அனுமதிப்பதில்லை. அங்கு வாழும் அகதிகளுக்கு அவர் செயல்பாடு மிகுந்த எரிச்சலை ஏற்படுத்தியது. ஒருநாள் பின்புறம் இடிந்து பாழடைந்து கிடந்த கட்டிடத்திற்குள் அவரை வைத்து இருட்டில் போர்வையைப் போர்த்தி நல்ல அடிபோட்டு அனுப்பிவிட்டார்கள். யார் செய்தது என்பது அவருக்கும் தெரியாது. அங்குள்ள அகதிகளுக்கும் தெரியாது.

மூன்று பொடியன்கள் முகாமிலிருந்து இருசக்கர வாகனத்தில் முகாம் பிரதான சாலை வழியே வெளியே சென்றிருக்கிறார்கள். முகப்பு வாயில் காவலர் மறித்திருக்கிறார். வண்டி நிற்கவில்லை. மறித்த காவலர்கள் சிப்டு மாறியிருப்பார்கள் என்று கருதிய பொடியன்கள் இரண்டு மணிநேரம் குடித்துவிட்டு மறுபடியும் அதே பிரதான சாலை வழியாக உள்ளே வந்திருக்கிறார்கள்.

காவலர்கள் நிற்பதைத் தெரிந்துகொண்ட வண்டியில் பின்னாடி அமர்ந்திருந்த இருவரும் நுழைவாயிலுக்கு முன்பாகவே இறங்கிக்கொண்டார்கள். அந்த மோட்டார் சைக்கிள் ஓட்டிவந்த பொடியனை மட்டும் முகாமிற்குள் வரும்போது காவலர்கள் மடக்கிவிட்டார்கள். முகப்பு வாயில் காவலர்களுக்கு முகாம் சனங்களின் முகம் நல்ல ஞாபகம் இருக்கும். அந்தப் பொடியனை விசாரித்துக்கொண்டிருக்கும்போது போதையிலிருந்த பொடியன் சரியாகப் பதிலளிக்கவில்லை. ஒரு காவலர் அவனை அடித்திருக்கிறார். அந்தப் பொடியன் இயக்கத்தில் இருந்து விலகி வந்தவன். அவனும் போலீசை அடித்திருக்கிறான். நான்கு ஐந்து காவலர்களுடன் அந்தப் பொடியன் தனியாக மல்லுக்கட்டியிருக்கிறான். ஆனாலும் காவலர்கள் அவனை அடித்துத் தரையில் வீழ்த்திவிட்டார்கள்.

மற்ற பொடியன்கள் இருவரும் வேறு இரகசிய வழியாக முகாமிற்குள் சென்று மக்களிடம் கூறியிருக்கிறார்கள். மக்கள் பிரதான வாயிலடியில் கூட ஆரம்பித்தார்கள்.

108க்குத் தகவல் சொல்லி விட்டு அதுவும் வந்துவிட்டது. ஆனால் முகாமிற்குள் 108 வாகனத்தை வர அனுமதிக்க வில்லை காவலர்கள். அகதிகள் மத்தியில் ஒரு முறுவல் ஏற்பட்டுவிட்டது. வீழ்த்தப்பட்ட பொடியனை ஆஸ்பத்திரிக்கு அனுப்ப வேண்டும். மக்கள் மறியல் போராட்டம் பண்ண ஆரம்பிக்கவும், வெளியே இருந்து வந்த காவலர் அதிகாரிகள் பேச்சுவார்த்தை செய்து வீழ்த்தப்பட்ட பொடியனையும் அவன் மனைவியையும் மட்டும் 108இல் ஏற்றி அனுப்பிவிட்டார்கள்.

போகும் வழியில் அவன் மனைவியிடம் போதையில் கீழே விழுந்ததாக எழுதி வாங்கிக்கொண்டார்கள். அந்தப் பொடியன் ஒரு வாரத்தில் அப்பகுதி அரசியல்வாதி உதவியுடன் ஒரு தொலைக்காட்சி நிருபரைக் கூப்பிட்டு அவன் தரப்பு நியாயத்தைப் பதிவு செய்திருக்கிறான். அதுவும் ஒளிபரப்பப்பட்டது. ஆனால் எந்த மாற்றமும் பெரிதாக ஏற்படவில்லை. அந்தப் பொடியன் தற்போது செங்கல்பட்டு சிறப்பு முகாமில் இருக்கிறான்.

மூன்று இயக்கப் பொடியன்களுடன் ஒரு பெண்ணும் உச்சிப்புள்ளியில் கியூ பிரிவு காவலரிடம் மாட்டிக்கொண்டார்கள். அதில் பெண் தவிர மற்ற மூன்று பேரும் தப்பித்து ஓடிவிட்டார்கள். அவர்கள் எங்கு போனார்கள் என்று தெரியாது. அவர்கள் ஏன் தமிழகம் வந்தார்கள் என்பதும் தெரியாது. கியூ பிரிவிடம் மாட்டிக்கொண்ட பெண்ணை முதலில் மண்டபம் முகாமில் உள்ள சிறையில் அடைத்து வைத்து கியூ பிரிவு சித்திரவதை செய்திருக்கிறார்கள். அந்தப் பெண் எதற்கும் அசர்வது மாதிரியில்லை.

போட்ட துணி தவிர அந்தப் பெண்ணிடம் வேறு மாற்று உடைகளும் இல்லை. எவ்வளவு சித்திரவதை செய்தும் அந்தப் பெண் எந்தத் தகவலும் கூறவில்லை. சிறையில் அந்தப் பெண் உண்ணாவிரதம் இருக்க ஆரம்பித்தாள். சாப்பாட்டைத் தட்டுடன் தூக்கி கியூ ப்ராஞ்சுக்காரன் மூஞ்சியில் வீசி அடித்தாள். ஒரு கட்டத்தில் அப்பெண் சித்திரவதை தாங்காமல் மயக்கமுற்றாள். கியூ பிரிவு இரவோடு இரவாக அப்பெண்ணை வாகனத்தில் ஏற்றிச் சென்றார்கள். அவள் கதை அதற்குப்பின் என்னானது என்பது தெரியவில்லை என்று அவளுக்கு மனைவியின் மாற்று உடை கொடுத்து உதவியவர் கூறிக் கொண்டிருந்தார்.

இப்படி ஆங்காங்கு உட்கார்ந்து முகாம் கதைகள் ஈழத்துக் கதைகள் பேசுவதுதான் அவர்களுக்குப் பொழுதுபோக்காக இருந்தது. டீக்கடையிலும் தெருவோரங்களிலும் ஆலமரத்தடியிலும் உட்கார்ந்து இப்படியே கதைபேசிப் பொழுதுபோக்க வேண்டியிருந்தது. ஒருவார காலம் ஆகியும் அகதிகளை அவரவர் பதிவிடங்களுக்கு அனுப்பவில்லை.

மூன்று வேளையும் அரிசிச்சோறும் சாம்பார் என்ற போர்வையில் ரசமும் உணவாக வழங்கப்பட்டது. மரத்தடியில் தட்டுகளுடன் வரிசையில் நின்று உணவைப் பெற்றுக் கொள்வார்கள். ஓரிரு நாட்களில் அவர்களாக அக்கம்பக்கத்தில் பாத்திரம் வாங்கி மீன் சாமான்கள் வாங்கிக் குழம்பு மட்டும் ஆக்கிக் கொண்டார்கள். அவர்கள் கொடுக்கும் சோறு, இவர்களாக வைக்கும் மீன்குழம்பு என்று பொழுது போய்க்கொண்டிருந்தது. ஆனால் இவர்களை அவரவர் முகாமிற்கு அனுப்புவதற்கான அறிகுறி எதுவுமில்லை.

சிலர் முருகானந்தத்தைத் திட்ட ஆரம்பித்தார்கள். அவன் திருமங்கலம் தாலுகாவிலிருந்து கடிதம் பெற்றுவரவில்லை. கியூ பிரிவு மதுரையில் இருந்து கடிதம் வாங்கிவரவில்லை என்றெல்லாம் கதை பரவ ஆரம்பித்தது. அவரவர் அனுமானத்தில் இப்படி நிறையக் கதைகள் உலாவரும். உண்மை எது வதந்தி எது என்று பிரித்துப் பார்க்க முடியாத அளவுக்குக் கதைகள். உண்மை என்ன என்பது நடக்கும்போதுதான் தெரியும்.

பிள்ளைகளைத் தனியாக விட்டு வந்தவர்கள், பள்ளிக்கூடம் போக வேண்டியவர்கள், வேலைகளைப் பாதியில் விட்டு வந்தவர்கள் என்று அவர்கள் தினம் ஒரு புலம்பலும் புதுக்கதைகளுமாக நாட்களைக் கடத்திக் கொண்டிருந்தார்கள்.

கல்லூரி படிக்கும் ஒரு பொடியன் ஒருவன் அதிகாரிகளிடம் அனுமதி கேட்டான். "எனக்குப் பரிட்சை இருக்கிறது எழுதிட்டு வருகிறேன். காசு கட்டிவிட்டேன். இதில் பரிட்சை எழுதத் தவறினால் நான் ஒரு வருடம் காத்திருக்க வேண்டும் என்று கோரிக்கை வைத்தான். அதிகாரிகளால் அவன் கோரிக்கை நிராகரிக்கப்பட்டது. அதற்கு அதிகாரிகள் கூறிய காரணம், "இங்க பாருப்பா, உன் நிலை எங்களுக்கும் புரிகிறது. அகதியாக புதிதாக வருபவர்களாக இருந்தாலும், பதிவு முகாமிலிருந்து நீக்கப்பட்டு மறு பதிவிற்கு வருபவர்களாக இருந்தாலும் அவர்களைத் தடுப்பு முகாமில் (அதாவது வெளிப்படையாகச் சொல்வதானால் சிறையில் அடைத்து வைத்து) உரிய விசாரணை செய்து பதிவுசெய்துதான் அனுப்ப முடியும். அதில் போராளிகள், சட்டத்துக்குப் புறம்பானவர்கள் யாராவது இருந்தால்

அவர்களைச் சிறப்பு முகாமிற்கும், மற்றவர்கள் திறந்த வெளி முகாமிற்கும் அனுப்ப வேண்டும். இதுதான் அரசு ஆணை. இதனை நாங்கள் மீற முடியாது. உங்கள எப்ப அனுப்புகிறோமோ அப்பதான் போக முடியும்."

அடப்பாவிங்களா நீங்க எங்கள சும்மா வைத்திருக்கிறீர்கள் என்றல்லவா நினைத்துக்கொண்டிக்கிறோம். நீங்கள் எங்களைச் சிறையில் அடைத்து வைத்திருக்கிறீர்கள்; உங்கள் அரசு ஆவணங்கள்படி என்று நினைத்துக்கொண்டான் அந்தப் பொடியன்.

முகாமிற்கான துணை ஆட்சியர் முகாமில்தான் தங்கி இருந்தார். அவர்களுக்கான தனிவீடுகள் அங்கு இருக்கின்றன. அதுபோல் அங்கு பணி செய்யும் காவலர்கள் கீழ்நிலைப் பணியாளர்கள், வெளியே பணி செய்பவர்கள், அரசு அதிகாரிகளைச் சரிக்கட்டிவிட்டு வாடகையில்லாமல் நீண்ட நாட்களாக வசிப்பவர்கள் போன்ற பல குடும்பங்கள், அகதிகள் அல்லாத ஊர்க்காரங்களும் முகாமிற்குள் இருக்கிறார்கள். அவர்கள் அங்குள்ள பழுதில்லாத வசதியான வீடுகளில் குடியிருக்கிறார்கள்.

அகதிகளுக்குச் சலிப்பு ஏற்பட்டுவிட்டது. எப்பதான் அனுப்புவார்களோ, பதிவில்லாமலே இத்தனை வருடம் முகாமிலே வாழ்ந்தாச்சு. பதிவில்லாமலே இருந்திருக்கலாம் என்று எண்ணுமளவுக்கு வெறுப்பும் சலிப்பும் ஏற்பட்டிருந்தது. ஆனால் அதிகாரிகள் கண்டுகொள்ளவேயில்லை.

உச்சப்பட்டி அகதி முகாமிலிருந்து மண்டபம் சென்று பதினான்காம் நாள் மாலைப்பொழுது ஏழுமணியிருக்கும். அகதிகள் இரவு உணவு கொடுப்பதற்காக மரத்தடியில் வரிசையாக ஆண்களும் பெண்களுமாக நின்றுகொண்டிருந்தார்கள். அப்பதான் சூரியன் மறைந்து இரவு தீவிரம் காட்ட ஆரம்பித்திருந்தது. உடைந்துவிடும் நிலையில் உள்ள விளக்குக் கம்பங்களும் நல்ல நிலையில்லாத மின்சாரக் கம்பங்களில் எரியாத விளக்குகளும் ஆங்காங்கு விரல்விட்டு எண்ணக்கூடிய தெருவிளக்குகளும் மட்டுமே அங்குள்ளது. அதனால் இரவில் வெளிச்சம் என்பதைவிட இருட்டுப் பகுதிதான் முகாமில் அதிகமிருக்கும். ஆனால் இரவில் ஆட்கள் நடமாட்டம் இல்லாத கடற்கரைப் பகுதியில் மட்டும் வரிசையாக விளக்குகள் எரியும்.

அகதிகள் கடல்வழியே தப்பித்துப் போய்விடாமல் இருப்பதற்காகவோ என்னவோ, காவலர்கள் எந்திரத் துப்பாக்கியுடன் எந்நேரமும் காவலிருப்பார்கள். இரவு உணவை எதிர்பார்த்துக் காத்து நின்ற அகதிகளுக்கு அதிர்ச்சி காத்திருந்தது.

“தேவடியா பயலுக ... அகதி நாய்ங்க. அவன் அக்கா தங்கச்சிய போய் ஏற வேண்டியதுதானே. அதான் சிங்களவன் இவன்கள சுட்டு கொல்லுறான். இந்த அகதி நாய்களுக்கு நாம பாவம் என்று அடைக்கலம் கொடுத்தா அவனுங்க திண்டுட்டு திண்டுட்டு நம்ம சேலைக்குள்ள வந்து ஏறுறாய்ங்க. சும்மா விடக்கூடாது இவைங்கள. சிலோன்கார நாய்ங்க எவனையும் தமிழ் நாட்டுக்குள்ள விடக்கூடாது. அவிங்க நம்ம சோத்த திண்டுட்டு நம்மகிட்டயே சோலி பாத்துப்பிடுவாய்ங்க. நம்ம நிம்மதிய கெடுத்துப்பிடுவாய்ங்க ... நாய்ங்க.”

நடுத்தர வயதுடைய கிராமத்து பெண் . . . இடுப்பில் சேலை இழுத்துச் சொருகப்பட்டுள்ளது. காலில் செருப்பில்லை. பொதுநிறம் தலைமுடி கையில் கோதிக் கொண்டை போடப்பட்டுள்ளது. படு ஆவேசமாகக் கடும் வார்த்தைகளால் அகதிகளைத் திட்டிக்கொண்டு ஓட்டமும் நடையுமாகச் சாப்பாட்டுக்காகத் தட்டுடன் வரிசையில் நிக்கும் அகதிகளை கடந்து மின்னல்மாதிரிச் சென்றாள். அங்கு நின்ற அகதிகள் அனைவருக்கும் அப்பெண் தங்களைத்தான் திட்டுகிறாள் என்பதும், அப்பெண் ஒரு அகதியில்லை ஊர்க்காரப் பெண் என்பது அவளுடைய பேச்சிலிருந்து தெளிவாகத் தெரிந்தது. ஆனால் அவர்கள் யாரும் வாய் திறக்கவில்லை.

அப்பெண் கடந்து போனதும் இவர்களுக்குள் குசு குசு என்று பேச ஆரம்பித்தார்கள். ஏதோ சம்பவம் நடந்துள்ளது என்பதை மட்டும் ஊகிக்க முடிந்தது. ஆனால் என்ன சம்பவம் என்பது புதிராக இருந்தது. மலிந்தால் சந்தைக்கு வந்துதானே ஆக வேண்டும். முன்பு என்றால் அகதிகள் என்றால் முன்னாடி தமிழ்நாட்டுத் தமிழர்களிடம் ஒருவித அனுதாப நிலையிலிருந்தது. இன்று முகாமிற்குள் சென்றால் பொம்பள பிடிக்கலாம் என்ற மனநிலை சிலரிடம் உருவாகியிருக்கிறது. அகதிகள் குறித்த நல் அபிப்பிராயம் போய் இன்று சந்தேகக் கண்கொண்டு பார்க்கும் நிலை உருவாகிவிட்டது.

ஆறு வயதுப் பெண்குழந்தையை மிட்டாய் வாங்கித் தருவதாகக் கூறி கூட்டிச் சென்று, பாழடைந்த வீட்டிற்குள் வைத்து ஒரு அகதி இளைஞன் பாலியல் தொந்தரவு செய்திருக்கிறான். அவன் தற்போது கியூபிராஞ்சு வசம் உள்ளான். கதை வெளியே பரவ ஆரம்பித்தது பதினைந்தாவது நாள். அந்தச் சம்பவத்துக்கு அடுத்த நாள் பதிவதற்காக முதலில் வந்தவர்களை முதலிலும் அடுத்து வந்தவர்களை அடுத்த நாள்களிலும் அவர் முகாமிற்கு புகைப்படம் ஒட்டப்பட்ட அட்டையுடன் அனுப்பினார்கள் அதிகாரிகள்.

2006களில் கணிசமான அகதிகள் மறுபடியும் ஈழத்திலிருந்து தமிழகம் வந்திருந்தார்கள். முதலில் 1983, பின்பு 1990, கடைசியாக 2006இல் அதிகமான அகதிகள் வந்தார்கள்.

போர் தொடர்பாக, கற்பனையில் முளைத்த வதந்திகள் மூலம் பரவும் கதைகளைக் கேட்டுக் கீழ்த்தட்டு மக்களுகள்தான் பெரும்பாலும் தமிழகம் அகதிகளாக வருபவர்கள்.

அதில் பலதரப்பட்ட மக்களும் அடக்கம். சிலர் காதலித்து விட்டு பெற்றோருக்குப் பயந்து அகதியாகத் தமிழகம் வருவார்கள். சிலர் பெண்பிரச்சினையில் புலிகளிடம் மாட்டிக் கொள்ளக் கூடாது என்பதனால் வருபவர்கள். சிலர் புலிகளுக்கு எதிராகச் செயல்பட்டவர்களாக இருப்பார்கள்.

இப்படிப்பட்டவர்களுடன் உண்மையான இனப் பிரச்சினைக்குப் பயந்து வருபவர்களும் அடங்கும். அவர்களுக்கு எல்லாம் தமிழகத்திற்கு அகதியாக ஓடிவருவதுதான் சுலபமான வழி. சிலர் வெளிநாடுபோகும் எண்ணத்திலும் வருவதுண்டு. இவர்கள் அதிக காலம் இங்குள்ள முகாமில் இருக்கமாட்டார்கள். வெளிநாடுகளில் தற்போது இருக்கும் ஈழத்தமிழர்களில் கணிசமானவர்கள் இந்தியா வழியாக வெளிநாடு சென்றவர்களாகத்தானிருப்பார்கள்.

ஈழத்தில் குற்றம் செய்துவிட்டு இங்கு இலகுவாக ஓடிவருகிறார்கள் என்பது அரசுக்கு, குறிப்பாக கியூ ப்ராஞ்சு அதிகாரிகளுக்குத் தெரியும். அதனால்தான் அவர்கள் அகதிகளைத் தொடர்ந்து தாம் கண்காணிப்பதாக அதிகாரிகளால் திரும்பத் திரும்பச் சொல்லப்படுகிறது. இதனால் அப்பாவி அகதிகளும் துன்பத்துக்கு ஆளாகிறார்கள் என்ற உண்மை கியூ ப்ராஞ்சுக்கு நன்கு தெரியும். எவன் இயக்கத்தில் இருந்தவன், எவன் என்ன செய்துவிட்டு இங்கு வந்திருக்கிறான் என்பது நன்றாகவே அவர்களுக்குத் தெரியும். தெரிந்தும் சில அதிகாரிகள் பணம் வாங்கிக்கொண்டுவிட்டுவிடுவார்கள். ஒன்றும் அறியாதவர்களைக் கட்டுப்படுத்துவது தான் அகதிகளைத் திட்டுவதற்குக் காரணம்.

2006இல் அகதிகளாக வந்தவர்கள் தமிழகத்தில் இடவசதியான வீடுகள் உள்ள முகாம்களுக்குப் பரவலாக அனுப்பப்பட்டார்கள். அவ்வாறு உச்சப்பட்டிக்கும் நூறு குடும்பங்கள் வந்திருந்தன. அவர்களுக்கு ஆட்டுக் கொட்டில் போன்று ஓலைக்கொட்டில்கள் கட்டிக் கொடுக்கப்பட்டது. அந்தக் கொட்டிலில் மாடுகள்கூடக் கட்ட முடியாது. காரணம் அதில் உள்ள கூரை மிக பதிவானது. அதனால் ஆட்டுக் கொட்டில் என்று குறிப்பிட்டுவிடுவது பொருத்தமானது. முகாமில்

பள்ளப்பகுதி, நடுப்பகுதி, மேட்டுப்பகுதி என்ற பிரிவுகள் உண்டு; சண்டைகளும் முரண்பாடுகளும் உண்டு. என்னது மேட்டுக்காரன் அடிச்சுட்டானா என்று பள்ளத்தில் உள்ளவர்கள் நியாயம் கேட்க வந்து வார்த்தைகள் தாறுமாறாகிக் கை கலப்பாகிக் காவல் நிலையம் சென்று அடி வாங்கி வந்த கதைகளும் உண்டு. தற்போது கூடுதலாகப் பழைய அகதிகள் புதுசா வந்த அகதிகள் என்ற பிரிவும் ஆரம்பித்துவிட்டது. பழைய அகதிகள் இங்கு நீண்டகாலம் வாழ்ந்ததால் முகாம் நடைமுறைகள் இங்குள்ள பழக்கவழக்கம், பக்கத்து ஊர்காரர்களுடனான உறவு, கியூ பிரிவுக்காரன் என்ன செய்வான் போன்ற நடைமுறைக்குப் பழக்கப்பட்டிருந்தார்கள். ஆனால் புதிதாக வந்தவர்கள் இவர்களிலிருந்து முழுவதும் மாறுபட்டிருந்தார்கள். இயக்கத்திருந்து ஓடிவந்தவர்களும் இருந்தார்கள். பழைய அகதிகள் மகிழ்ச்சியாகவும், புதிதாக வந்தவர்கள் கவலை தோய்ந்த முகத்துடனும் இருந்தார்கள். காரணம் பழைய அகதிகள் பெரும்பாலும் போரை நேரில் பார்த்ததில்லை. கேள்விப்பட்டது மட்டும்தான். அதுவும் அது ஏதோ ஒரு தகவல் என்பதோடு, அவர்கள் அவரவர் பிழைப்பைப் பார்க்கப் போய்விடுவார்கள். புதியவர்கள் போகப்போகப் பெரும் குழப்படிக்காரர்களாகவும் சண்டைக்காரர்களாகவும் குடிகாரர்களாகவும் மாறிப்போனார்கள். போதாக்குறைக்குப் 'பொம்பளப் பிரச்சினை'களும் அவர்களுக்கு இருந்துகொண்டே இருந்தன.

புதிதாக வந்தவர்களில் ஒரு இளம் பொடியனும் இளம் பொண்ணும் வந்திருந்தார்கள். இவர்கள் மன்னார் மாவட்டத்தில் உள்ள மீன்பிடிக் கிராமத்தைச் சேர்ந்தவர்கள். கணவன் மனைவியாகப் பதிவு செய்துகொண்டார்கள். அகதியாக முதலில் பதிவு செய்யும்போது வாய்மொழியாகச் சொல்வதை அதிகாரிகள் பதிவுசெய்துகொள்வார்களே தவிர கல்யாணம் செய்த பதிவுப் பத்திரம் இருக்கான்னு கேட்கமாட்டார்கள்.

அரசு உதவித்தொகை, கொடுப்பனவுகளுடன் ஓலைக் கொட்டிலில் ஜீவியம் போய்க்கொண்டிருந்தது. அந்தப் பொடியன் பெரும்பாலும் வேலைக்குப் போவதில்லை. உடல் உழைப்புக்கு அவன் தகுதியில்லாதவன் என்பது அவனைப் பார்த்தாலே புரியும்.

ஓராண்டு கழித்து அந்தக் குடும்பத்திற்கு வாரிசு உருவாகியும் போனது. வேலைக்குப் போவதில்லை வாரிசும் உருவாகிவிட்டது. ஒரு குழந்தையுடன் கணவன் மனைவி அகதிகளுக்குக் கொடுக்கும் உதவித்தொகை, ரேசன் பொருட்களுடன், வேலைக்குப் போகாமல் முகாமில் வாழ முடியாது. உதவித்தொகை, ரேசன் என்பவை அடிப்படை உதவிதானே தவிர அதை மட்டும் நம்பி எந்த அகதியும்

முகாமில் வாழ முடியாது. இந்தக் குடும்பத்தில் கஷ்டம் என்பது தானாக வரும் என்பதில் ஆச்சர்யம் ஒன்றுமில்லை. அகதிகள் என்றாலே தரித்திரியம் தானா வரும். அதிலும் வேலைக்கு போகாதவனுக்கு சொல்லவே வேண்டாம், அவ்வளவு கஷ்டம் வரும்.

இந்த முகாமில் நிறைய வெட்டவெளியாகக் கிடந்தன. பழைய முகாமிற்கு அருகில் வெட்ட வெளியில்தான் புதிதாக வந்தவர்களுக்கு வரிசையாக ஓலைக்கொட்டில்கள் போடப்பட்டன. அதில் அவரவர் வசதிக்கேற்ப வீடுகளை நாளடைவில் திருத்திப் புதிதாகத் தடி, கிடுகு, சீட்டு போன்றவற்றின் உதவியுடனும் கட்டினார்கள். தொண்டு நிறுவனம், ஒரு குடும்பத்திற்கு இவ்வளவு தடி சீட்டு என்று இலவசமாகக் கொடுத்ததையும் வைத்து அவரவர் வீட்டை முடிந்தவரை வசதிப்படுத்திக் கொண்டார்கள். மரம் வளர்க்க ஆரம்பித்தார்கள். ஆனால் அந்த வரிசை வீடுகளில் ஒரு வீடு மட்டும் அரசு கட்டிக் கொடுத்தபடியே இருந்தது என்று சொல்ல முடியாது. ஓலை இத்துப்போய் ஒழுக ஆரம்பித்திருந்தது. மறுபடி அது பராமரிக்கப்படவில்லை. சுவர் வெடித்துக் கீழே விழும் நிலையிலிருந்தது. செம்மண் தரை என்பதால் எப்படியும் பழுப்பு நிலத்தில் சீரில்லாத அழுக்கான உடை உடுத்துவார்கள். எப்பவும் குழந்தை உடம்பில் ஒட்டுத்துணியில்லாமலிருக்கும். வீட்டைச் சுற்றி புல் மண்டிப்போய்க் கிடக்கும். அவர்கள் உறங்கும் முன்பகுதியில் எப்பவும் இரண்டு பிளாஸ்டிக்குடங்கள் தண்ணி இல்லாமல் கிடக்கும். அவர்களுக்கு யாரும் உறவினர்கள் இங்கில்லை. அதிகபட்சம் அந்தப் பொடியனுக்கு இருபது வயது இருக்கலாம். அந்தப் பொண்ணுக்கு வயது அவனைவிடக் குறைவாகவும் இருக்கலாம்.

பக்கத்தில் மேட்டுப்பகுதியில் உள்ள மோகன் கடையில் அவ்வப்போது வாங்கிய சாமான்களுக்குச் சரியாகப் பணம் கொடுக்காததினால், கடன் மூவாயிரத்திற்கு மேல் ஆகியிருந்தது. வந்த இரண்டு வருடங்களில் மூவாயிரம் ரூபாய் கடன் என்பதால் மோகன் சாமான்கள் கடனுக்குக் கொடுப்பதையும் நிறுத்திக் கொண்டார்.

இந்தச் சனங்களில் சிலருக்கு அக்கரைக்கு இக்கரைப் பச்சை. ஈழத்தில் பிரச்சினை என்று இங்கு வருவார்கள், இங்கு முகாமில் வாழ முடியாது, சரியான கஷ்டம் என்று அங்கு போகக் காவடி எடுப்பார்கள். பக்கத்து ஊருக்கு நினச்சா பேருந்து ஏறுவது போல் இலங்கைக்கும் இந்தியாவுக்கும் சிலர் போய்வரத்தான் செய்கிறார்கள்.

அந்தரம்

ஆனால் அது அவ்வளவு சுலபமில்லை என்பதுதான் உண்மை. அவர்கள் இப்படி அங்கும் இங்கும் காவடி எடுப்பது இந்த அதிகாரிகளுக்குக் கொதிப்பை ஏற்படுத்தும். இங்கிருந்தால் பிரச்சினையில்லாமல் இருக்க வேண்டும் அல்லது செத்தாலும் பரவாயில்லை என்று அங்கு போய்விட வேண்டும். விருப்பமுள்ள சிலர் யுஎன்எச்சிஆர் மூலமாகப் பதிவுசெய்து போய்க்கொண்டிருந்தார்கள். யுஎன்எச்சிஆர் மூலமாகப் போவது பாதுகாப்பானது மட்டுமல்ல. நாம் போவதற்கு விருப்பம் தெரிவித்தால் போதும் மற்ற ஒழுங்குகளை அவர்களே செய்வார்கள். அகதி முகாமிலிருந்து இலங்கையில் நமது வீடுபோய்ச் சேரும் வரைக்குமான பொறுப்பு மட்டுமின்றி அதற்கான செலவையும் ஏற்றுக்கொள்வார்கள். ஆனால் நமது அவசரத்திற்குப் போக முடியாது.

அவசரமாகப் போக விரும்புபவர்கள், வசதியுள்ளவர்கள், காத்திருக்க விரும்பாதவர்கள், தங்கள் சொந்தச் செலவிலேயே செல்ல வேண்டும். பெரும்பாலானவர்கள் யுஎன்எச்சிஆர் மூலமாகவே போக விரும்புவார்கள். தனித்தனியாக அனுப்ப மாட்டார்கள். கூட்டமாகச் சேர்த்துத்தான் அனுப்புவார்கள். அது அவர்களுக்கு வசதி.

இந்தப் பொடியன் முகாமில் சரியான கஷ்டம் என்று புலம்பித் திரிய ஆரம்பித்தான். மோகன் கடைப்பக்கம் இந்தப் பொடியன் போவதில்லை. பார்த்தால் அவர் காசு கேட்பார். வேறு கடையில் தற்போது உப்பு, புளி, சாமான் வாங்குகிறார்கள். ஒரு தடவை சம்பளம் (உதவித்தொகை) கொடுக்குமிடத்தில் மோகன் அந்தப் பொடியனைப் பார்த்துக் காசு கேட்டார். செக்கிங் என்பதால் அந்தப் பொடியன் சம்பளம் கொடுக்கிற இடத்திற்கு வந்திருந்தான். செக்கிங் இல்லை என்றால் சம்பளத்தை அடுத்த நாளில் திருமங்கலம் போய்தான் அந்தப் பொடியன் வாங்கிக்கொள்வான். ஏனென்றால் முகாமில் சம்பளம் கொடுக்குமிடத்திற்குப் போனால் கடன்காரர்கள் அவனைப் பிடித்துக்கொள்வார்கள். மீன் வியாபாரியில் இருந்து விறகு வியாபாரிவரை விடமாட்டார்கள். இருந்தால்தானே கொடுப்பதற்கு. சம்பளத்தை வாங்கி அவர்களிடம் கொடுத்துவிட்டால் மற்றச் செலவுக்கு மாதம் முழுவதற்கும் என்ன செய்வது. முன்பு சம்பளம் வாங்கிப் பிரித்து அவர்களிடம் கொடுப்பது திரும்பி அவர்களிடமே சாமான் வாங்குவது. இப்படியே கடன் அதிகமானதால் யாரும் கொடுப்பதில்லை.

மோகன்தான் அவனிடம் கூறினான். "தம்பி இப்படியே இந்த முகாமில் உன்னால் வாழ முடியாது, நீ பேசாமல் ஊருக்குப் போக வேண்டியதுதானே." இதுபற்றி யோசித்த பொடியன்

விசாரித்து யுஎன்எச்சிஆர்ரின் மூலமாகப் பதிவு செய்தான். அகதிகளாக வரும்போது முதல் முதலில் பதிவு செய்யும்போது நாம் வாய்மொழியாகச் சொல்லும் தகவல்களை அதிகாரிகள் ஏற்றுக்கொண்டு பதிவுசெய்துகொள்வார்கள். அப்படி இந்தப் பொடியனுக்கும், அந்தப் பெண்ணுக்கும் பதிவு வந்தது. அகதி அட்டையும் வழங்கப்பட்டு இவ்வளவு நாள் முகாமில் வாழ்ந்தார்கள். அந்த அகதி அட்டை (போட்டோ கார்டு) யின் அடிப்படையில் யுஎன்எச்சிஆர் ஊருக்கு அனுப்பப் பதிவுசெய்து கொண்டது. ஆனால் அவர்களுக்குப் பிறந்த குழந்தைக்குப் பிறப்புச் சான்று எதுவுமில்லை. பிறப்புச் சான்று கேட்கப்போனால் திருமணம் செய்ததற்கான திருமணச்சான்று எதுவுமில்லை. யுஎன்எச்சிஆர் அகதி அட்டையின் அடிப்படையில் அனுப்ப ஏற்பாடு செய்தார்கள். குழந்தைக்கு இன்னும் ஒரு வயதுகூட ஆகவில்லை. அதனைத் தாயின் கடவுச்சீட்டுடன் பதிவுசெய்ய வேண்டும். கடவுச்சீட்டு என்பது பேப்பர் பாஸ்போர்ட் அது இங்கிருந்து இலங்கை செல்லும்வரை மட்டுமே செல்லுபடியாகும். அதன்பின்பு அது வெறும் காகிதம். யுஎன்எச்சிஆர் குழந்தையை பதிவுசெய்ய மறுத்துவிட்டது. ஆனாலும் குழந்தையைப் பதிவு செய்வதற்கான வழிமுறைகள் சொல்லி அனுப்பியது, காரணம் முகாமில் அந்தக் குழந்தைக்குப் பதிவு இல்லை. பதிவு எடுத்துவரும்படி கூறியனுப்பியது.

அந்தநேரம் யுன்எச்சிஆர் ஒரு குழுவை இலங்கை அனுப்ப ஏற்பாடு செய்தது. அந்த குழுவுடன் அந்தப் பொடியன் குடும்பமும் போக வேண்டும். சிலர் பதிவு செய்து மாதக்கணக்கில் காத்திருப்பார்கள். அந்தப் பொடியனுக்குக் காகிதக் கடவுச்சீட்டு வந்துவிட்டது. அவன் மனைவிக்கு வரவில்லை. காரணம் குழந்தைக்கும் சேர்த்துப் பதிய வேண்டும் என்பதால் அதை நிறுத்திவைத்திருந்தது யுஎன்எச்சிஆர். அந்தப் பொடியன், பொடியன் என்பதற்கு பதில் அவனுக்கு ஆண்டனி என்று பெயர் வைத்துக்கொள்வோம். ஆண்டனி நேராக வருவாய்த்துறை அதிகாரியிடம் போய் நின்றான். “ஏன்யா தமிழ்நாடு என்ன உங்களுக்கு எல்லாம் வேடந்தாங்கலா? வர்றதும் போறதும் புள்ளப் பெத்துக்கிறதும்,” வருவாய்துறை அதிகாரி முகம் கடுகடுவென்று இருந்தது. அவர் அப்பதான் தாசில்தாரிடம் எதற்கோ வாங்கிக் கட்டிக்கொண்டு வந்திருந்தார் போல. ஆண்டனி எதுவும் பேசவில்லை. கையை முன்பக்கமாகக் கட்டிக்கொண்டு பேசாமல் நின்றான். வருவாய்த்துறை அதிகாரி வெளியே எழுந்து சென்றுவிட்டார். ஒருமணிநேரம் காத்திருப்பிற்குப் பின்பு வருவாய்த்துறை அதிகாரி அவர் இருக்கைக்கு வந்தார். ஆண்டனி அவர் முன்னாடிபோய் அதே பவ்வியத்துடன் நின்றிருந்தான். அவர் கண்டுகொள்ளவில்லை. ஏதோ ஒரு

கோப்பில் கவனம் செலுத்திக்கொண்டிருந்தார். அப்போது வருவாய்த்துறை அதிகாரியிடம் ஒரு கோப்பைத் தூக்கிக்கொண்டு வந்த வட்டாட்சியரின் உதவியாளர் ஆண்டனியைப் பார்த்து "ஏய்யா, உனக்கு என்ன வேணும்." "அய்யாவப் பாக்க வந்தேன்." வருவாய்த்துறை அதிகாரியிடம் உதவியாளர் கோப்புகளைக் கொடுத்துவிட்டுச் சென்றார். "உனக்கு என்னப்பா வேணும்."

"அய்யா குழந்தைக்குப் பதிவு."

"ஊருக்குப் போறதுக்கு யுன்எச்சிஆர் மூலமாக பதிவு செய்திட்டேன். எனது மனைவிக்கும் குழந்தைக்கும் கடவுச்சீட்டு வரல. குழந்தைக்குப் பதிவு இல்லாததனால்..." பேசாமல் கேட்டுக் கொண்டிருந்த வருவாய் அதிகாரி

"குழந்தைக்கு என்ன வயசு" "ஒன்பது மாதம் அய்யா." "இந்த ஒன்பத மாதமும் என்ன செய்தே?" ஆண்டனிடம் பதில் இலலை. "இப்படி கடைசி நேரத்தில் வந்து பதிவுண்ணா எங்களுக்கு வேற வேலையே இல்லையா, நீங்க இப்படி இருக்கிறதாலதான் ..." அதற்குமேல் அவருக்கு வார்த்தைகள் வரவில்லை. தலையில் கை வைத்துக்கொண்டார். பக்கத்து இருக்கையில் இருந்த பெண்மணி "சார் சிங்களவன் எங்க சார் அடிக்கிறான். புலிகள்தான் ராணுவத்தோட சண்டை போடுறாங்க. இவங்க சும்மா இருந்தாத்தானே சார்."

இவர்கள் உரையாடலில் இன்னும் ஒருத்தர் கலந்துகொண்டார். "இந்திராகாந்தி ஆட்சியில இவங்களுக்கு எவ்வளவு உதவி செய்தாங்க என்று அப்பா சொல்லுவார். இவங்க நன்றி மறந்தவங்க. இவங்கள தமிழ்நாட்டுக்கு அகதிகளாக வரவிட்டதாலதான் ராஜீவ்காந்தியவே கொண்டுட்டாங்க." இவங்கள இந்திய அரசு இன்னும் இங்க வச்சு பாதுகாத்துக்கிட்டு இருக்கு. இந்தப் பேச்சு தொடரவில்லை. வட்டாட்சியர் உதவியாளர் வந்து ஏதோ கேட்கவும் கவனம் வேறுபக்கம் போய்விட்டது. ஆண்டனி அப்போதும் கட்டிய கையுடன் அப்படியே நின்றிருந்தான். "தம்பி நீங்க ஒரு மனு எழுதி அத்துடன் உங்க குடும்ப அட்டை நகல், குழந்தையோட பிறப்புச் சான்றிதழ். உங்கள் கல்யாணப் பதிவுப் பத்திரம் எல்லாம் ஒரு நகல் எடுத்துக் கொண்டு முகாமில் முருகானந்தமிருக்கிறான் இல்லையா, அவனப் போய் பாரு. அவன் ஏற்பாடு செய்து தருவான்." ஆண்டனி நேராக முருகானந்தத்தைப் பார்த்தான். ஆண்டனியிடம், குழந்தையின் பிறப்புச் சான்றுமில்லை. கல்யாணப்பதிவுப் பத்திரமும் இல்லை. ஆண்டனிக்குத் திருமங்கலம் அரசு ஆஸ்பத்திரியில் குழந்தை பிறந்தது. "அரசு மகப்பேறு மருத்துவர் ஒரு சீட்ல குழந்தை பிறந்த தேதி விபரம் எல்லாம் எழுதிக் கொடுத்திருப்பாங்க. அதக்

கொண்டுபோய் முனுசுபாலிட்டி ஆபீஸில் குடுத்துப் பதிந்தால் பிறப்பு சான்றிதழ் தருவாங்க. அரசு ஆஸ்பத்திரி சீட்டுத் துண்டு இருந்தால்தான் பதிவு எடுக்கலாம். அது இல்லாவிட்டாலும் ஆஸ்பத்திரியில் பதிவு இருக்கும். நாயா அலைந்தால்தான் காரியம் முடியும் குழந்தைக்குப் பிறப்புச் சான்றிதழ் வேணும் என்றால் அலையத்தான் வேணும். விரைவாக வேணும் என்றால் ஏதாவது பணம் கொடுத்தா தந்திருவாங்க." "வாங்கிட்டு வா" என்று முருகானந்தம் கூறினான். முருகானந்தத்திற்குப் பக்கத்தில் நின்ற சுயஉதவிக் குழு தலைவி சொன்னதை எல்லாம் கேட்டுவிட்டு, "முருகானந்தம் அந்தப் பொடியன் விபரமில்லாத, படிக்காத பொடியன். அவனுக்கு நீதான் இந்த உதவியைச் செய்தால் என்ன?" ஆண்டனியிடம் காசு வாங்க முடியாது, என்பதால் தயக்கம் காட்டினாலும் ஒத்துக்கொண்டான். "பிறப்புச் சான்று நான் உனக்கு உதவி செய்கிறேன். ஆண்டனி கல்யாணப்பத்திர பதிவு என்ன செய்யுறது? அரசு அலுவலகத்தில் பதிவு செய்து உடனே எடுக்க முடியுமா, தெரியல. நீதான் கோயிலுக்குப் போற தானே. சிஸ்டர் டெக்லா திருமங்கலம் கோயில்ல இருந்து வருவாங்க அவங்ககிட்ட கேளு. அவங்க உனக்கு உதவி செய்வாங்க."

அந்தரம்

10

முகாமிற்குள் புதிதாக வந்தவர்களால்தான் அதிகமும் கெட்ட பெயர் ஏற்பட்டுக்கொண்டிருந்தது. குடித்துவிட்டுச் சண்டை சச்சரவு, சாதிச் சண்டைவரை நடந்துகொண்டிருந்தது. தினமும் ஒரு பிரச்சினையாவது முகாமிலிருந்து காவல் நிலையம் போய்க்கொண்டிருந்தது. சாந்தியோட மூத்தமகன் எப்பவும் புதிதாக வந்த அதிகளுடனே அதிகமாகப் பழகித் திரிந்தான். மாதத்தில் நாலு நாள் வேலைக்குச் சென்றால் மீதிநாள் முகாமைச் சுற்றிச் சுற்றி வருவது நல்லா தண்ணியடிப்பது, கேட்பதற்கு ஆளில்லாமல் பொறுப்பின்றித் திரிந்துகொண்டிருந்தான். கொஞ்சநாள் கோயம்புத்தூரில் பெயிண்ட் அடிக்கச் சென்றிருந்தான். நிறைய முகாம் பொடியன்கள் கோயம்புத்தூர், திருப்பூர் போன்ற தொழில்வளம்மிக்க ஊர்களுக்குச் சென்று தங்கி வேலை செய்வார்கள். வேலை செய்யுமிடத்திலேயே தங்கிக்கொள்வார்கள். குழுவாகச் செல்வதால் அவர்கள் அந்த இடத்திலேயே சமையல்செய்து சாப்பிடுவார்கள். ஒரு நாளைக்கு இரண்டு சிப்ட் வேலை பார்ப்பார்கள். ஒருநாளைக்கு எண்ணூறு ஆயிரம் ரூபாய் என்று கூடச் சம்பாதிப்பார்கள். குழுவாக இருப்பதால் சாராயத்தையும் கெட்ட பழக்கங்களையும், சிறு பொடியன்களாக இருந்தாலும் சுலபமாகப் பழகிக்கொள்வார்கள். ஆனால் சிலர் தொடர்ந்து வேலை செய்யமாட்டார்கள். பெயிண்ட் அடிக்கிறதுதான் அகதிகளின் தேசியத் தொழில்.

தொ. பத்தினாதன்

தமிழ்நாட்டில் உள்ள எல்லா முகாம்களிலும் சம்பளம் தணிக்கை என்றால் முதல் நாளே முகாமிலிருப்பார்கள்.

இந்த வாழ்வு அவர்களுக்குப் பழகிப்போய்விட்டது. சாந்தியின் பையனால் முகாமிற்குள் பக்கத்து ஊரிலிருந்து ஒரு பெரிய பிரச்சினை வந்தது. முகாமில் எந்தச் செயலையும் மறைக்க முடியாது. ஒரு தெருப்பக்கம் இரண்டுநாள் தொடர்ந்து சென்று வந்தால் போதும். முகாம் சனங்கள் கதை கட்டிவிடுவார்கள். ஆனால் சாந்தியின் பொடியன் விசயத்தில் அவ்வாறு எதுவும் தெரியவில்லை. தோப்பூரில் உள்ள பெண்வீட்டார் தேடி முகாமிற்கு வந்தபோதுதான் முகாமிற்குத் தெரிந்தது. முகாமே ஆடிப்போய்விட்டது. தோப்பூரில் அந்தப் பெண்ணின் குடும்பம் கஷ்டப்பட்டது. தகப்பனில்லை. மூத்தது இரண்டு பெண். கடைசி பையன். பையன் திருநகர் முக்குலத்தோர் மேல்நிலைப்பள்ளியில் பத்தாவது படிக்கிறான். மூத்தப் பெண்ணுக்குக் கல்யாணம் ஆகிவிட்டது. அடுத்த பெண்தான் சாந்தியின் பையனுடன் ஓடிப்போனது. முகாமில் பலபேருக்கு ஊர்க்காரர்களுடன் திருமணம் ஆகியிருந்தது. அவ்வாறு திருமணமாகி மகிழ்ச்சியாக இருப்பவர்களும் இருக்கிறார்கள். பிரிந்து வாழ்பவர்களும் இருக்கிறார்கள். ஊர்காரப் பொடியன்கள் முகாம் பெண்களைத் திருமணம் செய்து முகாமிற்குள் வாழ்கிறார்கள். இந்திய வம்சாவளி ஈழத்தமிழர்கள் முகாம்களில் பாதியளவு இருக்கிறார்கள் என்பதால் அவர்கள் அவர்கள் பூர்வீக ஊருடன் உறவை புதுப்பித்துக்கொண்டு திருமணங்களும் பல நடந்துள்ளன. ஆனால் இங்கு பிரச்சினையே வேறு. ஓடிப்போன பெண்ணோட அக்கா கணவனுக்கு மனைவியோட தங்கையையும் கல்யாணம் செய்ய எண்ணம். இந்தப் பிரச்சினை ஏற்கெனவே அந்தக் குடும்பத்திற்குள் இருந்தது. அக்குடும்பத்தில் மாப்பிள்ளையைத் தட்டிக் கேட்குமளவுக்கு ஆண்கள் இல்லாதது அவனுக்கு வசதியாகப் போயிருந்தது. இந்தப் பிரச்சினை காரணமாவே அப்பெண் யாருடனாவது ஓடிப்போக வேண்டும் மாமா கையில் சிக்கிவிடக் கூடாது என்பதால் இலகுவாக சாந்தியின் பையனிடம் சிக்கிக்கொண்டாள்.

அப்பெண்ணோட மாமா கூத்தியார்குண்டு பஸ்ஸ்டாண்டில் கோழிக்கடை வைத்திருந்ததால் (அவள் பெயர் பாண்டிமாதேவி.) தேவி முகாமிற்குள் கோழிவாங்க வருவது வழக்கம். அவ்வாறு வந்தபோதுதான் தொடர்பு ஏற்பட்டதாகத் தகவல் வருகிறது. ஒருவாரக் காதலில் ஓடிப்போனதால் முகாமிற்குள் இந்தக் கதை அதிகமாகத் தெரிந்திருக்கவில்லை.

நான் பாத்துப் பாத்து வளர்த்துப் பக்கத்து முகாம்காரன் தூக்கிட்டுப் போறதா, எங்கிருந்தோ வந்த அகதி நாய்

தூக்கிட்டுப் போறதா விடமாட்டேன். என்ன செய்கிறேன் பார், முகாமையே கொழுத்துறேன். மாமன்காரன் தவிர்த்து சாந்தியோ, அப்பெண்ணின் அம்மாவோ எதுவும் பிரச்சினை செய்யவில்லை. மாமன்காரன் வானத்துக்கும் பூமிக்கும் குதித்தான். அதுமட்டுமல்ல, உச்சப்பட்டி கிராமத்திற்குள் முகாம் அமைந்துள்ளது. ஆனால் அது தோப்பூருக்கு அருகில் உள்ளது. முகாமைச் சுற்றி மூணான்டிபட்டி கப்பலூர், கூத்தியார்குண்டு, தோப்பூர் எல்லாம் அமைந்துள்ளது. இங்கு எல்லாம் இப்பகுதியில் அதிகாரமிக்க சாதிச் சமூகத்தைச் சேர்ந்தவர்கள் அதிகம். தனக்குக் கிடைக்கவில்லை என்ற கோவத்தில் மாமன்காரன் வஞ்சம் தீர்க்கச் சாதி என்ற ஆயுதத்தை கையில் எடுத்தான். “ஏண்டா முகாமிலுள்ள கீழ்சாதிப் பயல் நம்ம சாதிப் பொண்ணைத் தூக்கிட்டுப் போயிட்டான். பாத்துட்டு பொட்டப்புள்ள மாதிரி இருக்கீங்களாடா?” என்று ஊர் இளைஞர்களைப் பார்த்துக் கர்ஜித்தான். சாதி என்றதும் அமைதியாக இருந்த ஊரில் அவன் பின்னாடி சிலபேர் வர ஆரம்பித்தார்கள். மாமன்காரனின் ஊர் மூணான்டிபட்டி. இது முகாமிற்குப் பின்புறம் உள்ளது. கல்யாணம் கட்டினது தோப்பூர். தோப்பூர் ஆட்கள் கூத்தியார்குண்டு பஸ்ஸ்டாண்டு கறிக்கடையில் கூடிவிட்டார்கள். அவன் பிறந்த ஊரான மூனான்டிபட்டியில் அதுபோல் சாதிவெறியைத் தூண்டி அவன் சொந்தம் பந்தம் எல்லாம் மூணான்டிபட்டியிலிருந்து தெருவில் கூடிவிட்டது. சாராய நெடியடிக்கிறது. கூத்தியார்குண்டு ஆட்டோ டிரைவர்கள் முதல்கொண்டு அவர்கள் கை ஓங்கிக்கொண்டிருந்தது.

பொழுது சாயும் நேரம் ஓடிப்போனார்கள். எங்கு போனார்கள் என்று தெரியாது. அவர்களை இவர்கள் தேடிப்பிடிக்க முடியவில்லை. இவர்கள் பார்வையில் தெரிவது முகாம் மட்டுமே. முகாம் பதற்றமானது. ஏதாவது ஒரு மூலையில் உள்ள ஒரு வீட்டில் ஓலைக்குடிசைக்கு ஒரு குச்சியைப் பற்றவைத்தாலும் போதும். அருகருகாக உள்ள வீடுகள் எல்லாம் பற்றி எரிஞ்சு போகும். முகாமில் உள்ளவர்கள் எவரும் வெளியே வேலைவெட்டிக்குப் போகவேண்டுமானால் கூத்தியார்குண்டு பஸ்ஸ்டாண்டில்தான் பஸ் ஏற வேண்டும். அங்குதான் பெண்ணோட மாமன் கோழிக்கடை உள்ளது. “கூத்தியார்குண்டு போங்க, கோழிய வெட்டுறமாதிரி கண்டம் துண்டமாக ஊர்க்காரன் வெட்டுவான்கள்.” இப்படி முகாமில் பேசிக் கொள்கிறார்கள். வேலைக்கு ஏற்கெனவே வெளியே போனவர்கள் கூத்தியார்குண்டுவில் வந்து இறங்காமல் கப்பலூர் காலனியில்போய் இறங்கி அங்கிருந்து நடந்து முகாம் வருகிறார்கள். கியூ ப்ராஞ்சுக்காரனுக்கும் சொல்லியாச்சு. அவனைக் காணவில்லை. முகாமை தோப்பூர்காரன் கொழுத்தப்

176 தொ. பத்திநாதன்

போறான் என்று காவல் நிலையத்திலும் தகவல் கொடுத்தாச்சு. முன்பு திருமங்கலம் காவல் நிலைய எல்லைக்குட்பட்டிருந்தது முகாம். ஆனால் தற்போது திருமங்கலத்தில் கொஞ்சம் திருநகரில் கொஞ்சம் பகுதியைப் பிரித்து இரண்டுக்கும் நடுவில் ஆஸ்டின்பட்டியில் ஒரு காவல்நிலையம் உருவாக்கப்பட்டுள்ளது. அதனால் முகாம் தற்போது ஆஸ்டின்பட்டி காவல் நிலைய எல்லைக்குள் இருக்கிறது. அது புதிதாக ஆரம்பிக்கப்பட்டதால் அங்கு அதிகக் காவலர்களும் இல்லை. பெண்ணின் மாமன் காவல் நிலையத்தில் புகார் கொடுத்திருந்ததால் சாந்தியின் பையனுடன் திரியும் மூன்று பொடியன்களை காவல்நிலையத்திற்கு விசாரணைக்காக அழைத்துச் சென்றுவிட்டார்கள்.

முகாமில் உள்ள புறக்காவல் நிலையக் கொட்டிலில் இரண்டு வயதான காவலர்கள் உட்கார்ந்திருக்கிறார்கள். இப்படித்தான் 1991இல் இராஜீவ்காந்தி இறந்தநேரமும் ‘ஊர்க்காரரங்க முகாமைக் கொழுத்தப்போறாங்க’ என்று கதை பரவியது. இரவு முழுவதும் முகாம் தூங்காமல் விழிந்திருந்தது. அதுபோல் மறுபடியும் ஒரு சம்பவம் ஏற்பட்டுள்ளது. முகாமிலும் சில பொடியன் விறகுத் தடிகளுடன் தயாராக இருந்தார்கள்; அவர்கள் வந்தால் நாங்களும் தாக்குவோம் என்று. ஊர்க்காரர்கள் சாதி ரீதியாக ஒற்றுமையானதுபோல் முகாமில் ஒற்றுமையில்லை. காரணம் முகாமில் பல சாதிகளும் கலந்துள்ளன. சிலர் என்ன, பலர் சாந்தியை நேரடியாகவே திட்ட ஆரம்பித்தார்கள். தாயைப்போலத்தானே பிள்ளை என்று சாந்தியையும் குத்திக் கிழிக்க அகதிகள் தயங்கவில்லை. அவள் என்ன செய்ய முடியும்? அவளுக்கு அழுகையும் வரவில்லை. ஆனால் மனசு ரணமாகிப் போனது. சரோ, சசி இருவரும் நிலைமைகளை உன்னிப்பாகக் கவனித்துக்கொண்டார்கள். தங்களையும் அடித்துவிடுவார்களோ என்று குடும்பமே நடுங்கிப்போயிருந்தது.

காவலர் ஒருவர் சாந்தியை விசாரித்துவிட்டுக் காலையில் காவல் நிலையம் வரும்படி சொல்லிச் சென்றார். மிகவும் பதற்றமான சூழ்நிலையில் ஏதாவது ஒருகல் விழுந்தாலும் ஒரு சம்பவம் நடந்தாலும் பெரிய விளைவுகளை ஏற்படுத்துமோ என்ற பயமும் இருந்தது. முகாமில் சில இளைஞர்கள் இரவு முழுவதும் தூங்காமலிருந்தார்கள். யாரும் முகாமை விட்டு வெளியே போகாததால் வெளியே என்ன நடக்கிறது என்று தெரியவில்லை. காவல் நிலையம் அழைத்துச் செல்லப்பட்ட சாந்தியையும் பையனின் நண்பர்களையும் இரவு வீட்டிற்கு அனுப்பிவிட்டு மீண்டும் காலையில் காவல்நிலையம் வரும்படி கூறியிருந்தார் காவல் ஆய்வாளர். மறுநாள் ஆஸ்டின்பட்டி காவல்நிலையத்தில் கூட்டம் கூடியது. காலை எட்டுமணிக்கு

முகாமில் உள்ள சாந்தியினுடைய பொடியனின் நண்பர்களின் குடும்பங்களும் சாந்தியும் சுயஉதவிக் குழுத் தலைவியும் இரண்டு மூன்று பெண்களும் என எல்லாமாக பதினைந்து பேருக்கு மேல் தனியாக போகப் பயத்தில் கூட்டமாகக் காவல்நிலையம் சென்றார்கள்.

காவல் நிலையத்தில் ஆய்வாளர் வரவில்லை என்றார்கள். மரத்தடியில் காத்துக்கிடந்தார்கள். பெண்ணோட மாமன் முத்துப்பாண்டியும் இன்னும் மூவரும் இரண்டு இரு சக்கர வாகனத்தில் பதினொரு மணிக்கு மேல் வந்தார்கள். அதன்பின்பு காவல் ஆய்வாளர் வந்தார். சம்பந்தப்பட்டவர்கள் மட்டும் காவல் நிலையத்திற்குள் அழைக்கப்பட்டார்கள். "சார் அந்த கீழ்சாதி பயலோடு ஆத்தாளத் தூக்கி உள்ளவைங்க சார் அவன் ஓடிவருவான்" என்று அந்தப் பொண்டோட மாமன் முத்துப்பாண்டி கத்த ஆரம்பிக்கவும், ஆய்வாளர் "இருங்க பாண்டி நீங்க சொல்லுறமாதிரி எல்லாம் உடனே செய்ய முடியாது. அவன் எங்க போயிருவான். வந்துதானே ஆகணும். வந்ததும் புடிச்சு உள்ளபோடுவோம்." முத்துப்பாண்டியைச் சமாதானப்படுத்தும் விதமாக ஆய்வாளர் சாந்தியை நாலுவார்த்தை திட்டினார். "ஏம்மா உனக்குப் பிள்ளய வளர்க்கத் தெரியாதா? இப்படித்தான் . . ." என்று பேசிக்கொண்டிருக்கும்போது ஒரு தொலைபேசி அழைப்பு வந்தது. எடுத்துப் பேசிய அவர் "ஏம்மா நீங்கள் எல்லாம் கிளம்புங்க. அந்த பையன் வந்தாலோ, தகவல் கிடைத்தாலோ உடனே தெரியப்படுத்தணும்" என்று தடித்த குரலில் கூறி அனுப்பிவிட்டார். முகாம் சனங்கள் எல்லாம் புறப்பட்டுவிட்டார்கள். ஆனால் தாய்மாமன் முத்துப்பாண்டி மட்டும் நின்றுகொண்டிருந்தான் . . .

11

கொழும்பு கட்டுநாயக்கா விமான நிலையம். 30.01.2011 காலை 10.45க்கு வரதன் விமானத்தில் இருந்து இறங்கி விமான நிலையத்துக்குள் கால் வைக்கிறார். அவர் உடம்பெல்லாம் சிலிர்த்தது. ஏதோ வெளிநாட்டில் போய் இறங்கியதுபோல் அவருக்குப் பிரமிப்பாக இருந்தது. புது இடம், முதல் விமானப் பயணம். இரண்டுமே அவருக்குப் பிரமிப்பாக இருந்தது. 21 வருடங்கள் கழித்துத் தன் சொந்த நாட்டில், ஊர் உறவுகளைப் பார்க்கப் போகிறேன் என்ற ஒருவிதச் சந்தோசமிருந்தாலும், அதற்கு மேலாக இயந்திரத் துப்பாக்கியும் காவலர்களும் இராணுவமும் அவர் கண்ணில் பட்டுப் பயமுறுத்தவே செய்தன. ஒருவிதப் படபடப்புடன் பின்னாடி திரும்பிப் பார்க்கிறார். அவருடைய ஆறு வயது மகள் படிக்கட்டில் குதித்து ஓடிவருகிறாள். பின்னாடி நிறைமாதக் கர்பிணியான அவருடைய மனைவி மூன்றுவயதுப் பெண்பிள்ளையைக் கையில் பிடித்துக்கொண்டு மிக கவனமாகப் படிக்கட்டில் இறங்கி வருகிறாள்.

வரதனுக்குப் பல கனவுகள் இருந்தன. அதில் மிக முக்கியமானது தமிழ்நாட்டில் அகதி முகாமில் ஓலைக்கொட்டிலில் இரண்டு பெண் பிள்ளைகளைப் பெற்றாகிவிட்டது. கடைசியாக ஒரு ஆண்பிள்ளை பெற வேண்டும் என்ற ஆசை இருந்தாலும் அதை தனது தாய்நாட்டில் பெற வேண்டும் எனபது முக்கியமானது. அதனால்தான் அவசரமாகத் தாய்நாட்டிற்கு வந்திருக்கிறார். விமானத்திலிருந்து இறங்கியவர்கள் வரிசையாகப்

போய்க்கொண்டிருக்கிறார்கள். அவர்களுடன் வரதன் குடும்பமும் செல்கிறது. சந்தோசமா, பயமா, பதற்றமா என்று விளங்கிக்கொள்ள முடியாத மனநிலையில் போகிறார். கூட்டத்துடன் ஒரு அதிகாரி ஒவ்வொருவராகக் கடவுச்சீட்டை வாங்கிப் பார்த்துவிட்டு அனுப்புகிறார். "அப்பா வாங்கப்பா. நாம சீக்கிரம் போய் நம்ம அப்புச்சி தாத்தாவப் பார்க்கலாம். அப்புச்சி தாத்தாவ பார்க்கப்போகிறோம் என்று தானே கூட்டிக் கொண்டு வந்தீங்க?" இப்படி மூத்தமகள் கேட்க, "இல்லம்மா நாம இப்ப போகக்கூடாது. அந்த சார் வந்து சொல்லுவாரு அப்புறம் போகலாம்."

"நம்மகூட வந்தவங்க எல்லாம் போறாங்க, ஏம்பா நம்ம மட்டும் போகக்கூடாது." "நம்ம அகதி அதனால போகக் கூடாது." "அகதின்னா என்னப்பா?"

04.07.1990 காலை 5 மணி. இராமேஸ்வரத்தில் கால் வைக்கும்போது 4ஆம் தேதி கால்வைத்ததால்தான் வரதன் நாய் படாதபாடு பட்டாரோ என்னவோ? ஒருநாள் இராமேஸ்வரம் டீயும் பண்ணுமாப் பொழுது முடிந்தது.

ஒருவாரம் மண்டபம் அகதிகள் முகாமில் சமைத்துக் கொடுத்த உணவுடன் பொழுது முடிந்தது. புது அனுபவமாகவும், பொழுதுபோக்காகவுமிருந்தது. பின்பு மூன்று மாதங்கள் உசிலம்பட்டி கருக்கட்டான்பட்டி கோழிப்பண்ணையில். கடைசியாக உச்சப்பட்டி அகதிகள் முகாம். இது மதுரையிலிருந்து திருமங்கலம் பிரதான சாலையில் பதினைந்தாவது கிலோமீட்டர் தூரத்தில் அமைந்திருக்கிறது. வரதன் குடும்பம் ஊரில் வசதியான குடும்பம் என்பதைவிடக் கௌரவமான குடும்பம். நெல்வயல், சொந்தவீடு எல்லாம் இருந்தன. வரதனுக்கு ஒரு அக்கா, ஒரு அண்ணன், ஒரு தங்கை, இரண்டு தம்பி என நிம்மதியாக வாழ்ந்த குடும்பம். பாழாய்ப்போன பிரச்சினை ஆரம்பித்தது, குடும்பம் எல்லாம் சிதறிப்போனது. பெரியப்பா மகன் குடும்பத்துடன் வரதனையையும் தங்கையையும் கடைக்குட்டிக்கு மூத்த தம்பியையும் தமிழ்நாட்டுக்கு அனுப்பிவிட்டார்கள். அவன் மூத்த அக்காவுக்கு ஏற்கெனவே ஊரில் திருமணம் ஆகியிருந்தது. பெரியப்பா மகன் சிவபாலன் ஏற்கெனவே 83இல் அகதியாக இந்தியா வந்திருந்ததால் அவர் குடும்பத்துடன் இவர்கள் மூவரும் வந்திருந்தார்கள். உச்சப்பட்டி அகதிகள் முகாம் ஓலையில் கட்டப்பட்டிருந்தது.

ஒரே நீளமாகக் கட்டி ஐந்து தடுப்புகள் போட்டுத் தடுத்து ஒவ்வொரு வீட்டிற்கும் இலக்கம் போட்டு ஒரு குடும்பத்திற்கு ஒன்றாக ஒதுக்கப்பட்டிருந்தது. சிவபாலன் குடும்பம் தனியாக ஒரு கொட்டிலிலும் வரதன் குடும்பம் இன்னொரு கொட்டிலிலுமாகப்

பக்கத்துப் பக்கத்தில் குடியிருந்து கொண்டார்கள். இதில் வரதன் கொட்டில் நடுவில்லாமல் ஓரமாக இருந்ததால் அதில் நாலு கிடுகைப் பிரித்து வரதன் சிறிய பெட்டிக்கடை மாதிரி ஆரம்பித்தான். அவர் பிழைப்பு பரவாயில்லாமல் ஓடிக்கொண்டிருந்தது. அரசு உதவித்தொகையும் ரேசனும் பெரும் உதவியாக இருந்தது.

❍

வரதனுக்கு 21 வயது, தங்கைக்கு 16 வயது. தம்பிக்கு 14 வயது குடும்பத்தைச் சுமக்குமளவுக்கு வயதில்லையானாலும் வரதன் பொறுப்புடன் நடந்துகொண்டார். தண்ணியோ, சிகரெட்டோ, கெட்ட பழக்கங்களோ எதுவும் அவரிடத்தில் இருக்கவில்லை. ஆனால் அவர் தம்பி இவருக்கு மாறானவன். அவனைப் படிக்க வைக்க முயற்சி செய்தார். ஆனால் அவன் உருப்படவில்லை. வரதன் மறுபடியும் மேட்டில் தடி, கிடுகு எல்லாம் வாங்கிச் சிறிய கடையை ஆரம்பித்திருந்தார். கிட்டத்தட்ட ஒரு வருடம் ஓடியிருக்கும். இந்த முறை மழை வரவில்லை. பெரும் புயல்காற்று வீசியது. அரசு குத்தகைக்கு விட்டு வீடுகளை உருவாக்கிக் கொடுத்தது. குத்தகை எடுத்தவன் வாயில் வாய்க்கரிசிபோட, வீடு மாதிரி ஒன்றை அதிகாரியின் கண்ணுக்குக் காட்டினால் போதும் என்கிற மாதிரிக் கட்டிய வீடுகள். அவை அனைத்தும் புயல்காற்றில் தரைமட்டமாயின. ஓலைக்கொட்டில்தானே! உயிர்ச்சேதம் எதுவுமில்லை. அரசும் எதுவும் செய்யவில்லை. அவர்களாக விழுந்த கொட்டிலைப் பிரித்துத் தடி, கிடுகை எடுத்துத் தேவைக்குக் கூடுதல் தடி கிடுகும் வாங்கி அவரவர் விருப்பம்போல் தனித்தனியாக வீடு கட்டிக்கொண்டார்கள். சுற்றிக் கிடுகால் அடைக்காமல் மண் சுவர் வைத்து வீட்டை எழுப்பினார்கள். அவ்வாறு வரதனும் மறுபடியும் கடையும் வீடும் கட்டிக்கொண்டார்.

வாழ்க்கை மெதுவாக நகர்ந்துகொண்டிருந்தது. கூடவே வருடங்களும் வயதும் நகர்ந்துகொண்டிருந்தன. வரதனின் தம்பி பிரச்சினைகளைக் கொண்டுவர ஆரம்பித்தான். வேலைக்கு என்று சேரக்கூடாத பொடியன்களுடன் சேர்ந்து திரிந்தான். வரதன் சொல் கேட்காமல் அடங்காப் பிடாரியாகத் திரிந்தான். ஒருநாள் கியூ ப்ராஞ்சுக்காரன் வந்தான். “வரதன் உன் முகத்திற்காகத்தான் உன் தம்பிய விட்டு வச்சிருக்கிறேன். தூக்கி சிறப்பு முகாமில் போட்டு விடுவேன் சொல்லி வை” என்று நாலுபேர் பார்க்கும்படியாகக் கடையில் வந்து சத்தம் போட்டுவிட்டுப் போய்விட்டார்.

அடிதடி, சண்டை, பொண்ணுங்களைக் கேலி செய்வது என்று போய்க்கொண்டிருந்தது வரதன் தம்பியின் வாழ்க்கை. என்ன

செய்ய முடியும் வரதனால். வரதன் ஒரு அப்பிராணி. அதிர்ந்து ஒரு குழந்தையிடம் கூடப் பேச மாட்டார். வரதன் என்றால் எல்லோருக்கும் ஒரு மரியாதையிருந்தது. கடையில் சாமான்கள் கடன் கொடுப்பார். தராமல் ஏமாத்துகிறவர்களிடம்கூட ஒருநாளும் சத்தம் போட்டது கிடையாது. ஆனால் கூடப்பிறந்தது இப்படி வந்து வாய்த்திருக்கிறது.

இப்படியே ஐந்து வருடங்கள் ஓடியிருக்கும். தூரத்து உறவுப் பொடியனை சிவபாலன்ண்ணன் உதவியுடன் தங்கைக்குக் கல்யாணம் செய்துவைத்தார். உறவுக்காரன் என்பதால் சீதனம் பெரிதாக ஒன்றுமில்லையானாலும் அப்பவே ஐந்து பவுன் நகையும் பத்தாயிரம் காசும் கொடுத்து இவரே கல்யாணச் செலவையும் ஏற்றுக்கொண்டார். அதில் கொஞ்சம் கடனாளியாகவும் ஆகியிருந்தார் வரதன். ஐம்பது பைசா ஒரு ரூபாயாகச் சேர்த்துச் சீட்டுக்கட்டிக் கல்யாணத்திற்கு வாங்கிய கடனை அடைப்பதற்கு வரதனுக்கு இரண்டு வருடமானது.

தங்கைக்கு ஒரு ஆண்குழந்தை. அவள் புருசனுடன் இலங்கை சென்றுவிட்டாள். போகும்போது அவளுக்கு ஊரில் அப்பா, அம்மா, அக்காள், அண்ணன், தம்பி எல்லோருக்கும் உடுப்பு எடுத்துக் கொடுத்து அனுப்பினார். அவர்தான் என்ன செய்வார். சிறிய பெட்டிக்கடையை வைத்துக்கொண்டு சிறுவயதில் எவ்வளவு சுமையைத் தாங்க முடியும்.

அந்த நேரத்தில் ஊரில் பிரச்சினை அதிகமாகயிருந்தது. அதேநேரம் அம்மாவுக்கும் உடம்பு முடியாமல் போகவே அம்மாவுக்குக் கொஞ்சம் காசு அனுப்ப வேண்டிய சூழ்நிலை ஏற்பட்டது. அவரிடத்தில் வேறு யாரிருந்தாலும் இந்தளவுக்குச் செய்ய முடியாது.

தம்பி வரதனுடன்தான் இருந்தான். இரண்டு பேரும் சிவபாலண்ணன் வீட்டில் சாப்பிட்டுக்கொண்டிருந்தார்கள். தம்பிக்கு அவமானமாகயிருந்திருக்கும். வரதன் எதுவும் அவனைக் கடிந்துகொள்ளவில்லைதான். ஆனால் அவன் வீட்டை விட்டுப் போய்விட்டான். அவன் எங்கு போனான் என்பது இன்றுவரை யாருக்கும் தெரியவில்லை. இருக்கிறானா இல்லையா என்பதும் தெரியவில்லை. இவன் தொலைந்துபோய் ஒரு வருடத்தில் மற்றொரு அதிர்ச்சியான கடிதம் வந்தது. வரதனின் கடைசி தம்பி இயக்கத்தில் சேர்ந்துவிட்டதாக. என்ன வருத்தப்பட்டு, என்ன பேசி, யாரிடம் பேசி, என்ன ஆகப்போகிறது? வரதன் பாடு கடையோடே போய்க்கொண்டிருந்தது, அவருக்குத் தெரிந்தது முகாமில் உள்ள தனது கடையும் அவர் சாமான் வாங்கும் மொத்த வியாபாரக்கடையும்தான். அவ்வளவுதான். ஒரு சினிமாவோ,

182 தொ. பத்திநாதன்

அல்லது வெளியூரோ எதுவும் தெரியாது. இப்படியும் ஒருமனிதன் வாழ முடியுமா என்பதுபோல் வாழ்ந்துகொண்டிருந்தார் அவர்.

அடுத்த அதிர்ச்சி வரதனுக்கு வந்துசேர்ந்தது, அவன் கடைசி தம்பி இயக்கத்திற்குப் போனதால் மனசு உடைந்த அம்மா ஏற்கெனவே உடம்பு முடியாததால் இறந்திட்டாங்க என்ற தகவல் வரதனை மிகவும் பாதித்தது. யார் என்ன செய்ய முடியும்? சிவபாலண்ணனுக்கு வரதனுக்கும் கல்யாணம் செய்துவைக்க வேணும் என்ற எண்ணமிருந்தது. ஆனால் அம்மா இறந்ததும் வரதனின் அக்கா கடிதம் போட்டிருந்தாள். நீ புறப்பட்டு ஊருக்கு வா. என்ன பிரச்சினை என்றாலும் சமாளிக்கலாம் என்று. அதனால் வரதன் கடையை சிவபாலனிடம் கொடுத்துவிட்டு ஊருக்குப் போகத் தயாரானார். அதற்கான வேலை நடந்துகொண்டிருந்தது. ஊருக்குப் புறப்பட ஒரு வாரம் இருக்கும்போதுதான் அவர் அக்காவின் கடிதம். இவர் கையில் கிடைக்கிறது.

அன்புள்ள தம்பி வரதனுக்கு,

நாங்கள் அனைவரும் நலம். அதுபோல் நீயும் நலமுடன் வாழ இறைவன் அருள் புரிவாராக. தம்பி வரதா தம்பி கமல்பற்றி ஏதாவது தகவல் உண்டா. அவன் இருக்கிறானா, என்று தெரியுமா? அங்குள்ள நிலைமைகள் எப்படியுள்ளன? இங்கு பிரச்சினை ஓய்ந்தபாடில்லை. நாங்கள் எல்லோரும் மடுக் கோவிலில் இருக்கிறோம். ஊர்ச்சனங்கள் எல்லாம் இங்குதான் இருக்கிறார்கள். பாதுகாப்பில்லாத நிலைதான். உன் அண்ணன் சரத் தான் காதலித்த பெண்ணையே கல்யாணம் செய்துவிட்டான். அவன் குடும்பம் பரவாயில்லாமல் இருக்கிறது. ஒரு பெண்குழந்தையும் அவனுக்கு இருக்கிறது. அப்பா என்னுடன்தான் இருக்கிறார். உடம்பு முடியவில்லைதான், ஆனாலும் தற்போது பரவாயில்லை. அவருக்கும் வயதாகி விட்டது. கடைசித்தம்பி இயக்கத்தில்தான் இருக்கிறான். எப்பவாவது அப்பாவைப் பார்க்க வருவான். எல்லாம் சரியான விலை விற்கிறது. எப்படி ஜீவிக்கிறது என்று தெரியவில்லை. நீ மட்டும் தனியாக ஏன் அங்கு இருக்க வேணும் என்பதால் வரும்படி கடிதம் எழுதினேன். ஆனால் அப்பாதான் வேணாம், அவன் அங்கேயே கல்யாணம் செய்து கொண்டு நிம்மதியாக இருக்கட்டும். நாட்டு நிலைமை சீரான பின்பு பார்க்கலாம் என்றுகூறிக் கடிதம் போடச் சொன்னார். உனக்கும் வயதாகிறது. சிவபாலன்ணாவிடம் சொல்லிப் பெண் பார்த்துக் கல்யாணம் செய்துகொள். என்ன செய்வது. நமது நாட்டு நிலைமைகள், நாம் இப்படி வாழ வேண்டிய சூழ்நிலை.

வருத்தப்படாதே. உடம்பைப் பார்த்துக்கொள். சிவபாலன் அண்ணன், அண்ணி குழந்தைகளை எல்லோரிடமும் சுகம் கேட்டதாகக் கூறவும். இத்துடன் நிறைவு செய்கிறேன்.

இப்படிக்கு அன்புள்ள
அக்கா வதனி
24.06.2003

ஊருக்குப் போகத் தயாரானதால் முகாம் பதிவு ரத்தாகிவிட்டது. மறுபதிவுக்கும் எழுதிக் கொடுத்துவிட்டார். கடையை சிவபாலன் திருப்பிக் கொடுத்துவிட்டார். ஊருக்குக் கொண்டுபோக வாங்கி வைத்திருந்த சாமான்களை எல்லாம் மறுபடியும் விற்றுவிட்டுக் கடையை ஆரம்பித்தார். கல்யாணம் செய்ய வேணும் என்பதால் வீடு மட்டும் கட்ட வேண்டியிருந்தது. முன்பு கடையின் பின்பக்கத்தில் படுத்துக்கொள்வார். சிவபாலன் வீட்டில் சாப்பாடு. வீடு தேவைப்படவில்லை. கல்யாணம் செய்தால் வீடு முக்கியமல்லவா. முன்பு கடை சிறிதாக இருந்தபோது ஆரம்பத்தில் தாழ்வாரத்தில் சிறிதாக ஒரு வேப்பங்கன்று அதுவாகவே முளைத்திருந்தது. அது இவர் கண்ணில்படவும், அதற்குப் பாத்தி கட்டிக் கோழி கிண்டிவிடாமலிருக்க கருவேலம் முள்ளு வைத்து அடைத்துத் தண்ணீர் ஊற்றினார். அது இன்று பெரிய மரமாகியிருந்தது.

அதன்பின்பு கடையைப் பக்கத்தில் வேறு இடத்தில் கட்டினார். வீடுகள் எல்லாம் வரிசைகளாக இல்லாமல் மாறியிருந்தன.

வேப்பங்கன்றுகூட இன்று வேப்பமரமாக மாறியிருந்தது. ஆனால் அது நின்ற இடம் மட்டும் மாறவில்லை. அன்று தாவார நிழலில் நின்றது வேப்பங்கன்று. இன்று அதே வேப்பமர நிழலில் வரதன் வீடு கட்டியிருந்தார். இது அவர் கட்டும் மூன்றாவது வீடு. அன்று கிடுகு, தடியாக இருந்தது. இன்று ஆலப்புழ கல்லு, பனைமரம், மேல் கூரை தகரமாகப் பரிணாம வளர்ச்சியடைந்திருந்தது.

சிவபாலன் ஓராண்டாக வரதனுக்குப் பொண்ணு பார்க்கிறார். பதினெட்டு வயதுப் பொண்ணுக்கு நாற்பது வயதானாலும் வெளிநாட்டு மாப்பிள்ளை என்றதும் கல்யாணம் கட்டிக் கொடுக்கிற கலாச்சாரம் முகாம்களில் பெருகியிருந்த காலம். 35வயது முகாம் மாப்பிள்ளைக்கு எங்கு பொண்ணு கிடைக்கும். பொடியன் நல்ல பொடியன்தான். ஆனால் வயதுதான் அதிகம் என்றார்கள். சாதி என்றார்கள். சமயம் என்றார்கள். சீதனம் என்றார்கள். வெளிநாடு என்றார்கள். உள்நாடு என்றார்கள். கடைசியில் சிவபாலனுக்குப் பொண்ணு

பார்க்கப்பார்க்க என்று வரதன் காசு கொடுத்தே ஓய்ந்துபோனார். அப்படி இப்படி என்று ஒருவழியாக 06.08.2004இல் வரதனுக்குக் கல்யாணம் ஆச்சுது. பொண்ணு வேற யாருமல்ல. சாந்தியோட மூத்த பொண்ணு சரோ.

இந்தக் கல்யாணத்தில் செல்வியோட பங்களிப்பு அதிகம். சாந்தி சரியில்லை என்றாலும் சரோ நல்லபிள்ளை என்ற அபிப்பிராயம் முகாம் முழுவதும் இருந்தது. 2005இல் முதல் பெண்குழந்தை, 2007இல் இரண்டாவது பெண்குழந்தை பிறந்தது. மூணாவது ஊர்ல பிறக்கும்.

கடைக்குச் சாமான் வாங்கப் போக இரு சக்கர வாகனம் வைத்திருந்தார். ஆஸ்பத்திரி அவசரம் எப்போது யார் கேட்டாலும் காசு கொடுப்பார். திருப்பிக் கேட்கமாட்டார். ஆனால் பெரும்பாலும் ஏமாற்றமாட்டார்கள். ஏமாற்றினாலும் பரவாயில்லை என்பார். சிறுகச் சிறுகச் சேமித்த காசில் அப்பாவுக்கும் அக்கா, அண்ணன் குடும்பத்துக்கும் உடுப்பு வாங்கியிருக்கிறார். மனைவி சரோவை இவர் கடையில் விட்டுட்டு மார்க்கெட்டு, பஜார் போகும்போதெல்லாம் அவள் ஐம்பது, நூறுமாகக் காசு சேர்த்துச் சீட்டுக்கட்டி வந்த சீட்டுக்காசை வட்டிக்குக் கொடுத்து வந்தாள். இவருக்குத் தெரியாதபோதும், மனைவியை விட்டுக் கொடுக்காமல் தெரியும் பார்க்கலாம் என்று மட்டுமே சொல்வார். ஆனால் மனுசன் காசுக்காக வருத்தப்பட்டதில்லை. தனக்குத் தெரியாமல் மனைவி காசு கொடுக்கல் வாங்கல் செய்கிறாள் என்று தெரிந்ததும் மனுசன் மனைவியைக் கடிந்துகொண்டதில்லை. 1990ஆம் ஆண்டு 21 வயதில் இளந்தாரியாக அகதியாக வந்த வரதன் 21 வருடம் கழித்து 42 வயதில் மனைவி, இரண்டு குழந்தையுடன் நாளை 30.01.2011 அகதியாகவே இலங்கைக்கு போகப்போகிறார். ஊரை உறவை பார்க்கப் போகிறேன் என்ற சந்தோசம் அவர் முகத்தில் தென்படவில்லை. பழகியவர்கள் எல்லாம் வந்து வந்து பேசிவிட்டுச் செல்கிறார்கள். சிலர் நாகரிகமாகக் கண்கலங்குகிறார்கள். சிலர் சத்தமாக அழவே செய்கிறார்கள். எல்லாரும் கடையில் சாமான் வாங்கிச் சாப்பிட்டவர்கள். வழியனுப்ப வருபவர்கள் சும்மா வரவில்லை. ஏதாவது சாமான், திண்பண்டம் வாங்கி வருகிறார்கள்.

ஐந்தாறு சட்டைகள் பிள்ளைகளுக்கு அவ்வாறு வந்து சேர்ந்திருக்கிறது. ஒருத்தருக்கு விமானத்தில் 37 கிலோதான் கொண்டுபோக முடியும். நான்கு பேருக்கு 148 கிலோவுக்குத்தான் கொண்டுசெல்ல முடியும். ஆனால் பையிலும் அட்டைப் பெட்டியிலுமாக மொத்த 152கிலோ கட்டிவைத்திருக்கிறார். ஏதாவது வாங்கி வருபவர்களிடம் கூறுகிறார், “எதுவும் வேணாம்

கொண்டு போக முடியாது" என்று. ஆனால் வேண்டாம் என்றாலும் ஆட்கள் விடுவதாக இல்லை. அப்படி வந்ததிலேயே ஒரு பை நிறைந்து விட்டது.

மனுசன் எதையோ பறி கொடுத்தமாதிரி வேப்ப மரத்தடியில் நிற்கிறார். மரத்தை அண்ணாந்துப் பார்த்துப் பெருமூச்சு விடுகிறார். திரும்பிக் கடையைப் பார்க்கிறார். காலை நக்கிக் கொண்டு நிக்கிறது சினேகா என்று செல்லமாகப் பெயர் வைத்த நாய். அது வாலை வாலை ஆட்டுகிறது. ஏதோ முனங்குகிறது. ஏதோ அது சொல்கிறது. அவருக்குப் புரியவில்லை.

ஆட்கள் வருவதும் போவதுமாகவே இருக்கிறார்கள். சூரியன் மயங்கிக்கொண்டே செல்கிறது. ஒரு சேவல் இரண்டு முட்டையிடுற கோழி, மூன்று விடக்கோழி, இரண்டு சிறு குஞ்சுகள் ஒவ்வொன்றாக பறந்து பறந்து வேப்பமரத்தில் அடைகிறது. அதே வேப்பமரத்தடியில் அவர் முன்னாலேயே அவர் பதினைந்து வருடங்களாகப் பயன்படுத்திய எம்80 மோட்டார் சைக்கிள் நிற்கிறது. அவரையும் அவர் உயிரையும் அவர் குடும்பத்தையும் சுமந்த வண்டி அதை விலை பேசிக் கொடுத்துவிட்டார். இவ்வளவு நாளும் சுமந்த நீ இன்னும் கொஞ்சநேரம் சுமந்துகொள் என்று நினைத்துக்கொண்டே வண்டிமேல் உட்கார்ந்துகொள்கிறார்.

நாய் முனங்கிவிட்டு அவர் காலடியிலேயே படுத்துக் கொண்டது. இன்னும் கொஞ்சநேரத்தில் 21 வருட அகதி வாழ்க்கைக்குப் பிறகு, வாழ்ந்த இடத்திற்கு வாழ்ந்த நாட்டிற்கு விடை கொடுக்கப் போகிறார். ஒவ்வொருத்தரும் வந்து வந்து பேசும்போது ஏதோ பதில் சொல்கிறார். அவர் மனது எதையோ இழந்துவிட்டதைப்போல் இருக்கிறது. அவர் பிள்ளைகள் ஓடி விளையாடிய முற்றம் நிலா வெளிச்சத்தில் பரந்து விரிந்திருக்கிறது. மறுபடியும் நான் வந்தாலும் நான் விட்டுச் செல்லும் வீடு, கடை, மரம், நாய், வண்டி இருக்குமா?

30.01.2011 காலை பத்து மணிக்கு திருச்சி விமான நிலையம், 29ஆம் தேதி இரவு மூன்று மணிக்கு வரச் சொன்ன வேன் பன்னிரண்டு மணிக்கே வந்து நிக்கிறது. பழகியவர்கள் சாமான்களை ஏற்றுகிறார்கள். சிவபாலன் முன்பே குடும்பத்துடன் இலங்கை போய்விட்டதால் அவர் இல்லை. வரதனுக்கு அழ வேண்டும்போல் இருக்கிறது. குழந்தைகள் தவிர அக்கம்பக்கம் யாரும் தூங்காமல் விழித்திருக்கிறார்கள் அவரை வழியனுப்ப. அப்போதும் அவர் மனைவி சரோ ஏதோ குடுக்கல் வாங்கல் பஞ்சாயத்துப் பண்ணிக்கொண்டிருந்தாள். இவருக்கு வயித்துக்கும் தொண்டைக்கும் ஏதோ வந்து வந்து முட்டுகிறது.

தொ. பத்தினாதன்

மணி இரவு இரண்டைக் கடந்துகொண்டிருந்தது. "வரதண்ணே, வெளிக்கிடுங்கண்ணே, புறப்படலாம்" என்று ஒரு குரல் கேட்டு வீட்டுக்குள் சென்றார். உடையை மாற்றிக்கொண்டார். கொஞ்சம் தண்ணீர் மட்டும் கடைசியாகக் குடித்துவிட்டு வெளியே வந்தார். மனைவியும் குழந்தைகளும் வண்டியில் ஏறியிருந்தார்கள். அவரும் அவர்களுடன் ஏறிக் கொண்டார். சினேகா எல்லாத்தையும் பார்த்துக்கொண்டே நின்றது. சிலர் சத்தமாகவே அழுதுகொண்டிருந்தார்கள். வழியனுப்ப வண்டியில் திருச்சிவரை போவதில் சிலருக்குச் சண்டையும் வந்தமர்ந்தது.

அந்த அமளிக்குள் வண்டி மெதுவாக நகர்ந்தது. சினோகாவால் பொறுக்க முடியாமல் குரைத்துக்கொண்டே பிரதான சாலைவரை வண்டியின் பின்னாடியே ஓடிவந்தது. வரதனுக்கு மனதை உருக்குவதாகவேயிருந்தது. வண்டியில் ஏதேதோ பேசிக்கொண்டே வந்தார்கள். வரதன் அமைதியாகவே இருந்தார். சற்றுநேரத்தில் தூங்கிப்போனார்.

காலை 5.30க்குத் திருச்சி விமானநிலையம் வந்தார்கள். 7.30க்கு உள்ளே அனுமதிக்கிறார்கள். மக்கள் அன்பாகக் கொடுத்த அன்பளிப்பு கூடுதல் சுமையாகிப் போனது. அதனால் 750 ரூபாய் கூடுதலாகக் கட்ட வேண்டிய சூழ்நிலை ஏற்பட்டது. வரதனுக்கு வேறு ஒரு பயமும் இருந்தது. கர்ப்பிணிப் பெண்களை விமானத்தில் ஏற்றமாட்டார்கள் என்று முகாமில் ஒரு வதந்தியைக் கிளப்பிவிட்டிருந்தார்கள். ஆனால் அதுமாதிரி எதுவும் ஏற்படவில்லை. விமானம் சரியாகப் பத்து மணிக்குப் புறப்பட்டது. அகதிகள் பெரும்பாலும் யுஎன்எச்சிஆர் மூலமாகச் செல்வார்கள். அகதிகள் சொந்தச் செலவில் பெரும்பாலும் செல்வதில்லை. வரதன் அவருடைய செலவிலேயே போனது அதிகாரிகளுக்குச் சிறிது சந்தேகத்தை ஏற்படுத்தியிருக்கிறது. அதனால் கடைசியாக விசாரித்துவிட்டு அனுப்பிவிட்டார்கள். விமான நிலையத்தை விட்டு வெளியே போகும்போது வரதன் மகள் மறக்காமல் மறுபடியும் கேட்கிறாள். 'அகதி என்றால் என்னப்பா?' 'நாமதான் அகதி' என்கிறார் வரதன். அவள் மறுபடியும் 'நாம ஏம்பா அகதி?' 'சத்தம் போடாமல் வா. ஆமிக்காரன் பிடிக்கப்போறான்' என்று சற்று அதட்டலாகக் கூறினார். இந்தக் கேள்விக்கு அவருக்கும் பதில் தெளிவில்லாமல் இருந்தது. சிலமாதங்கள் கழித்து முகாமிற்குத் தகவல் வந்தது. அவருக்கு ஆண்குழந்தை பிறந்துள்ளதாக.

12

சாந்தியோட மூத்த பொடியன் திருப்பூரில் மூன்று மாதங்கள் தங்கியிருந்துவிட்டு முகாமிற்கு வந்தான். யாரும் கண்டுகொள்ளவில்லை. தோப்பூர் தாய்மாமன் முத்துப்பாண்டியும் அதற்குள் மறந்துபோனார். சாந்தி ஒரே வார்த்தையில், "நீ எனக்கு உழைத்துத் தர வேண்டாம். உன் குடும்பத்தை நீயே பார்த்துக்கொள். என்னிடம் காசு கேளாதே." மந்திரம்போல் திரும்பத் திரும்பச் சொன்னாள். முகாம் பதிவும் ரத்துச் செய்துவிட்டார்கள். ரூபன் சாந்தி வீட்டிற்கு அருகில் ஒரு ஓலைக்கொட்டில் போட்டுக்கொண்டான். ஓலைக்கொட்டில் போட அம்மாவிடம் காசு கேட்கப் போய்த்தான் அந்த வார்த்தைகள் மந்திரம்போல் உதிர்க்கப்பட்டன. முகாம் சூழல், போரால் விரட்டப்பட்டதன் விளைவு, அரசு உதவித்தொகை, கீழ்நிலை வாழ்வியல், போன்ற காரணங்கள் முகாம் பொடியன்களை ஆரம்பத்தில் உழைப்பாளிகளாக ஆக்கவில்லை. மாறாக வேலைக்குப் போகாத சோம்பேறிகளாக, தண்டச்சோறுகளாக, குடிகாரர்களாக மாற்றிவிடுகிறது. இப்படி வெட்டியாக ஒரு குழு முகாமிற்குள் எப்பவும் இருக்கும்.

ரூபனும் அவ்வாறுதான். முகாம் வந்ததும் புதுமுகாம் அகதிகளுடன் சகவாசம் தொடர்ந்தது. இந்தக் காலகட்டத்தில்தான் நடக்கக் கூடாதது நடந்தது. முகாம் ஆரம்பிக்கப்பட்டு இருபது வருடங்களுக்கு மேலாகியும் இதுபோல் சம்பவம்

தொ. பத்தினாதன்

அதுவரை நடந்ததில்லை. முகாமிற்குப் பின்புறம் இரண்டு கிணறுகள் இருக்கிறது. அதனைச் சுற்றி முட்புதர்கள் உள்ளன. காலையில் சைக்கிளும் நடையுமாகச் சில ஆண்கள் அந்தக் கிணத்துப்பக்கம் புதரடியில் ஒதுங்குவார்கள். ஒரு கிணத்தில் கழுவுவார்கள். ஒரு கிணத்தில் குளிப்பார்கள். சிலர் கிணற்றில் குதித்தும் சிலர் வாளிகளில் அள்ளியும் குளிப்பது வழக்கம். அதுபோல் ஒருநாள் காலையில் குளிக்கச் சென்றவர்களுக்குப் பெரும் அதிர்ச்சி காத்திருந்தது. ஒரு சடலம் வீங்கிய நிலையில் மிதந்துகிடந்தது.

காவலர்கள் வந்தார்கள். ஆம்புலன்ஸ் வந்தது. எடுத்துக் கொண்டு போய்விட்டார்க்ள. இருபத்தைந்து வயது மதிக்கத்தக்க இளைஞன் நல்ல சிகப்பு நிறம். சிகப்பு நிறம் என்பதால் வட இந்தியப் பொடியன்களாக இருக்கலாம். கப்பலூரில் உள்ள கம்பெனிகளில் வட இந்தியப் பொடியன்கள் வேலை செய்கிறார்கள். அவர்களுக்குள் ஏற்பட்ட பிரச்சினையில் இது நடந்திருக்கலாம், நல்ல சிகப்பு நிறத்தில் அந்தச் சடலம் இருந்தது என்று முகாமிற்குள் கதை பரவியது. மூன்று மாதகாலம் இதுபற்றி வேறு தகவல்கள் எதுவுமில்லை. முகாம் வழக்கம்போல் இயங்கியது. ஒருநாள் விடியற்காலை மூன்று மணியளவில் காவல் வாகனம் வந்தது. பத்துக்கும் மேற்பட்ட காவலர்கள் வந்தார்கள். புது அகதிகள் முகாமிலிருந்து இருவரையும் சாந்தியின் பொடியன் ரூபனையும் அள்ளிக்கொண்டு போய்விட்டார்கள். அவர்கள் மூவரும் தற்போது அரசரடி மத்தியச் சிறையில்.

வரதன் இலங்கைசென்றபின்பு அவருடையதூரத்து உறவினர் ஒருவர் அந்தக் கடையை வாங்கி நடத்திக்கொண்டிருக்கிறார். அவர் இல்லாதபோது அவர் மனைவி கடையில் இருப்பது வழக்கம். அவ்வாறு அவர் மனைவி கடையிலிருக்கும்போது கிணற்றில் சடலமாக கிடந்த பொடியன் சிகரெட் வாங்கியுள்ளான். அந்தப் பகுதியில் சில குழந்தைகளுக்கும் மிட்டாய் வாங்கிக் கொடுத்திருக்கிறான். முகாமில் புதுமுகம் யாராவது வந்தால் தெரிந்துவிடும். ஆகவே அந்தக் கடைக்காரப் பெண்மணி கேட்டிருக்கிறார். நீங்க யாரு? ஏன் இங்க வந்திருக்கிறீங்க என்று. அதற்கு அந்தப் பொடியன் நான் வெளிநாட்டிற்கு ஆள் அனுப்பும் நிறுவனத்தில் வேலை செய்கிறேன். இங்கிருந்து ஆட்கள் அனுப்ப வந்திருக்கிறேன். இங்க வெளியாட்கள் யாரும் முகாமிற்குள் வரக் கூடாது. கியூ ப்ராஞ்சு போலீஸ் பார்த்தால் பிடித்துக்கொள்வார்கள். என் மாமாவும் போலீசில்தான் பெரிய பதவியில் இருக்கிறார் என்றிருக்கிறான் அந்தப் பொடியன். அதற்குமேல் அந்தப் பெண் எதுவும் பேசவில்லை.

இந்தச் சம்பவத்திற்கு மூன்று நாட்கள் கழித்து அந்தப் பொடியன் கொலை செய்யப்பட்டு இருக்கிறான். அந்தப் பொடியன் பெரம்பலூர் மாவட்டத்தைச் சேர்ந்த நல்ல குடும்பப் பின்னணி கொண்ட பொடியன். பொடியன் நல்ல நிறமும் அழகும் உடையவன் என்பதால் பெண்கள் மேல் சபல புத்தியுடையவனாக இருந்திருக்கலாம். வெளிநாட்டிற்கு ஆள் அனுப்பும் நிறுவனத்தில் பணிபுரிந்திருக்கிறான். முகாமில் ஒரு பெண்ணுடன் தொடர்பு ஏற்பட்டுள்ளது. அந்தப் பெண் தொடர்ந்து அவனுடன் பலவழிகளில் தொடர்பிலிருந்திருக்கிறாள். அந்தப் பெண்ணைத் தேடி முகாமிற்கு வரும்போதுதான் அந்தப் பெண் ஏற்கெனவே கல்யாணம் ஆகி இரண்டு குழந்தைக்குத் தாய் என்பது அவனுக்குத் தெரிந்திருக்கிறது.

அவன் கடும் சினம் அடைந்திருக்கிறான். தன்னை அந்தப்பெண் காதலித்து ஏமாற்றிவிட்டதாக அவனுக்குக் கோவம். தன்னுடன் இந்தப் பெண் இவ்வாறு நடந்துகொண்டாள் என்று அப்பெண்ணின் கணவனிடம் கூற, அப்பெண் இல்லை இல்லை அவன்தான் என்னுடன் தவறாக நடக்க முயற்சிக்கிறான் என்றிருக்கிறாள்.

இந்தத் தகவல் அப்பெண்ணின் அண்ணன் காதிற்கு எட்டியுள்ளது. அப்பெண்ணின் அண்ணனும் புருசனும் சேர்ந்து திட்டம் தீட்டியுள்ளார்கள். அதன் பின்பு அப்பொடியனுடன் சமாதானமாகப் பேசி இங்கு வெளிநாடு செல்ல ஆட்கள் இருக்கிறார்கள், நீ உடனே புறப்பட்டு வா என்றதும், அந்தப் பொடியனும் இவர்களை நம்பி வந்திருக்கிறான். முகாமிற்குப் பின்பக்கம் உள்ள புதர்ப்பக்கமாக நன்றாகச் சாராயத்தை ஊற்றிக் கொடுத்திருக்கிறார்கள். இந்தச் சாராயக் குடிக்கூட்டத்தில் சம்பந்தமில்லாமல் இலவச சாராயத்திற்காக சாந்தியின் பையன் கலந்துகொண்டான். அண்ணனும் புருசனும் நிதானமான வெறியில் இருக்கவும் ரூபன் விபரம் தெரியாமல் ஓசி சாராயம்தானே என்று நினைத்து அதிகமாகக் குடித்திருந்தான். அந்தப் பொடியனுக்கு நல்ல போதை ஏறவும், அவனது ஆண் குறியை நோக்கி பெண்ணின் அண்ணன் “ஏண்டா இந்த சுண்ணிக்கு முகாம் பொம்பள கேக்குதோ” காலால் ஓங்கி மிதித்திருக்கிறான். அந்தப் பொடியன் ஆண்குறியைக் கையால் பிடித்துக்கொண்டு சுருண்டு விழவும் நல்ல வெறியிலிருந்த ரூபன் உக்காந்திருந்த கல்லைத் தூக்கித் தலையில்போட்டான். இதை அண்ணனும் புருசனும் எதிர்பார்க்கவில்லை. தலை உடைந்து இரத்தம் பரவத் தூக்கிக்கொண்டுபோய்க் கிணற்றில் போட்டிருக்கிறார்கள். அவனைக் கொலைசெய்ய அவர்கள் திட்டமிடவில்லை. ரூபனின்

மிதமிஞ்சிய வெறித்தனத்தால் கொலையாகிப் போனது. அவன் வைத்திருந்த காசு எல்லாம் எடுத்துவிட்டார்கள். கிணற்றில் போட்டுவிட்டு வந்த பின்பு இவர்களுக்குச் சந்தேகம் வரவே மறுபடியும் போய்ப் பார்க்கும்போது சடலம் தண்ணீரில் மிதந்து கொண்டிருந்தது. அதன்பின்பு கல்லைக்கட்டி இறக்கிவிட்டார்கள்.

போலீஸ் விசாரணையில் தகவல் வந்ததாக முகாமில் கதை அடிபட ஆரம்பித்தது. இதில் சாந்தியின் பொடியன் ரூபன் குடிக்காக அவர்களுடன் சேர்ந்ததன் விளைவு இவ்வாறு ஆகிப்போனது. அவனை நம்பிவந்த பெண்ணின் நிலை, பெற்றோருடனும் செல்ல முடியாமலும், சொந்தபந்தங்களுடன் உறவுகொள்ள முடியாமலும், சாந்தியின் உதவியும் இல்லாமல் பரிதாபமான வாழ்க்கையை வாழ்ந்துகொண்டிருக்கிறாள்.

13

சாந்தி முன்பு மாதிரி இல்லை. நொடிச்சுப் போய்ட்டா. மூத்த மகள் ஊருக்குப் போய்விட்டது. இரண்டாவது மக்கள் கொஞ்ச வயதில் பிள்ளையுடன் விதவை மாதிரி ஆயிட்டா. மூத்த மகன் சிறையில். இரண்டாவது மகன் குறிப்பிட்டுச் சொல்லும்படியில்லை. கொஞ்சநாளாகவே சாந்தி வீடு, ஆஸ்பத்திரி என்று அலைந்துகொண்டிருந்தாள்.

தாய்க்கும் சசிக்கும் பெரிய பிரச்சினைகள் தற்போது வருவதில்லை. சாந்தியோட மூர்க்கத்தனமெல்லாம் வடிந்திருந்தது. வேறு வழியும் இருவருக்குமில்லை. சசி தையல் தொழில் கற்றுக்கொண்டது அவளுக்குப் பெரிய உதவியாக இருந்தது. சாந்தியோட குடுக்கல் வாங்கல்கள் கணிசமாகக் குறைந்திருந்தன. நடமாட்டமும் மெல்ல மெல்லக் குறைந்திருந்தது. குறுகிய காலத்தில் சாந்தி இப்படியாவாள் என்று யாரும் எதிர்பார்க்கவில்லை.

ஒருநாள் சாந்தி மயங்கி விழுந்துவிட்டதாக ஆட்டோவில் திருமங்கலம் ஆஸ்பத்திரிக்குக் கொண்டுபோனார்கள். சசியுடன் செல்வியும் பக்கத்து வீட்டு ஞானம் அண்ணனும் சென்றிருந்தார்கள்.

திருமங்கலம் ஆஸ்பத்திரியில் மதுரை பெரிய ஆஸ்பத்திரிக்குக் கொண்டுபோகச் சொல்லி ஏற்க மறுத்துவிட்டார்கள்.

திருமங்கலத்தில் ஒரு தனியார் ஆம்புலன்சில் மதுரை பெரிய ஆஸ்பத்திரிக்குக் கொண்டுசெல்லும் வழியிலேயே சாந்தி இறந்துபோனாள்.

ஆஸ்பத்திரிக்குள் போய்விட்டால் உடலை உடனே தரமாட்டார்கள் என்பதால் வழியிலேயே முகாமிற்குத் திரும்பிக் கொண்டு வந்தார்கள். "உன்ன மாதிரியே என்னையும் தனியே விட்டுட்டுப் போயிட்டியேம்மா" என்று சசி அழுதது கேட்பவர்களுக்கு நெஞ்சை அடைப்பதாக இருந்தது.

முகாமிற்குத் தகவல் தெரிவிக்கப்பட்டுச் சனங்கள் கூடியது. கிடுகில் பந்தல் போடும் வேலைகள் நடந்துகொண்டிருந்தது. ஆம்புலன்ஸ் வேன் முகாமுக்குள் வந்து சாந்தி கொட்டில் முன் நின்றது. உடலை இறக்கி ஓலைக் கொட்டிலுக்குள் இரும்புக் கட்டிலில் படுக்கவைத்தார்கள். நீண்ட நாட்களுக்கு முன்பு தலை முடிக்கு அடித்த கறுப்பு மை கலைந்து கறுப்பு வெள்ளையாக இருந்தது. கண்களில் குழி விழுந்து, முகத்து எலும்பில் தோல் ஒட்டி, மார்பகங்கள் சுருங்கி, உடல் மெலிந்து சிறுத்துப்போயிருந்தாள் சாந்தி. பாலுமகேந்திராவின் மற்றுமொரு கதாநாயகி.

ஆம்புலன்ஸ் இருக்கைக்குப் பின்னால் இருந்த தண்ணீர் பாட்டிலை எடுத்து முகம் கழுவிக்கொண்டிருந்த ஓட்டுநரிடம், ஞானம் அண்ணே காச எடுத்து நீட்டவும், அவர் மறுத்துவிட்டார். "வேணா சார் அகதிகளுக்காகத் தமிழ்நாட்டுத் தமிழனாக என்னால் ஆன உதவியாக இருக்கட்டும் . . ."

ஏப்ரல் மாதம் 21ஆம் திகதி வந்தால் சாந்திக்கு 56 வயசு.

எயிட்ஸ் நோயினால்தான் சாந்தி இறந்துபோனதாக முகாமில் இரகசியமாகப் பேசிக்கொள்கிறார்கள்.

பகுதி 4

முகாமில் எந்தப் பிரச்சினையும் இல்லாமல் வாழக்கூடியவர்களில் ஒருத்தர் பேதுறு. மனைவி, மூத்த மகள், மகன் ஆகியோருடன் 90 களில் அவர்கள் அகதியாகத் தமிழகம் வந்தார்கள். ஆரம்பம் முதலே உச்சப்பட்டி முகாம் வாழ்க்கைதான். 96இல் கன்னியாகுமரி மாவட்டம் களியக்காவிளை முகாமிலுள்ள உறவுக்காரப் பொடியன் ஒருவனுக்கு மகளைக் கல்யாணம் செய்துவைத்தார். மகனப்படிக்க வைக்கவேண்டும் என்ற ஆசை பேதுறுவுக்கு இருந்தது. 91ஆம் ஆண்டு முகாமில் இருந்த பள்ளிக்கூடத்தில் 5ஆம் வகுப்பில் அவனைச் சேர்த்திருந்தார். அப்போது ஆரம்பப் பள்ளி முகாமில்தான் இருந்தது. எந்தச் சான்றிதழும் அகதிகளுக்குத் தேவையில்லை. இலங்கையில் என்ன படித்தார்களோ அதே வகுப்பில் சேர்த்துக்கொள்வார்கள். அரசுப் பள்ளியில் பேதுறுவோட மகன் ஜோனும் அவ்வாறுதான் சேர்ந்திருந்தான். ஆனால் முகாமிலிருந்த பள்ளியில் இரண்டு தடவை ஐந்தாவது படிக்கும் சூழ்நிலை உருவானது. ஆறாவதாக, கூத்தியார்குண்டுக் கிராமத்திற்குள் இருந்த உயர்நிலைப்பள்ளியில் எட்டாவதுவரை படித்தான். ஒன்பதாவதும் பத்தாவதும் திருமங்கலத்தில் உள்ள காட்டு பங்களா சிஎஸ்ஐ பள்ளியிலும், மேல்நிலைப்படிப்பைப் பசுமலை சிஎஸ்ஐ பள்ளியிலும் அவன் படித்து முடித்த நேரம் பேதுறு கிட்னி செயலிழந்து இறந்துபோனார். முகாமில் கிட்னி செயலிழந்து இறப்பதற்கு அதிக காரணம் நிலத்தடி நீர்தான் என்று

யாராவது இறந்தால் மட்டும் பேசிக்கொள்வார்கள். மற்ற நேரத்தில் அதை மறந்துபோவார்கள்.

ஜோனுடைய அம்மா தையல் தொழில் செய்து அவனைக் கல்லூரியில் படிக்கவைத்தாள். மூலக்கரையில் உள்ள 'மன்னர் திருமலை நாயக்கர்' கல்லூரியில் ஜோன் பட்டப் படிப்புப் படித்தான். முகாமில் முதல் முதலாகக் கல்லூரி சென்றது ஜோனும், சாந்தியோட மூத்தமகள் சரோவும்தான். 1999 முதல் 2002 வரை கல்லூரிக் கட்டணம் முழுவதையும் டாபர் தொண்டு நிறுவனம் செலுத்தியது. பிறகு நிறையப்பேர் கல்லூரிக்குச் செல்லத் தொடங்கவும், அதைப் பாதியாகக் குறைத்துக்கொண்டது.

ஜோன், அந்த முகாமில் பிரச்சினையில்லாத ஒரு பொடியன் என்ற பெயரைச் சம்பாதித்திருந்தான். கல்லூரியை முடித்தபிறகு பைலும் பயோடேட்டாவுமாக வேலை தேடி அலைந்து கொண்டிருந்தவனுக்கு எந்த வேலையும் கிடைக்கவில்லை. எல்லா நேர்முகத் தேர்வுகளிலும் அகதி என்பதால் சட்டச் சிக்கல்கள் வரலாம், வெளியே வேலை செய்ய அரசு அனுமதிக்காது என்று சொல்லியே நிராகரித்தார்கள்.

கடைசியில் முகாம்களின் 'தேசிய வேலையான' பெயிண்ட் அடிக்கும் வேலைக்குப் போவதைத் தவிர ஜோனுக்கு வேறு வழி இருக்கவில்லை. காலம் வேகமாகக் கடந்து கொண்டிருந்தது. ஜோனோட அக்கா மேரிக்கும் இரண்டு ஆண் பிள்ளைகள் இருந்தார்கள். அவர்களும் பள்ளிக்கூடத்தில் படித்துக்கொண்டிருந்தார்கள். ஜோன், முகாமிலிருந்த 'ரிட்டா' என்ற பிள்ளையைக் காதலித்தான். ரிட்டாவோட அம்மாவுக்கு அதில் சுத்தமாக விருப்பம் இருக்கவில்லை. எப்படியாவது மகளை வெளிநாட்டு மாப்பிள்ளைக்குக் கட்டிக்கொடுக்க வேண்டும் என்றுதான் அவள் முயற்சித்தாள். ஜோனுடைய வீட்டில் காதலுக்கு எந்தப் பிரச்சினையும் இருக்கவில்லை. பல சுற்றுப் பேச்சுவார்த்தைகளுக்குப் பின்பு ரிட்டாவோட அம்மா வேறு வழியில்லாமல் ஒத்துக்கொண்டாள். கல்யாணமும் நடந்து முடிந்தது.

ஒருநாள் மேரியக்கா கூப்பிட்டாள் என்பதால் ஜோன், களியக்காவிளை முகாமுக்குச் சென்றான். அந்த முகாம் உச்சப்பட்டி மாதிரித் திறந்த வெளி கிடையாது. சுற்றிலும் உயர்ந்த மதில் உள்ளது. போகவர ஒரேயொரு பாதை மட்டுமே. இரவில் அது பூட்டப்பட்டிருக்கும். அது உண்மையில் ஓர் உணவுத் தானியச் சேமிப்புக்கிடங்கு. கிட்டத்தட்டப் பத்து வருடங்களுக்கும் மேலாக உணவுத்தானியக் கிடங்கில்தான் சேலை, உரப்பை, தார்ப்பாய் போன்றவற்றால் தடுப்புக்களை ஏற்படுத்திக் குடும்பம்

குடும்பமாக வாழ்ந்தார்கள். பக்கத்துத் தடுப்பில் உள்ளவன் மூச்சுவிடுவதுகூட இந்தப் பக்கம் கேட்கும். ஒருத்தன் விடும் குறட்டைச் சத்தம், குடோன் முழுக்க அமைதியான இரவில் காதுக்குள் சங்கூதுவதுபோல் ஒலிக்கும். இந்த முகாமுக்கு வரும்போதெல்லாம் "உச்சப்பட்டியில் திறந்த வெளியில் சுதந்திரமாக இருந்திட்டு எப்படி அக்கா நீ இங்க வாழப்பழகினே" என்று ஜோன் அக்காவிடம் கேட்பான்.

மாலை நாலுமணியிருக்கும், களியக்காவிளை பேருந்து நிலையத்தில் இறங்கிய ஜோன் கோழிவிளை முகாம் நோக்கி நடந்துசென்றான். எதிரில் அக்கா வந்துகொண்டிருந்தாள். "அக்கா . . . எங்க போயிட்டு இருக்கிறாய்?"

"மதுரையில் மீன் விலை அதிகம். மார்க்கெட் போன சித்தப்பாக்கிட்ட சொன்னேன், மீன வாங்கி வரச்சொல்லி. அவர் மறந்திட்டாராம். அதான் நீ வருகிறாய் என்பதால் மீன் வாங்கலாம் என்று வந்தேன்."

"யாருக்கா எனக்குத் தெரியாமல் உனக்கு சித்தப்பா?"

"இங்க எல்லோரும் அவர அப்பிடித்தான் கூப்பிடுறாங்க." இருவரும் பேசிக்கொண்டே முகாமிற்கு நடந்தார்கள். "எதுக்கு அவசரமாக வரச் சொன்னேக்கா?"

"மூத்தவன் படிக்காமக் குழப்படி செய்கிறான். முகாமில வயசில மூத்த பொடியனுடன் சேர்ந்து திரிகிறான். அடுத்த வருசம் பத்தாவது அவனை ஆஸ்டல்ல சேர்க்கணும்."

"எங்க ஆஸ்டல்ல சேர்க்கப்போறீங்க?"

"கிறிஸ்தவ தொண்டு நிறுவனத்தோட சிஸ்டர் ஒருத்தங்க இங்க வருவாங்க. அவங்ககிட்ட பேசியிருக்கிறேன். சேலத்தில ஒரு ஆஸ்டல் இருக்காம். அந்தப் பள்ளிக்கூடம் ஆங்கில மீடியம்தானாம். அங்க அகதிப்பிள்ளைகள் படிக்கிறார்களாம். அங்கதான் நீ கூட்டிட்டுப்போய்ச் சேர்த்துவிடு. அத்தானுக்கு வேலை. அவர் இப்படியான வேலைக்கு வரமாட்டார்."

"நான் கூட்டிக்கொண்டு போனால் சேத்துக் கொள்வாங்களா?"

"இந்த சிஸ்டர் அங்குள்ள சிஸ்டர்கிட்ட பேசியிருக்காங்க, ஆஸ்டலுக்கும் பள்ளிக்கூடத்துக்கும் ஒரே பாதர்தான் பொறுப்பாம். அவரிடமும் பேசியிருக்கு. நீ கூட்டிட்டுட்டுப் போ, அங்க சிஸ்டர் வருவாங்க."

"டிசி எல்லாம் வாங்கிட்டீங்களா?"

“எல்லாம் வாங்கிட்டன். ஆஸ்டல் போறதுக்கான சாமான்கள் எல்லாம் வாங்கிட்டன். ஆனா . . .”

“என்னக்கா ஆனா?”

“பீட்டர்தான் ஆஸ்டலுக்குப் போகமாட்டேன் என்கிறான்.”

“ஏனாம் படிக்கக் கஸ்டமா?”

“முகாமச் சுத்தித் திரிஞ்சவனக் கூட்டிக்கொண்டுபோய் ஆஸ்டலில விடுறதெண்டா வருவானா?”

“அப்ப என்ன செய்யிறது?”

“நீ பேசினா உனக்குப் பயந்துட்டு வருவான்.”

இப்படியே பேசிக்கொண்டே கோழிவிளைச் சந்தியைத் தாண்டி, கேரளா செக் போஸ்டையும் தாண்டி நடந்து முகாமிற்குள்ளே சென்றார்கள். கேட்டைக் கடந்ததும் புளிய மரத்தடியில் கட்டப்பட்ட தொண்டு நிறுவனத்தின் பாலர் பாடசாலைக்குள்ளிருந்து தடித்த குரல் வந்தது “டேய் . . . இங்க வா . . .”

ஜோனுக்கு மலையாளம் கலந்த தமிழ் வார்த்தை வித்தியாசமாக இருந்தது. திரும்பிப் பார்த்துக்கொண்டே நடந்தான். தன்னைத்தான் யாரோ கூப்பிடுகிறான் என்பதை அவன் கவனிக்கவில்லை. மறுபடியும் அழுத்தமாக வரவும், மேரி கவனித்துவிட்டாள். கியூ ப்ராஞ்சு போலிஸ்.

“தம்பி, பர்மிசன் வாங்கிட்டா வந்தனி?” என்று மேரி கேட்டாள். மறுபடியும் உள்ளிருந்து சத்தம் வரவும் இருவரும் அங்கு சென்றார்கள். மேரி வாசலில் நின்றுகொண்டாள். ஜோன் உள்ளே சென்றான். “ஏன்டா பட்டி. ஒரு தடவை கூப்பிட்டா வரமாட்டியோ?”

பளார் என்று ஒரு அடி கன்னத்தில் விழுந்ததை, எதிர்பார்க்காத ஜோன் தடுமாறிப்போனான். மேரி போட்ட கூச்சலில் முகாம் கூடிவிட்டது. ஒரு மூலையில் ஜோன் உட்கார வைக்கப்பட்டிருதான். மேரிக்கு உள்ளே செல்லப் பயம். யாரோ ஒருத்தர் வேலைக்குப் போயிருந்த அவளுடைய புருசனுக்குத் தொலைப்பேசியில் தகவல் கூறினார்கள். முகாம் தலைவர், ஞானம் வந்தார். “ஐயா . . . இந்தப் பொடியன் மேரியோட தம்பிதான். பல தடவை இங்க வந்திருக்கிறான்” என்றார்.

“அவளோட தம்பிண்டு எனக்கு எப்படித் தெரியும்? மேரி தம்பினா பர்மிசன் இல்லாமல் வரலாமா? எங்களுக்கு எதுக்கு அரசாங்கம் சம்பளம் கொடுத்து இங்க டூட்டி போட்டிருக்காங்க?

எங்களுக்கு வேற வேலையே இல்லையா?" கியூ ப்ராஞ்சுக்காரன் கத்தினான்.

ஞானம் ஜோனைப் பார்த்து "இந்த முகாமிற்குப் பலதடவை வந்திருக்கிறீர். பர்மிசன் வாங்கிக்கொண்டுதான் வரவேண்டுமென்று தெரியும்தானே? அனுமதி வாங்கிட்டு வரவேண்டியதுதானே. அதிகாரிங்க அவங்க டூட்டியத்தானே செய்ய முடியும்" என்றார். ஜோனுக்குப் பெரிய அவமானமாகப் போய்விட்டது. அக்காவுக்குச் சங்கடத்தை ஏற்படுத்திவிட்டோமோ என்ற எண்ணம் வேறு வந்தது. இதற்கு முன்பு சிலவேளை அனுமதியுடனும், அனுமதியில்லாமலும் பலதடவைகள் இங்கு வந்திருக்கிறான். ஆனால், இப்படி நடந்ததில்லை. யார் முகாமுக்கு வந்தாலும் அங்குள்ள நோட்டில் பதிவுசெய்து வைக்க வேணும். கியூ பிரிவுக்காரன் அந்தப் பதிவு நோட்டைத்தான் முதலில் பார்ப்பான். இவன் புதிதாக வந்த கியூ பிரிவுக்காரன். பழைய கியூ பிரிவுக்காரன் 'ஜெயராஜ்' என்று ஒருத்தர் ரொம்ப நாளாக இருந்தார். அவருக்கு முகாம் சனங்களை நன்றாகத் தெரியும். பெரிதாகக் கண்டுகொள்ளமாட்டார் .

சற்றுநேர அமைதிக்குப் பின்பு ஞானம், "அய்யா . . . ஒரு தடவை மன்னிச்சு விட்டுடுங்க. இனிமேல் அனுமதியில்லாமல் வரமாட்டான்" என்றார்.

"அவன விட்டுடாலம் அப்ப நீ வாறியா ஜெயிலுக்கு?" ஞானத்தால் பதில் சொல்ல முடியவில்லை.

"தாயோலிங்க . . . இதனால்தான்டா சிங்களவன் உங்கள அடிச்சு விரட்டினான். இங்க வந்தும் நீங்க அடங்கமாட்டீங்க. உங்கள நல்லாத் தெரிஞ்சதாலதான்டா அரசாங்கம், உங்கள இத்தன வருசமாக இப்படியே வச்சிருக்கு."

"அய்யா ஒருதடவை மன்னிச்சுவிட்டிருங்க."

"லைசன்ஸ் இருக்கிறவன்தான் ரோட்ல வண்டி ஓட்டணும் என்று சட்டமிருக்கு. லைசன்ஸ் இல்லாமல் வண்டி ஓட்டுறவன மன்னிச்சுவிட்டுரலாமா? அனுமதி வாங்கிட்டுத்தான் வரனும், போகனும், என்று அரசாங்கம் சொன்னா செய்ய வேண்டியதுதானே? இல்ல, இப்படி உங்கலாள வாழ முடியல என்றால் உங்க நாட்டுக்குப் போங்க. உங்களால நாங்க கூப்பிட்டமா? அல்லது போக வேண்டாம் என்றா அரசாங்கம் சொல்லுது? இங்க இருந்து எங்க வரிப்பணத்தில உட்கார்ந்து சாப்பிட்டுக்கொண்டு எங்களையும் எதுக்குடா தொந்தரவு செய்றீங்க? எவனும் அனுமதியில்லாமல் வரவும் கூடாது, முகாமைவிட்டு வெளிய போகவும் கூடாது."

198 தொ. பத்திநாதன்

மேரி புருசன் அரக்கப் பறக்க ஓடிவந்தார். "சார், மனைவியோட தம்பிங்க சார் ... மன்னிச்சிடுங்க சார் ... இனிமேல் அனுமதியில்லாம வரமாட்டாருங்க சார்."

"ராஜீவ் காந்திய கொன்னது நீங்கதானடா . . . அவன் ஒரு விடுதலைப் புலி. அவன் இந்த முகாமிற்கு உன்னத் தேடித்தான் வந்திருக்கிறான். உங்க இரண்டுபேரையும் தோலை உரிக்கிறன். நீங்க இரண்டு பேரும் ஸ்டேசன் வாங்க" என்று கியூ ப்ராஞ்சுக்காரன் எழுந்து சென்றுவிட்டான்.

"அய்யய்யோ இது என்ன கொடுமையாக இருக்கிறது. புலி என்கிறார். ராஜீவ் காந்தி என்கிறார். தோலை உரிக்கிறேன் என்கிறார். இத்தன வருசமாக அகதியாக இங்க இருக்கிறோம். இதுவரை இப்படி நடந்ததில்லையே . . ." சனங்கள் புலம்ப ஆரம்பித்தார்கள். எப்பவும் இந்த மாதிரி அனுமதியில்லாமல் எவராவது வந்து எக்குத்தப்பா கியூ பிரிவுக்காரனிடம் மாட்டினால் மிரட்டிட்டு விட்டுருவார்கள். காலையில் வந்தால் மாலையிலும் மாலையில் வந்தால் மறுநாள் காலையிலும் புறப்படச் சொல்லிவிடுவார்கள்.

ஞானம், ஜோன், மேரி புருசன் மூவரும் ஒரு ஆட்டோவில் ஸ்டேசன் சென்றார்கள். இன்ஸ்பெக்டர் இல்லை. ஜோனை அடித்த கியூ பிரிவுக்காரனும் இல்லை. ஞானம் ஸ்டேசன் உள்ளேயே சென்று எஸ்ஐயிடம் விபரத்தைக் கூறினார். "இன்பெக்டர் வரட்டும்" என்று கூறினார் எஸ்ஐ. காத்திருந்தார்கள். ஒரு மணிநேரம் இரண்டுமணி நேரமாச்சு, "ஞானம் ஏட்டையாவைக் கேட்டார் இன்ஸ்பெக்டர் எப்ப வருவார் என்று, ரைடுக்கு போயிருக்கிறார் எப்ப வருவார் என்று தெரியவில்லை" என்றார் அவர். மேரி புருசனிடம் ஞானம் கேட்டார் "போய்ட்டு காலையில வருவமா? அண்ணே. பாதி வேலை நடக்குது. வீட்டுக்காரன் சீக்கிரம் முடிக்கச் சொல்லுறான். நாளைக்கு ஒருநாள் முழுசா வேலையிருக்கு? நாளை மறுநாள் பால் காச்சனுமாம் . . ."

"முகாம்ல தான் நிறைய பெயிண்டர் இருக்கிறானுக எவனாச்சம் போகச் சொல்லலாம் தானே".

"இல்ல ஞானமண்ணே கணக்குவழக்கு இருக்குது. கூடவேல செய்றவங்களுக்கு சம்பளம் வாங்கி கொடுக்கணும் அதான் யோசிக்கிறன்." ஸ்டேசனுக்கு வெளியேவே நின்று பேசிக்கொண்டிருந்தனர் இரவு ஒன்பது மணிக்கு மேல் இன்ஸ்பெக்டர் ஜீப்பில் வந்து இறங்கினார். என்ன என்பதுபோல் ஞானத்தைப் பார்த்தார். "அய்யா மதுரையில் இருந்து அனுமதியில்லாமல் அக்காவைப் பார்க்க இந்தப் பொடியன் வந்துட்டான் . . ." கியூ பிரிவு சார்தான் என்று ஞானம்

சொல்லிமுடிக்கும் முன்பே "ஏயா இங்க இருக்கிற பிரச்சினையில இதுதான் இப்ப பெரிய பிரச்சினையா? ராமச்சந்திரன்" என்று இன்ஸ்பெக்டர் கூப்பிட்டுக்கொண்டே ஸ்டேசனுக்குள் நடந்து செல்ல எதிரில் ராமச்சந்திரன் ஏட்டு வந்தார். "ஏய்யா இவர்களை எல்லாம் ஏன் சும்மா சும்மா இங்க கூட்டிட்டு வர்றாங்க? வேற வேலையே இல்லையா? அவிங்கள நிம்மதியாக வாழ விடுங்க."

காவல் நிலையத்தில் வாங்கின அடியின் வலி மாறுவதற்கு முன்பாக இரவோடு இரவாக ஜோன் அக்கா பையனைக் கூட்டிக்கொண்டு முகாமை விட்டு வெளியேறினான். பாய், தலகாணி, பக்கெட், மக்கு, தகரப் பெட்டி போன்ற ஆஸ்டலில் தங்குவதற்கான அடுக்குகளுடன் காலை 8 மணியளவில் சேலம் சென் ஜோன் மேல்நிலைப்பள்ளி வளாகத்தை அடைந்தார்கள்.

அக்காவின் அறிவுரைப்படி தொண்டு நிறுவன சிஸ்டரைத் தொடர்புகொண்டு பேசினான். சிஸ்டர் பத்து மணிக்குமேல் வருவதாகக் கூறினார். இது கிறிஸ்தவ நிறுவனம் நடத்தும் அரசு உதவி பெறும் பள்ளிக்கூடம். அண்ணா முதல்வராக இருந்தபோது அவரால் திறந்துவைக்கப்பட்ட பெருமையுடையதாம். இந்தப் பள்ளிக்கூட வாசலில் உள்ள வாட்சுமேனிடம் சொல்லி அவருடைய பாதுகாப்பில் பொருட்களை வைத்துவிட்டு இருவரும் வெளியே சாப்பிடச் சென்றார்கள். பயணக் களைப்பில் எப்படியாவது பள்ளிக்கூடம் ஆஸ்டலில் சேர்ந்துவிட வேண்டும் என்ற மனநிலை ஜோனுக்கு. "எவண்டா பள்ளிக்கூடம், பாடப் புத்தகம் எல்லாம் கண்டுபிடிச்சவன் அவன்மட்டும் கையில சிக்கினால் தொலஞ்சான்" என்று நினைக்கக்கூடிய பள்ளிப்பருவத்தில், ஆஸ்டலில் நின்று வேறு படிக்கிறது எவ்வளவு கொடுமையானது என்ற மனநிலை அக்கா பையன் முகத்திலும் தெரிந்தது. அதனால், இருவருக்குமே காலை உணவு உவப்பானதாக இருக்கவில்லை.

பள்ளி கரஸ்பாண்டன்ட் பாதரைப் பார்க்க வேண்டும். ஆஸ்டலுக்கு அவர்தான் பொறுப்பு. தொண்டு நிறுவன சிஸ்டரும் பேசியிருக்கிறாங்க, அதனால பிரச்சினை இல்லைதான். ஆனாலும், அகதிங்கிற ஒன்னு போற இடமெல்லாம் சனியன்மாதிரி முன்னாடி வருமே, அது என்ன பிரச்சினையை உருவாக்கும் என்பதை முன்னாடியே அறிய முடியாது, கடைசி நேரத்தில்தான் காலை வாரும். அதனால சிஸ்டர் வரட்டும். அவருடன் சென்று பாதரைப் பார்க்கலாம் என்று காத்துக் கிடந்தார்கள்.

சிஸ்டர் பத்தரை மணிக்கு வந்தார். மூன்று பேரும் கரஸ்பாண்டன்ட் பாதரைப் பார்த்தார்கள். பள்ளிக்கூட வளாகத்திற்குள் அமைந்துள்ள ஆஸ்டலில் சேர்ப்பதில்

தொ. பத்தினாதன்

எந்தப் பிரச்சினையும் இருக்கவில்லை. பள்ளிக்கூடத்தில் சேர்த்தால்தானே ஆஸ்டலில் தங்க முடியும். அகதிக்குப் பிரச்சினை எப்ப வரும் எப்படி வரும் யாருக்கும் தெரியாது ஆன வர வேண்டிய நேரத்துல கரெக்டா வரும்; அதுவும் கடைசி நேரத்தில்தான் கழுத்தைப் பிடித்துத் திருகும், அன்றும் அதுமாதிரியே நடந்தது.

அலுவலகம் சென்றதும், சிஸ்டரை இருக்கையில் அமரும்படி சைகை காட்டினார் பாதர். இருக்கையில் அமர்ந்த சிஸ்டர், “பாதர் இவங்களப் பத்தி ஏற்கனவே உங்ககிட்ட பேசியிருக்கிறேன்.” பாதர் எதுவும் பேசவில்லை மாற்றுச் சான்றிதழ் நகலை வாங்கிப் பார்த்தார். கூடவே அகதிக் குடும்ப அட்டையின் நகலையும் பார்த்தார். அவர்களையும் பார்த்தார்.

“சிஸ்டர், நீங்க ஏற்கனவே சொல்லியிருக்கிறீங்கதான், இங்க ஏற்கனவே அகதிப் பிள்ளைகள் படிக்கிறார்கள் இங்க அந்தப் பையனை சேர்ப்பதில் பிரச்சினை இல்லை. ஆனால், இந்தப் பையன் படித்த மாவட்ட கல்வி அதிகாரியிடம் ஒரு கடிதம் மட்டும் வாங்கிட்டு வரச் சொல்லுங்க. அதன் பின்பு சேர்த்திடலாம்.”

ஜோன் கூறினான், “பாதர் ஏற்கனவே பள்ளிக்கூடம் ஆரம்பித்து ஒருவாரம் ஆயிடுச்சு. அதுமட்டுமில்லாமல் நாங்க கன்னியாகுமரி மாவட்டத்துல இருந்து வாறம். நீங்க, முதல்ல சேர்த்துக்குங்க. நான் போய் உங்களுக்கு மாவட்ட கல்வி அதிகாரியிடம் லெட்டர் வாங்கிக் கொண்டுவருகிறேன்.”

“நீங்க சொல்லுறமாதிரி எல்லாம் செய்தால் நாங்க பள்ளிக்கூடம் நடத்த முடியாது. நீங்க லெட்டர் வாங்கிட்டு வாங்க நான் சேர்த்துக்கிறேன்.”

“சரி பாதர் இவன் ஆஸ்டல்ல நிக்கட்டும் நான் லெட்டர் வாங்கிட்டு வந்ததும் பள்ளிக்கூடத்தில சேர்த்திடலாம்.”

“பள்ளிக்கூடத்தில சேர்க்காம ஆஸ்டல்ல அனுமதிக்க முடியாது” என்று கூறி சிஸ்டரை ஒரு முறை முறைத்தார். பாதர் மாற்றுச் சான்றிதழையும் அதோடிருந்த அகதி அட்டை நகலையும் ஜோனிடம் நீட்டினார், ஜோன் தயக்கத்துடன் வாங்கிக்கொண்டான். ஜோனுக்கு அந்த அகதி அட்டையைச் சுக்கு நூறாகக் கிழித்து பாதர் மூஞ்சியில் வீச வேண்டும்போல் இருந்தது. “ஜான் நீங்க லெட்டர் வாங்கிட்டு வந்திருங்க பாதர் ஸ்கூல்ல சேர்த்துப்பார்” என்றார் சிஸ்டர். ஜான் ஒரு பலவீனமான சிரிப்பை மட்டும் பதிலாகச் சிரித்துவைத்தான். காரணம் பள்ளிக்கூடத்தில் சேர்த்தாகணுமே.

அவர்களும் பலம் பலவீனமுடைய மனிதர்கள்தான் என்றுதான் ஜோன் நினைத்துக்கொண்டான். அதிக நேரம் எடுக்கவில்லை, ஐந்து நிமிடத்தில் பதில் கிடைத்துவிட்டது. ஏதோ ஒரு தடங்கல் ஏற்படும் என்று ஜோன் எதிர்பார்த்த மாதிரியே நடந்திருந்தது. ஜோனும் அக்கா பையன் பீட்டரும் அலுவலகத்தைவிட்டு வெளியே வந்தார்கள். சிஸ்டர் அப்போதும் இருக்கையில் இருந்து எழுந்திருக்கவில்லை. ஜோன் வெளியே வந்து சற்று நேரம் காத்திருந்தான். சிஸ்டர் வெளியே வரவில்லை. அரைமணி நேரமாகியும் வரவில்லை. ஜோன் நேராக வாட்சுமேனிடம் வந்து பெட்டி, படுக்கை, சாமான் எல்லாமே எடுத்துக்கொண்டு பேருந்து நிலையம் வந்தான். தம்மம்பட்டியில் மலையடிவாரத்தில் உள்ள சோப்புமண்டி அகதி முகாமில் போய் இறங்கினான். அங்க தூரத்து உறவினர் வீட்டில் பீற்றரையும் சாமான்சட்டுக்களையும் விட்டுவிட்டு உடனே களியக்காவிளைக்குப் புறப்பட்டான்.

மறுநாள் காலை நாகர்கோயில் வடசேரி பேருந்து நிலையத்தில் இறங்கிய ஜான் கட்டணக் கழிப்பறையில் காலைக்கடன் முடித்துவிட்டு முகத்தை மட்டும் கழுவிக்கொண்டு குழித்தலையில் உள்ள மாவட்டக் கல்வி அதிகாரி அலுவலத்திற்கு வந்துசேர்ந்தான். முகாமிற்குள் அனுமதியில்லாமல் போய் மறுபடியும் அடி வாங்க முடியாதே. அதனால், அக்காவிடம் ஏற்கெனவே போனில் செல்லிவிட்டான். அக்காவும் மாவட்டக் கல்வி அதிகாரி அலுவலகம் வந்துசேர்ந்தாள். ஆனால் மாவட்டக் கல்வி அதிகாரி இன்னும் வரவில்லை. எப்போது வருவார் என அலுவலகத்திலிருந்து முறையான பதில் இல்லை. வருவார் என்ற நம்பிக்கையில் அக்காவும் தம்பியும் காத்திருந்தார்கள். அதிகாரி வரும்போது பெற்றோர் இருக்க வேண்டும் என்பதால், அதிகாரி வருவதற்கு முன்பாக அக்காவும் ஜோனும் ரீ சாப்பிட்டுக்கொண்டார்கள். பதினோரு மணிக்கு மேல் மாவட்டக் கல்வி அதிகாரி வந்தார். முதலாவதாக அக்காவும் தம்பியும் போய் முன்னாடி நின்றார்கள். என்ன என்பதுபோல் அதிகாரி பார்த்தார். அகதி முகாமில ஆரம்பித்துத் திருத்தலப்புரம் பள்ளிக்கூடத்தில் நடந்தது, சேலத்தில் பாதர் லெட்டர் வாங்கிட்டு வரச் சொன்னதுவரை ஜான் சொன்னதைப் பொறுமையாகக் கேட்ட அதிகாரி "ஒரு மாவட்டத்திலிருந்து வேறு மாவட்டத்தில் போய்ப் பள்ளிக்கூடத்தில் சேருவதற்கு மாவட்டக் கல்வி அதிகாரி லெட்டர் தேவையில்லைப்பா, மாநிலம் விட்டு மாநிலம் போய்ப் படித்தால்தான் மாவட்டக் கல்வி அதிகாரி லெட்டர் வேணும். பாதர் எதுக்கு லெட்டர் கேக்கிறார்?"

"சார் பையனைக் கூட்டிக்கொண்டுபோய் அங்க விட்டுட்டு வந்திருக்கிறேன். நீங்க லெட்டர் தரலைனா பள்ளிக்கூடத்தில

சேர்த்துக்க மாட்டாங்க. தயவுசெய்து உதவி செய்யுங்க சார்" என்று கெஞ்சும் தொனியில் அவன் கேட்டான். சற்று நேரம் யோசித்த அதிகாரி "பாதர் போன் நம்பர் இருக்கா?"

"இருக்கு சார்."

அதிகாரி அவருடைய போனை எடுத்து ஜோனிடம் கொடுத்து, "தம்பி நான் சொன்னேன் என்று நீங்களே போன்ல சொல்லுங்க. மாநிலம் விட்டு மாநிலம் படிக்கப் போறதுக்குதான் லெட்டர் வேணும், மாவட்டம் விட்டு மாவட்டம் படிக்கத் தேவையில்லைங்கிறத அவர்கிட்ட சொல்லுங்க. ஒரு வேளை இது அவருக்கு தெரியாமலிருக்கலாம்." முதலில் பாதர் போனை எடுக்க வேண்டும். ஜோன் கடவுளை வேண்டிக்கொண்டான். நினைத்தவுடன் எல்லா பாதரிடமும் போனில் பேசிவிட முடியாது. பூசையில் இருக்கும்போது, தூங்கும்போது எல்லாம் போனில் பேச முடியாது. போனை எடுக்கவில்லை என்றால் என்ன செய்வது என்ற யோனையுடன் போன் போட்டான். பாதர் போனை எடுத்தார். முதலில் அறிமுகமாகிப் பின்பு விபரத்தைச் சொல்லி மாவட்டக் கல்வி அதிகாரி சொன்ன தகவல்களைக் கூறினான். எரிச்சலான பாதர் "நான் தான் சொல்லுறேன்ல, அப்புறம் உங்களுக்கு என்ன சந்தேகம் பையன பள்ளிக்கூடத்தில சேர்க்கனும்னா லெட்டர் வாங்கிட்டு வாங்க." "ஒரு நிமிசம் பாதர் ஒரு நிமிசம்", பதற்றத்துடன் போனை மாவட்டக் கல்வி அதிகாரியிடம் ஜான் கொடுத்தான். மாவட்டக் கல்வி அதிகாரி தான் யார் என்பதை அறிமுகப்படுத்திக்கொண்டு பாதரிடம் பேசினார். பேசிமுடித்த அதிகாரி "ஏப்பா! அந்தாள் புரியாம பேசுறான். சரி நான் லெட்டர் தர்றேன். நீங்க அந்தப் பையன் படிச்ச பள்ளிக்கூடத்தில இருந்து ஒரு கடிதம் வாங்கிட்டு வாங்க."

"சரிங்க சார்; நாங்க இப்பவே போய்வாங்கிட்டு வர்றோம் சார்" என்று ஜோனும் அக்காவும் புறப்பட்டார்கள்.

பள்ளிக்கூடம் அதிக தூரத்திலில்லை என்பது சற்று ஆறுதலான விசயம். திருத்தலபுரத்தில் உள்ள மேல்நிலைப்பள்ளிக் கூடத்தை அடைந்ததும் தலைமை ஆசிரியர் இருக்கையில் இல்லை. ஏதோ கிளாசில் இருப்பதாக ஒரு பணியாளர் கூறினார். அரை மணிநேரம் காத்திருப்பிற்குப் பின்பு தலைமை ஆசிரியர் வந்ததும் அக்காவும் தம்பியும் அவர் முன்பு போய் நின்றார்கள். எல்லோருக்கும் கருணை காட்டுற பாதரே, அகதிங்கிறதால நிக்கவச்சு பேசும்போது தலைமையாசிரியர் எல்லாம் உக்கார வைச்சுப் பேசுவாரா என்ன? அதிரடியாகச் சத்தமாக எல்லாம் அவர் பேசவில்லை. முகத்தைச் சாந்தமாக இருப்பதுபோல் வைத்துக் கொள்ள முயற்சி செய்கிறார். தூரத்திலிருந்து பார்த்தால் நன்றாக இருக்கும். அமைதியாக "என்னப்பா?"

“சார் இவங்க என் அக்கா, இவுங்க பையன் இங்கதான் படிச்சான் சார்” என்று ஆரம்பித்து முடிக்கும் முன், “இப்ப உனக்கு என்ன பிரச்சினை? என்ன எதுக்கு பாக்க வந்த?”

“சார் மாவட்டக் கல்வி அதிகாரி உங்ககிட்ட லெட்டர் வாங்கிட்டு வரச்சொன்னார்.” அமைதியாக “ஏம்பா அகதியா வந்த உங்கள படிக்க அனுமதிச்சதே பெரிய விசயம். ஆனா, நீங்க அகதி மாதிரியா நடந்துக்குறீங்க? இந்தப் பள்ளிக்கூடத்துக்கு என்ன கொறச்சலுண்டு அங்க போறீங்க? நாளைக்கு அது சரியில்லைண்டு வேற எங்கயாவது போவீங்க, உங்க ஆட்டத்துக்கு ஆடுறதுக்கு ஒங்க வரிப்பணத்திலையா நாங்க சம்பளம் வாங்குறம்?” ஜோனுக்குப் பதில் வரவில்லை. பேசாமல் நின்றான். அவர், அவர் வேலையை பார்க்க ஆரம்பித்துவிட்டார். களியக்காவிளை முகாமில் உள்ள நிறையப் பிள்ளைகள் இங்கு படிக்கிறார்கள். ஒருவேளை அவர்களில் எவராவது இவரைத் தொல்லைப்படுத்தியிருப்பார்களோ என்னவோ. மனுசன் கடுமையாக இருக்கிறார் என்று நினைத்தான். அக்காவும் தம்பியும் பத்து நிமிடமாவது அப்படியே நின்றிருப்பார்கள் அவர் கண்டுகொள்ளவே இல்லை. “சார்” ஜோன் மெதுவாகக் கூப்பிட்டது அவருக்குக் கேட்டதா கேட்கலியா தெரியவில்லை. மறுபடியும், கொஞ்சம் சத்தமாக “சார் லெட்டர்”.

“கரஸ்பாண்டன்ட பாருங்க”, கை சாடையில் பக்கத்தில் என்பதுபோல் சாடை காட்டினார். ‘மூதேவி இத முன்னாடியே சொல்ல வேண்டியது தானேடா’ என்று நினைத்துக்கொண்டான். இருவரும் வெளியே வந்தார்கள். அக்கா கேட்டா “என்னடா அந்தாள் இப்படிப் பேசுறான்” அல்ப ஆயிசுல ஆக்ஸிடன்டுல அவுட்டாவான் என்றும் மனசுக்குள் நினைத்துக்கொண்டான்.

இதைக் கவனித்த அலுவலக உதவியாளர் “சார், அந்தாள் அப்படித்தான் பேசுவார், நீங்க பாதரப் பாருங்க இப்ப அவர் இங்க இல்ல எப்பவருவாருன்னு தெரியாது.” “உங்களுக்கு அவசரமிண்டா பாதர் கவுஸ் கல்லுக்கட்டி – யில இருக்கு அங்க போய்ப் பாருங்க”.

“அவர் போன் நம்பர் இருக்கா?”

“போன் நம்பர் மாணவர்கள் யாருக்கும் தரமாட்டாங்க, அலுவலக நேரத்தில மட்டும்தான் அவர பார்க்க முடியும்”.

“நாங்க பேரன்ஸ்தானே எங்களுக்கு போன் நம்பர் தரலாமே?”

“சார் இங்க உள்ள நடைமுறைய நான் சொல்லிட்டேன், அதுக்குமேல உங்க இஸ்டம்”. இன்னைக்கு இந்தக் காரியத்தை முடிக்கலன்னா முகாமில்போய் ஜோனால் தங்க முடியாது.

எப்படியாவது முயற்சி செய்து பார்த்துவிடலாம் என்ற முடிவுடன் அக்காவும் தம்பியும் கல்லுக்கட்டியில் இருந்த பாதர் கவுஸ்சுக்கு ஒரு ஆட்டோவில் போனார்கள். அங்கு பாதரின் உதவியாளர் பாதர் இல்லை என்ற தகவல் கூறினார். அவரிடம் பாதர் போன் நம்பர் வாங்கி பாதரிடம் ஜோன் பேசினான். “தம்பி.. பாதர் என்ன சொன்னார்”. “அக்கா அவர் ஸ்கூல்தான் இருக்கிறாராம், இப்பதான் வந்தாராம் நம்மள அங்க வரச் சொல்லுறார். ஆட்டோவை நிக்கச் சென்னது நல்லதா போயிருச்சு”.

“காலையில யார் மூஞ்சியில முழிச்சமோ தெரியல.”

“நமக்கு எந்த மூஞ்சியில முழுச்சாலும் இப்படித்தாங்க்கா நடக்கும்.” இருவரும் அதே ஆட்டோவில் மறுபடியும் பள்ளிக்கு வந்தார்கள். அக்கா ஏதோ, ஏதோ பேசிக்கிட்டே வந்தா, எதுவும் ஜோன் காதில் விழவில்லை. இரண்டு நாள் அலைச்சல். சரியான தூக்கமில்லை. காய்ச்சல் அடிப்பதுபோல் சூடு வேறு ஏறியிருந்தது. தொடர் அலைக்கழிப்பு மண்டைச்சூடும் ஏறியிருந்தது. ஆட்டோவிலிருந்து இறங்கியதும் நேராக கரஸ்பாண்டன்ட் பாதரிடம் சென்றான். அழுத்தமான குரலில் “ஏன் பாதர் அகதிங்கிறதால நீங்களும் உங்க பங்குக்கு எங்களை அலச்சியப் படுத்துறீங்களா?” பாதரும் ஈன்னு பல்லைக் காண்பித்தார். அது ஒரு தேர்ந்த விபச்சாரி பல்லைக் காண்பிப்பது மாதிரி இருந்தது.

பகுதி 5

பின்னோட்டம்

23.11.2020

குத்தகைக்கு எடுத்த காணியில் போட்ட கடலைகள் இரண்டு மாதங்களை நிறைவு செய்திருக்கிறது. இன்னும் ஒரு மாதமிருக்கிறது பிடுங்குவதற்கு.

நிறைபருவமான கடலைச் செடிகள் காற்றில் அசைகின்றன. செடிகளுக்கு அடியில் மண்ணுக்குள் இருக்கும் கடலைப் பிஞ்சுகள் இனி முற்ற ஆரம்பித்திருக்கும். அது இலைகளுக்குத் தெரிந்திருக்குமா? எல்லாம் வினோதம். எங்கோ மணிலாவிலிருந்து வந்த பயிர்கள். இங்கே மன்னாரில் ஒரு பெயர் தெரியாத மண்ணில். வேடிக்கை. நானும் அந்தப் பயிர்கள் போலதான், எங்கும் வேர்பிடித்துக்கொள்வேன். கடலைச் செடிகள் அசைகின்றன. வேடிக்கை பார்க்கிறேன். வேர்கள்போல ஞாபகங்களும்.

இன்று காலை பத்து மணிக்குமேல் நடந்த முன்பின் அறிமுகமில்லாத இந்தத் தொலைபேசி உரையாடல்.

இன்றைய தேதியில் அவர்களுடைய அலுவலகக் கோப்பில் ஏறியிருக்கும்.

"வவுனியாவில இருந்து கதைக்கிறன்."

"ஓம் சொல்லுங்கோ."

"நான் உங்கள வவுனியாவில மண்டபத்தில நடந்த புத்தக வெளியீட்டுல பாத்தேன்."

தொ. பத்தினாதன்

"இல்லையே. வாய்ப்பில்லையே."

"இல்ல நான் பார்த்தேன் உங்களோட வேறு ஒருத்தரும் வந்திருந்தார்."

"பாத்திருக்க வாய்ப்பில்லைங்க. நான் எந்த இலக்கிய நிகழ்வுக்கும் போறதில்லையே."

"இல்ல இல்ல கிளுநொச்சியில பாத்தேன்,"

"சரி சொல்லுங்கோ."

"நான் ஒரு சிறுகதைப் புத்தகம் வெளியிட்டிருக்கிறன். அதுக்கு யாழ்ப்பாணத்தில கூட்டம் ஒன்று நடத்தலாம் என்றிருக்கிறேன்."

"ஓ ... அப்படியா நல்லது நான் மன்னாரில இருக்கிறேன்."

"அதனால் என்ன ? புத்தகம் அனுப்பினால் படித்துக் கருத்து சொல்லுவிங்கதானே."

"இல்லைங்க நான் இலக்கியத்தில இருந்து ஒதுங்கியிருக்கிறேன் படிப்பதுமில்லை எழுதுவதுமில்லை."

"நீங்க எல்லாம் இப்படி ஒதுங்கிட்டா சமூகத்தைப்பற்றி யார் எழுதுவாங்க."

"ஆமாங்க எனக்கு வயித்து பசியும் வாழ்க்கையும் முக்கியமில்லையா ?"

"ஓம், உண்மைதான். நான் சொல்கிறேன் என்று தப்பா நினைக்காதீங்க. எத்தனையோபேர் வறுமையிலும் எழுதுகிறாங்கதானே நீங்க எல்லாம் இப்புடி ஒதுங்கிட்டா ..."

"ஓம் ஓம் ...அது அவங்க அவங்க இருக்கிற இடத்தப் பொறுத்து எழுதலாம். எனக்குக் கொஞ்ச நாள் ஓய்வு தேவைப்படுது. கொஞ்ச நாளைக்குப் பிறகு பாக்கலாங்க."

"சரி நாம தொடர்பில் இருப்போம்."

"நல்லதுங்க."

"நன்றி வணக்கம்."

"நானாக எதுவும் செய்யவில்லை அதுவாக நடக்கிறது ஓரத்தில் நின்று என்னை நானே வேடிக்கை மட்டும் பார்த்துக் கொண்டிருந்தேன்."

அம்மா என்கிற அதிகாரத்திடம் அழுது பால் குடித்தபடியால் வேடிக்கைபார்ப்பதற்கான சத்து இன்னும் இந்த உடம்பிலிருக்கிறது.

அந்தரம்

இலங்கை தமிழ்ச் சொற்களும் அதன் அர்த்தங்களும்

வறுகி	-	இருப்பதை எல்லாம் எடுத்துக்கொள்வது
ஆக்கள்	-	மனிதர்கள்
பொடியன்	-	இளம் பையன்
பெட்டை	-	இளம் பெண்
நுளம்பு	-	கொசு
அங்கால	-	அந்தப் பக்கமாக
சண்டிக்கட்டு	-	கைலியை மடித்துக் கட்டுவது
தொதல்	-	ஒரு வகை இனிப்புப் பதார்த்தம்
பெண்டில்	-	மனைவி
வங்காலக்காரி	-	வங்காலை என்ற ஊரில் பிறந்த பெண்
வங்காலக்காரன்	-	வங்காலை என்ற ஊரில் பிறந்த ஆண்
விறாந்தை	-	விருந்தினர்களை வரவேற்கும் பகுதி
விசரன்கள்	-	பிறழ் மனநிலையுடையவர்கள்
கலைவுகண்ட	-	வெருண்ட மனநிலை
பூக்கண்டு	-	பூக்கன்று
கோதாரி	-	ஒரு வகைத் தொற்று நோய்
சவக்காலை	-	சுடுகாடு / இடுகாடு
விசர்க் கதை	-	பிறழ்வுற்றவர்போல் பேசுவது

தொ. பத்தினாதன்